Dành tặng anh Nguyễn Văn Lợi &
Gia đình !

Sept 14th, 2020

T. N. Hộ

phê bình
PARABOLE

TRẦN NGHI HOÀNG

phê bình
PARABOLE

phê bình & nhận định

NHÀ XUẤT BẢN NHÂN ÁNH

PHÊ BÌNH PARABOLE
In lần thứ Nhất, Tháng Bảy, 2020
Nhà Xuất Bản Nhân Ảnh
California, Hoa Kỳ

MỤC LỤC

Lời tựa:

PHÊ BÌNH CỦA NGƯỜI SÁNG TẠO

Khánh Phương

1.

Tôi ngạc nhiên khi đọc phê bình-nhận định của Trần Nghi Hoàng. Đây là một chân dung khác với Trần Nghi Hoàng trong thơ, tản văn, phiếm, hay truyện ngắn lý luận lại lịch sử. Dường như đây là chân dung Trần Nghi Hoàng sống động và đầy đủ nhất.

Trần Nghi Hoàng trong thơ đắm đuối, ngơ ngác (trước vẻ dị thường của cả cái đẹp lẫn trái ngang của đời mà ông đột ngột khám phá,) không thiếu minh triết thiên phú, chỉ hơi ít thể hiện sự hồn hậu, thực thà. Trong tản văn, ông rong chơi phiêu bồng mà không quên khám phá sắc bén, chỉ hơi ít thể hiện sự miệt mài tìm kiếm tới cạn cùng một triết lý nào đó. Trong truyện ngắn lý luận lại lịch sử, ông hướng tới sự thấu đạt cả tình và lý, chỉ ít xem trọng việc dày công tô điểm thịt da sinh động cho nhân vật. Trong phiếm, ông tinh nghịch đùa giỡn nhưng đưa ra những bài học thực tế sâu lắng khó lường trong đối nhân xử thế, chỉ ít tập trung hoàn toàn tinh lực ngòi bút vào văn chương.

Phê bình-nhận định của Trần Nghi Hoàng bộc lộ hầu hết những gì là bản lai thiên phú của ông, bù đắp lại những cái "hơi thiếu" trong các hình thái văn chương vừa kể trên, mà vì ranh giới của thể loại khiến ông đã tự thân có ý thức hạn chế. Phê bình-nhận định của ông bộc lộ hết con người hồn hậu, thực thà, (đến mức không sợ mất lòng dù bạn văn hay bất cứ ai.) Buông lỏng, khai phóng hết năng lượng cảm giác và tưởng tượng trong cảm nhận văn chương, nhất là với thơ. Đào sâu, tìm tòi kiệt cùng những triết lý của văn chương và nằm lòng ý nghĩa thực tiễn của hầu hết những hành động viết văn: xa khỏi mọi thứ triết lý hay làm dáng phù phiếm, khỏi sự mưu cầu mục đích, viết là "tâm- não đồ" những đắm đuối, phiêu dạt của con người trong nhân gian và nhờ thế, tồn lưu những gì là căn cốt đích thực và bản lai diện mục lương thiện như nó vốn có, không nệ vào "xấu-tốt."

2.

Khi Trần Nghi Hoàng hỏi tôi, "Em có muốn viết Lời Tựa cho cuốn Phê bình - nhận định của anh không?" tôi đã muốn... kêu Trời. "Lại trò gì nữa đây cha?" Trần Nghi Hoàng cả đời làm khó người ta, giờ tới lượt ông lại làm khó tôi. Nếu tôi "khen" ông sai, tôi ăn nói thế nào với bạn đọc của tôi, mà cũng có thể sẽ là của ông? Ngoài sự đồng hành trung thực và rốt ráo với ông trong trò tinh nghịch oái oăm này, tôi sẽ không "được" gì. (Tôi không có thói quen đặt câu hỏi "được, mất gì?") Trò nghịch oái oăm bao giờ cũng hấp dẫn tôi, dù rất ít thời giờ được "nghịch." Đồng hành cùng ông, và trung thực rốt ráo với chính tôi, tất cả mong muốn tôi chỉ có thế.

Có lần Trần Nghi Hoàng nói, rất dị ứng với những người viết phê bình viện dẫn tên tuổi học giả nọ kia che khuất không còn thấy đâu là nhận định của người viết. Tôi thẳng thừng nói với ông, khi anh viết bài nghiên cứu, anh buộc phải trích dẫn lại công trình và tên tuổi của những người đi trước để biết thành quả tổng quan của thực tại, và xây dựng khám phá riêng của anh trên cái background về tri thức theo chiều lịch sử đó, kể cả lật ngược vấn đề. Ông, tất nhiên phải công nhận phương pháp này. Nhưng Trần Nghi Hoàng (TNH) sẽ không, và luôn luôn không viết nghiên cứu. Ông cũng chẳng bao giờ viện dẫn bất kỳ tên tuổi nhà triết-mỹ học Đông-Tây nổi tiếng nào trong bài viết của mình. (Như thế không có nghĩa là ông "không cần" đọc và hiểu những nền tảng tư tưởng lớn của Đông-Tây như

Phật, Lão, Thiên Chúa, hay triết học hiện đại.) Ông chỉ viện dẫn những chứng cứ thật giản dị, giống như những thông tin thuần túy, về đức tin của người theo đạo Cao Đài từ chính kinh sách đạo Cao Đài hay nhận định về văn cách của tên tuổi văn chương Nam Phi J. M. Coetzee từ một nhà phê bình đăng trên báo Đức, những tài liệu rất ít người biết đến mặc dầu vẫn trôi chảy trên mặt sách, báo hàng ngày, bởi đám đông hầu như bị trói buộc chỉ vào một số "tư liệu" nhất định. Tính hàm súc và nguyên bản của thông tin viện dẫn là một yếu tố thuyết phục trong phê bình-nhận định của TNH.

Điều thuyết phục khác bạn đọc có thể dễ dàng nhận thấy là TNH chưa bao giờ khởi đi bài phê bình của mình từ một ý tưởng lập thuyết hay từ một khuôn mẫu có sẵn như "phong cách tác giả, thể tài," vv.... Ông cất lời tức thì ngay khi vừa đọc một tác phẩm, kể cả tác phẩm phê bình của văn hữu mà có xuất hiện những điều trái khoáy, tức cười, những câu thơ, câu văn, phẩm bình thiên về cầu kỳ làm dáng hay tệ hơn, tâng bốc, "nâng bi" trơ trẽn khiến người đọc có nhân cách cảm thấy xấu hổ. Những cảm giác gòn gọn, nhừa nhựa giả tạo ngay tức thì va đập mạnh, gây phản ứng với tâm não vẫn còn đầy những cảm giác nguyên bản của thơ ca, nói rộng ra, với cái thiên lương chất phác sâu kín của nội tâm con người trong văn chương.

Bởi vì, không phải người (muốn) viết phê bình nào cũng có sự nhạy cảm với hòa âm, hòa sắc, hình khối, cảm giác, hình ảnh trong văn chương và nghệ thuật (nói chung.) Không phải người (muốn) viết phê bình nào cũng đủ năng lực liên tưởng và tưởng tượng để nhận ra và nếu có thể thì giải mã các ẩn dụ, biểu tượng thơ ca hay văn chương che giấu những bí mật của tâm thức cộng đồng (*alaya*/ storehouse consciousness.) Mở rộng tối đa cảm thức, buông xả mình vào những cơn phiêu bạt của chữ nghĩa, hình ảnh, biểu tượng... cốt ghi lại cái chân như kỳ lạ của thế giới bên trong con người trước biến động của hoàn cảnh, TNH chọn điểm nhìn của một người sáng tạo để "hiển lộng" (TNH) con đường, dạng thức sáng tạo của những nhà thơ, nhà văn khác. Ông tránh được lối phê bình-nhận định vu vơ, áp đặt, diễn giải tác phẩm với những động lực ngoài tác phẩm. Đọc phê bình của TNH giống như lặng yên theo ông vào một vườn hoa trái còn nguyên hương sắc của tâm hồn người viết, với nhiều vẻ đẹp lạ mà dường như không lạ bởi nó rất gần với tâm thức, tình cảm người đọc. Ông không diễn giảng mà chỉ lẹ làng đưa bạn đọc đi từ những điều quen thuộc tới làm quen và thân quen với cái phức tạp, lạ lẫm.

Thử đọc ông "giải mã" những biểu tượng với ý nghĩa mơ hồ trong "Bến Lạ" của Đặng Đình Hưng: "... Những quả cườm cho Người Chết. Đặng Đình Hưng vác lên vai. Rồi vứt. Rồi chạy. Rồi vác... Nhưng Bến Lạ vốn là những phút giây như vậy như vậy. Những phút giây vầy tiệc cùng ma quỷ và thánh thần:

"Tôi ăn tiệc
bộ tóc nguyên thủy lườm tôi bê bết tái
nó cắn một nửa... cắn ¾
  cắn còn một tị... chỉ một tị nữa thôi. Vào hội đi!
  Còn một miếng cuối cùng. Không mất tiền. Gratis - dernière catusơ,
    Hút!

Tôi đi đây,
đi tìm chơi với cái nút chai.
Nhưng không! hãy nói chuyện.
Thì ra thèm muốn là một thỏi fấn [16]

Một lần nữa, Thơ Đặng Đình Hưng làm tôi nhớ tới Thơ Chiếc Bánh Vẽ của Chế Lan Viên.

Nó cắn một nửa. Nó cắn ¾. Cắn còn một tị.

Vào cuộc chăng? Đặng Đình Hưng có vào cuộc? Cuộc chơi đời hay là Cuộc Thơ? Dường như ông đã không vào cuộc. Hay Đặng Đình Hưng đã vào cuộc bằng Cách Riêng của ông. Ông vào Cuộc Lạ để tìm Bến Lạ, phải chăng?

Dù Đặng Đình Hưng có vào cuộc (hội), rồi ông cũng sẽ bỏ đi. Như đã luôn bỏ đi bỏ đi từng giây phút.

Ông nói: Tôi đi đây. Ông đi tìm chơi với cái nút chai. Nhưng rồi ông "ngưng" chơi và đề nghị "hãy nói chuyện". À thì ra, thèm muốn là một thói fấn. Để làm gì??? Để làm gì với thói fấn đó???

Là để vẽ những nét Thơ, chữ Thơ vào Tấm Bảng Đen Hồi Tố của Tâm Thức Bản Lai.

Của chính ông. Của chính Đặng Đình Hưng." (TNH, "Đặng Đình Hưng: 'Bến Lạ' Đi Về Không Lối Thoát!!!")

Chuyển động giữa sự thông tỏ lẽ luật tự nhiên, thực tiễn, "À thì ra, thèm muốn là một thói fấn. Để làm gì??? Để làm gì với thói fấn đó??? Là để vẽ những nét Thơ, chữ Thơ vào Tấm Bảng Đen Hồi Tố của Tâm Thức Bản Lai" với "ngộp ngộp" của cảm giác chết chóc ma quỷ, *"bộ tóc nguyên thủy lườm tôi bê bết tái,"* với liên tưởng phóng dật của chữ nghĩa, "Ông vào Cuộc Lạ để tìm bến Lạ, phải chăng?" câu phê bình của TNH băng qua những tường rào ngữ nghĩa khô cứng thông thường để thị hiện, mô tả sống động vòng luân hồi của Sống và Thơ trong "Bến Lạ" của Đặng Đình Hưng. Bài bình thơ "Bến Lạ," theo tôi là một trong những bài viết thành công và hay nhất của TNH trong tập này.

Đi xa hơn từng hiện tượng đang xảy ra từng giây phút trong thực tiễn văn chương, TNH đôi lúc cũng đủ hào hứng để giới thiệu với bạn đọc khuynh hướng "phản tỉnh" của một ngòi bút "tàn phá" trong văn chương thế giới đương đại, J. M. Coetzee. Chỉ trong vòng trên 2000 chữ với nguồn tư liệu chọn lọc, ông mô tả thành công những nghịch lý đối chọi trong tư tưởng và bút pháp của một trong những nhà văn được coi là khó đọc và tựu thành nhất của hiện tại. Sự giải mật tư tưởng Coetzee của TNH bắt rễ từ những liên tưởng xa và mạnh để nối kết nhiều phức hợp kinh nghiệm sống: " Đối với người Tây phương, tinh thần cũng là một thứ vật chất mà họ sẽ tìm cách làm cho nó có thể sờ, nếm được. Cuối cùng, thứ đạo đức mà người Tây phương xiển dương, hoàn toàn chỉ là những mỹ từ và cách điệu mà họ đã nhuần nhuyễn sử dụng đến một mức độ nhập tâm và miễn trừ phân biệt.

Coetzee nhằm vào những sự không phân biệt này và tới tấp tấn công. Ông không phải muốn thực dụng các thứ đạo đức này. Ông không phải chỉ muốn tàn phá nó ra khỏi những mỹ từ và cách điệu để hiện thực nó. Mà công việc của ông là tàn phá thẳng vào những khuôn thước dù là chỉ ở mỹ từ và cách điệu hay hiện thực - những thứ đạo đức mà dường như theo ông là đi ngược lại nhân tính cố hữu của con người." (TNH, "Phá Vỡ và Tái Tạo...")

(Với cách viết này của TNH, những bạn đọc còn ít thời gian làm quen với các biểu tượng văn hóa và văn chương sẽ có thể cần thêm một vài hướng dẫn.)

Thông thuộc những nhược điểm trong tính cách văn hóa của người Việt, TNH có những phát hiện bất ngờ nhưng chính xác về một triết lý mới thỏa mãn phẩm cách "cách tân" giữa thời gian hiện tiền: "Thực ra, nền văn minh hiện đại của thế giới không phải là nền văn minh "một chiều," mà là của "trăm nghìn chiều." Một nền văn minh vừa thực vừa ảo, như thế giới của Internet, của những trang web & Một nền văn minh trong không gian. Vì vậy, chiều "trước mặt" không nhất thiết là chiều của sự tiến bộ... Và nói theo Cao Hành Kiện, không cần phải tỉ mẩn chọn lựa cho văn (thơ) mình những thể loại, trường phái nào hết. Cứ viết. Viết về con người, về cái xã hội mình đang sống trong đó. Viết về những suy tưởng nảy sinh ra trong đời sống giữa xã hội đó. Về những tội ác. Những điều tốt lành. Những lầm than. Những hạnh phúc... Ngôn ngữ chuyển động như đời sống. Bởi vậy, ngôn ngữ sẽ tồn tại. Ngôn ngữ tồn tại là do khả năng sử dụng Nó của người nghệ sĩ Sáng tạo... Việc đầu tiên, theo tôi, là phải rũ bỏ những phân biệt truyền thống với cách tân, tính dân tộc với văn minh thời đại.

Biết đâu, truyền thống của dân tộc Việt Nam lại chẳng là cách tân? Tính dân tộc của người Việt Nam chẳng là văn minh thời đại? Mà tại sao không, bạn nhỉ?" (TNH, "Truyền Thống và Cách Tân...")

3.

Phê bình, nhận định văn chương của TNH trải rộng và "lấn sân" qua nhiều lĩnh vực, tư tưởng và phản kháng (trong văn chương,) nghệ thuật và tôn giáo. Trong mỗi cuộc "lấn sân" ấy, TNH lại mở ra thêm cho bạn đọc những lăng kính trong tầm tay để chiếu rọi thực tiễn đời sống, thực tiễn nghệ thuật. Trong tư tưởng và phản kháng, TNH kiên định bất cứ khi nào có thể, theo đuổi mục tiêu "đâm mãi thằng gian," những "thằng gian" cứ nhất quyết xỏ mũi văn chương nghệ thuật bắt phục vụ cho những mục tiêu gian dối, tàn nhẫn của họ, dù trong những bài luận chiến vạch rõ và kết án sự bất minh, phi nghĩa của các lãnh đạo cộng sản Việt Nam hay những thủ thuật ngón nghề "thay mận đổi đào" những công bộc văn chương của họ quen dùng. Như một nhà thơ thế hệ sau mà ông trân trọng đã tả, "Những người anh em/ Vẫn lừa lọc chúng tôi.../ Vẫn dọa dẫm chúng tôi/ Bằng súng và thực phẩm..." Về tôn giáo, ông thong dong nhận diện triết lý nhất nguyên từ trăm linh vạn tượng xứng đáng được tôn kính của đạo Cao Đài. Về nghệ thuật, bằng bản năng thị giác nhạy cảm và tâm hồn an tĩnh, ông "khám phá" ánh sáng trong suốt làm nên linh hồn "siêu thực" trong tranh hiện thực thơ mộng Nguyễn Trọng Khôi.vv...

Có thể TNH "ôm đồm" quá, như một số người vẫn nghĩ. Theo tôi, những gì ông viết là những gì ông đột nhiên đối diện, hoặc những gì đột nhiên đối diện ông mà một đôi mắt tinh tường, một tâm não giàu liên tưởng có thể bắt gặp và nhận ra ngay từ lần đầu chạm mặt. Ông không cố tỏ ra am tường hay đắc dụng hơn bản tính tự nhiên. Phê bình-nhận định của TNH là nhiệt huyết hồn hậu bộc phát của ông với Sống, với Thơ, và với Cuộc đời.

Viết giữa những ngày đại dịch cúm Wuhan
và bạo loạn đe dọa nước Mỹ.

MỘT CUỐN SÁCH VỀ MỘT CUỐN SÁCH

*"Hậu Chuyện Kể Năm Hai Ngàn" hay
"Thời Biến Đổi Gene", NXB Tiếng Quê Hương, 2014,
tác giả Bùi Ngọc Tấn.*

Mười lăm năm trước, "Chuyện Kể Năm Hai Ngàn" (CKNHN) như tiếng kêu bi thống của chú voi hiền lành bị lũ thợ săn vô nhân tính truy bức, với thân thể đầy thương tích. Tiếng kêu bi thống của chú voi hiền lành ấy vươn lên giữa đọa đày, và vang vọng hầu như đến khắp cùng thế giới. Đầu năm 2015, "Hậu Chuyện Kể Năm Hai Ngàn" (HCKNHN) hay "Thời Biến Đổi Gene" của Bùi Ngọc Tấn (BNT) được xuất bản tại Mỹ. Vẫn chú voi hiền lành ấy, nhưng bây giờ là tiếng thét đầy căm phẫn. Chú voi thoát chết sau những lần bị truy bức đã gìn giữ cho mình một cặp ngà dài quý giá mặc dù vẫn tiếp tục bị lũ thợ săn vô nhân tính bủa vây, chà đạp, mưu toan tuyệt diệt luôn cả cặp ngà quý giá ấy.

CKNHN viết về năm năm tù mà không tội của BNT. HCKNHN BNT kể sau khi ra tù, ông và gia đình đã sống lầm than như thế nào. Ông trở lại với cây bút bằng những bản tin viết về công nhân và tàu cá của xí nghiệp đánh cá Hạ Long (Hải Phòng) ra sao. Từ đó là cơ duyên tái nghiệp cùng văn chương. Khởi viết "Mộng Du", cái tên thoạt kỳ thủy của CKNHN. Hành trình hoàn tất, sửa chữa và xuất bản CKNHN. Và CKNHN đã bị triệt hủy như thế nào.

Lời đề từ của HCKNHN như những vết dao cứa vào tim. *"Tôi đã quên tên tôi dưới mặt trời. Quên tuổi tôi cắm sâu lưỡi dao năm tháng. Thời gian băng hà sọ não tôi."* Tôi tin đây là những câu trong một bài thơ của BNT. Vỏn vẹn ba câu thơ nhưng nói lên đầy đủ cái tàn khốc của nền cai trị khủng khiếp, vô nhân tính áp đặt lên con người. BNT đi tù năm 1968 trong vụ án *xét lại*. Ông ra tù năm 1973. Đến năm 1995 ông mới được cầm bút trở lại. Hai mươi hai năm câm nín. Hai mươi hai năm nuôi dưỡng chất lọc. Hai mươi hai năm cùng vợ con và vô số "phó người" khác sống kiếp lầm than của những "con vật-người". Trong CKNHN là những con người bị tù tội, bị tước đoạt nhân phẩm, sống kiếp con người - vật. Nghĩa vụ của những con người - vật là phục vụ chiến tranh và quyền lực, phục vụ một lũ thợ săn vô nhân tính. Bằng cái giọng thân mật và chân thành, BNT như một huynh trưởng hướng đạo nói câu chuyện lửa dặm đường với các sói. Nhưng đây là những câu chuyện làm nao lòng người, thậm chí có thể làm bạn mất ngủ. Có những câu chuyện tởm lợm đáng nôn mửa, nhưng cũng có những câu chuyện có thể làm cho bạn bật kêu lên: A, thì ra cuộc đời vẫn còn người tốt. Vẫn còn đẹp. Nghĩa là trong xã hội vẫn còn có những con người, những người thực sự là Người - người.

"Tôi muốn nói với các con tôi, hãy sống cho ra một con người. Nhưng câu ấy chưa bao giờ được thốt ra. Tôi quá hiểu sống cho ra một con người khó khăn như thế nào, nguy hiểm như thế nào." (HCKNHN-BNT)

Làm người là có quyền tự do. Là có quyền đòi cái quyền tự do của mình. Tuy nhiên, để sử dụng cái quyền tự do của con người, nhiều khi hết sức nguy hiểm.

BNT có cái nhìn bén nhạy về cuộc chiến. *"Vào năm 1974, tôi không nhớ rõ, nhưng qua cái loa nón Ngã Sáu, một tin làm tôi bật cười. Các nhà báo ở Saigon biểu tình chống chính quyền Nguyễn Văn Thiệu bằng cách bị gậy giả làm ăn mày đi diễu phố.(...) Tôi nghĩ thầm, miền Nam không thể thắng được vì tự do biểu tình, lại cả tự thiêu nữa mới khủng khiếp. Vì tự do báo chí, tự do công kích chính quyền, phe nọ đảng kia, không thực hiện được như miền Bắc đã làm: chỉ có một luồng thông tin duy nhất từ những chiếc loa công cộng đường phố. Quản lý chặt dạ dày, hộ khẩu, duy trì tình trạng thiếu đói cả ở nông thôn và thành phố, chia nhau từng mét chỉ, nửa cây kim, nửa cái bát sành... Cuối cùng miền Nam đã thua nhanh hơn dự đoán. Chiến thắng thuộc về những người lì đòn hơn, vận dụng thời cơ tốt hơn. (...) chắc chắn có sự đóng góp không nhỏ của các loa công cộng. Chế độ quản lý bao cấp. Sự đóng góp của các nhà tù, của chính sách tập trung cải tạo. Một sản phẩm của chế độ độc trị. Và dĩ nhiên chân lý thuộc về kẻ chiến thắng. Không biết suốt ba mươi năm chiến tranh bao nhiêu người Việt đã chết, cả bên này và bên kia, bao nhiêu triệu người cầm súng và không cầm súng, tôi mong có một cuộc thống kê số xương máu Việt ấy, công bố trước thanh thiên bạch nhật để biết cái giá của cuộc sống hôm nay. Để những kẻ cướp đất nông dân Văn Giang, Nam Định, Thái Bình, Cần Thơ... những người đang rút ruột các công trình, những đày tớ của dân bớt đi một chút hung hăng, ngạo ngược trong đối xử." (HCKNHN-BNT)*

Hết sức mỉa mai bởi một trong những nguyên nhân miền Nam thua trong cuộc chiến là vì chính quyền VNCH đã cho người dân được ít nhiều tự do, dân chủ, và miền Bắc đã thắng nhờ đường lối độc tài toàn trị. Chiến tranh là môi trường tiêu thụ xương máu con người, đặc biệt là xương máu của tuổi trẻ. Trong cuộc chiến, phe nào rộng rãi trong chi phí xương máu của phe mình hơn thì phe đó sẽ thắng.

BNT nhắc tới khẩu hiệu: *Thóc không thiếu một cân. Quân không thiếu một người.* Với chủ nghĩa cộng sản, trong thời chiến, người dân là những con số để đảng tố những căn xì phé xả láng bằng sinh mạng con người cho cuộc thắng bại. Hết chiến tranh, sinh mạng người dân còn rẻ rúng hơn cả thời chiến. Người dân bị cướp đất cướp nhà, bị giết trong đồn công an, bị tước đoạt nhân phẩm bất kỳ lúc nào... những điều đốn mạt như vậy cần phải được hiểu ra sao?

Tháng Tư năm 1975, chiến tranh Việt Nam, cuộc chiến dài nhất thế kỷ trên thế giới chấm dứt. Tưởng chừng dân tộc Việt Nam sẽ bắt đầu được hưởng những ngày bình yên, nhưng không phải vậy. Một thảm họa khác chẳng thua gì chiến tranh đã phủ chụp lên đầu người Việt Nam.

"Một cuộc thanh trừng rộng lớn đã được tiến hành. Một cuộc di tản chưa từng có trong lịch sử nhân loại. Hàng triệu người miền Nam và cả miền Bắc đã bỏ nước vượt biển ra đi với xác suất sự sống chỉ chiếm số phần trăm ít ỏi. Chiến tranh kết thúc cùng với bao hậu quả mà thời gian khắc phục kéo dài cho đến hôm nay và còn kéo dài không biết đến bao giờ." (HCKNHN-BNT)

Cuộc chiến đã kết thúc, đất nước đã thống nhất. Tại sao hàng triệu người từ hai miền Nam, Bắc kéo nhau bỏ đi. Hết chiến tranh, không còn thời của những anh hùng liệt sĩ, những bà mẹ người chị kiên cường. Giá trị con dân Việt không còn đáng một xu. Người dân bên thua trận bỏ nước vượt biển, người dân bên phe thắng trận cũng bỏ nước vượt biển. Mặc dù ai cũng biết cuộc vượt thoát này được trả giá nhiều phần trăm bằng sinh mạng của mình. Người miền Nam ra đi vì thấy mình không còn chút dưỡng khí nào trên quê hương mình, còn người miền Bắc ra đi cũng chỉ là để tìm lấy chút dưỡng khí bởi xét cho cùng chính người miền Bắc phải chịu đựng cuộc sống thê thảm dưới chế độ cộng sản lâu dài và trước người miền Nam cả mấy chục năm. Cuộc sống mà BNT và bạn ông đã phải nói với nhau như thế này: *"Khi tôi kêu lên, các ông ấy bần cùng hóa nhân dân ghê quá, Nguyên Bình nghiêm mặt bảo tôi: cuộc sống này gần với cuộc sống loài vật, đâu phải cuộc sống con người. Nguyên Bình nói đúng, cuộc sống này là một sự đày đọa. Hãy nghe một câu trong tham luận của một thuyền trưởng tàu đánh cá Hạ Long đọc tại đại hội công nhân viên chức: Tàu cá về, người xuống như dòi. Câu đó nói lên tất cả. Hơn thế, biết bao nhiêu người thèm được như chúng tôi, nhân viên một xí nghiệp thực phẩm. Ao ước được là dòi."* (HCKNHN - BNT)

Thế giới văn chương trong BNT, sức sáng tạo được nhào nhuyễn qua đau thương và đớn nhục trong ông, vì thế lại càng hồi sinh. Sức chịu đựng của vợ ông, sự cảm thông hồn nhiên vô điều kiện của các con ông lại còn là dưỡng chất và lực đẩy cho sức sáng tạo của BNT.

Sự kiện các nước cộng sản Đông Âu sụp đổ, sự trở mình của không khí văn chương trong nước sau vụ "cởi trói" cũng đã tiếp cho BNT ít nhiều hi vọng:

"Thế giới giả dối độc ác đã sụp đổ rồi, bầu trời bằng đá xám đã sụp một phần rất lớn rồi. Trời xanh đã hiện ra, không thể nào đảo ngược được nữa. (...) Tôi thấy có lẽ mình phải viết. Có lẽ thôi chứ chưa cầm bút viết, cho đến khi giọt nước Nguyễn Quang Thân làm tràn cốc nước. (...) Sau hai mươi hai năm không viết và gần như không đọc, viết cái gì đây. Cuộc sống tả tơi quằng quật đày đọa, tai ương đè nặng như một trái núi trên lưng cho đến tận hôm nay, nhưng tôi chưa muốn giở ngay kho tàng ấy. Cần phải có một thời gian nhìn lại, suy nghĩ, đánh giá, sắp xếp lại. (HCKNHN-BNT)

Để thực sự viết trở lại và đặt chân vào thế giới "mộng du", bắt đầu CKNHN, BNT đã trải qua không ít những trăn trở. Ông tự thú đã lâu rồi không đọc, gần như hoàn toàn không đọc, vì cuộc sống qua những trải nghiệm của chính ông với nỗi cùng cực của những lớp người dưới đáy xã hội khác xa với những hào nhoáng, giả dối đầy rẫy trong những cuốn sách cùng thời với ông. *"Cho đến khi viết được hai chục trang đầu quyển tiểu thuyết Mộng Du, sau này đổi tên thành CKNHN, tôi rụt rè đưa cho Thân đọc. Hải Phòng khi đó tôi chỉ có mình Nguyễn Quang Thân. Nguyên Bình, người bạn thân nhất của tôi đã chuyển về Hà nội. Cái tâm huyết của Thân làm tôi tin anh. Khi đưa cho anh mới chỉ là những dòng lia, nhớ đến đâu lia đến đấy. Nhân vật còn chưa có tên chính thức. Đưa Thân chiều hôm trước, sáng hôm sau tôi đạp xe đến Hội Văn nghệ Hải Phòng tìm anh, hồi hộp vì không biết anh đánh giá nó ra sao. Đưa trả tôi xếp giấy viết tay, Thân nói với tôi một câu tôi không hề chờ đợi, không hề ngờ tới: Cái này là của chung nhân loại mày ạ. Tên sách Mộng Du được, vừa phải, không gay gắt lắm. Gợi!*

Phấn khởi, rất phấn khởi nhưng khó tin. Chỉ tôi mới hiểu nó vẫn còn chàng màng so với những gì tôi đã trải. Nhưng thôi cứ viết, khởi đầu như vậy là tốt, cứ viết. Viết và sửa. Cố gắng viết ra những điều mình nghĩ. Cố gắng làm một cái gì đó của toàn nhân loại, cần thiết cho nhân loại. Đến lúc ấy tôi mới đặt tên chính thức cho nhân vật. (...)

... Dòng văn học tù đày dường như đã kết thúc, bằng những hồi ký trong nhà tù đế quốc với những nhân vật được thần thánh hóa, lung linh huyền ảo, những cứu tinh đã sang trang cho cuộc sống, cho đất nước, nhân dân, và tôi, chính tôi là người viết tiếp dòng văn học tù đày tưởng đã chấm hết ấy. (...)Tôi viết về những khổ đau oan khuất vẫn tiếp diễn, sinh sôi và phát triển, những điều là dấu hiệu, là mục tiêu để cách mạng giương cao ngọn cờ vận động lôi kéo nhân dân tiêu diệt và tưởng đã tiêu diệt hoàn toàn nhưng hóa ra vẫn còn nguyên như cũ và cho đến giờ đã hơn cũ rất xa, chỉ thay đổi diện mạo, thay đổi ngôn ngữ, thay đổi y phục mà thôi. Tôi sẽ phơi bày ra ánh sáng một thế giới còn nằm trong bóng tối. Tôi sẽ cày lên những luống đầu tiên của một vùng đất còn hoang sơ trên cánh đồng gieo gặt của cách mạng, của cánh đồng gieo hạt giống tự do bón bằng xương máu nhưng lại trổ toàn quả đắng, đàn áp, bất công, gian dối, oan khuất."(HCKNHN-BNT)

Từ những luống cày đầu tiên, BNT đã trầy hoang vùng văn chương tù ngục. Ông đã thắp lên được một vùng nến sáng rực trên cái sân khấu của bóng tối ấy. Khởi viết CKNHN là BNT đã bắt đầu vác cây thánh giá của đời mình trên đôi vai còm cõi. Ông biết rất rõ con đường phía trước là con đường khổ nạn của đời ông nhưng tôi tin ông cũng biết rất rõ rằng đó chính là con đường vinh quang, con đường thành đạo của đời ông. Tại sao BNT viết truyện tù thành công, tại sao truyện tù của ông gây được tiếng vang trong độc giả tiếng Việt trên toàn thế giới? Đã có không ít những truyện tù được kể, trong những cuốn sách có thể dày tới cả ngàn trang, nhưng hiếm có cuốn nào trong số này thật sự nổi bật. Đó là những hồi ký, truyện kể về "cái tôi" của ai đó ở tù. Nhưng BNT viết CKNHN như một cuốn tiểu thuyết, nghĩa là vượt qua chuyện cá nhân BNT ở tù:

"... Khi tôi viết đến đoạn hút thuốc lào đêm, quy trình hút thuốc lào, đến cái động tác di tàn thuốc bắn theo hình vòng cầu cách xa hai mét và tiếp đó là câu, 'hắn đã đạt được trình độ "xạ thủ" ấy', tôi đạp xe đến Hội văn nghệ gặp Nguyễn Quang Thân hớn hở, tao viết được rồi. Tôi viết được rồi, tôi tự tin vì đã hài hước được. Tôi đã tách khỏi lực hút của người trong cuộc và bình tĩnh khách quan kể lại chuyện oan ức của chính tôi như kể lại chuyện của ai đó. Có vui có buồn và bao giờ chả vậy, khi sự việc đã qua được nhắc lại với những nét buồn cười." (HCKNHN-BNT)

Kể lại được ngay cả những chi tiết buồn cười, những chi tiết ngớ ngẩn trong cuộc sống tù đày oan khuất của mình, có nghĩa là đã thành công. Có nghĩa là đứng từ bên ngoài nhìn vào toàn diện cái bối cảnh mà mình đang ở tù. Lúc đó không còn là "cái tôi" ở tù nữa mà là cảnh tù tội đày đọa bất công trong một đời sống lớn, đời sống của cả một đất nước.

Trong HCKNHN, BNT lại rất tài tình trong việc hồn nhiên mang hầu hết các tầng lớp con người Việt Nam cùng thời vào trong tiểu thuyết. Từ những nhân vật có danh vọng chức vị như Đỗ Mười, Nguyễn Phú Trọng, những văn nô xênh xang mũ áo như Nguyễn Khoa Điềm, Hữu Thỉnh, những tên nằm vùng đã trở thành con chó giữ cửa như Vũ Hạnh và vô số những nhân vật liên quan hay không liên quan tới văn chương, như những tên công an cao cấp hay hạ cấp luôn chăm chăm bảo vệ chế độ, hay cậu bé bán rong sách "cấm" cũng được BNT thân mật đưa vào tiểu thuyết của ông. BNT hóm hỉnh nghĩ, mình là người viết ra "sách cấm", chú bé là người bán "sách cấm", hóa ra mình và cậu bé cùng hội cùng thuyền.

BNT gặp được Bùi Văn Ngợi, giám đốc NXB Thanh Niên, mà theo ông, đây là một con người tuyệt vời. Bên cạnh Bùi Văn Ngợi là Phạm Đức, Cao Giang, biên tập viên Lê Hùng... những con người khí khái. Bắt đầu viết văn trở lại hay đúng ra, bắt đầu viết Mộng Du, tức là CKNHN, BNT ý thức rất rõ ràng, ông đang hai tay không đương đầu với một con quái vật khổng lồ ghê gớm, quỷ quyệt xảo trá, đó là đảng và nhà nước cộng sản Việt Nam. Âm thầm sáng tác, âm thầm tìm cách in ấn, xuất bản... gửi nó tới bạn đọc, câu chuyện chỉ có vậy mà ly kỳ, gay cấn, khiến người đọc bao phen hồi hộp, bởi vì người viết và người in ấn dù chỉ một cuốn sách cũng bị theo dõi, truy bức theo kiểu của những kẻ lập hội kín mưu toan làm "cách mạng" lật đổ chính quyền. Nhiều đoạn làm cho người đọc tức nghẹn vì phẫn uất. Chỉ là một nhà văn già yếu, bệnh tật, hậu quả của những năm tháng tù tội, "vũ khí" duy nhất là những con chữ từ khối óc và con tim chân thực, BNT đã chiến đấu ngang ngửa với nguyên cả một guồng máy bạo quyền của chế độ cộng sản phi nhân.

Ở BNT, sự chân thực và trong sáng là nguồn lực lớn cho nhà văn. Từ lúc khởi sự sáng tác, nhiều lần sửa đổi thêm bớt để hoàn chỉnh cho tác phẩm, tìm cách xuất bản CKNHN, BNT luôn tha thiết và tận tụy trong cái hiền lành hòa ái của ông. BNT hiền lành hòa ái nhưng không bao giờ tỏ ra hoặc vờ tỏ ra khiêm tốn với bất kỳ người nào. Từ chữ nghĩa, từ tác phẩm của ông, BNT biết rất rõ giá trị của những gì mình đang viết.

BNT chỉ cần CKNHN được xuất bản, tới tay bạn đọc, ông không quan tâm tới quyền lợi vật chất từ tác phẩm.

CKNHN đã bị đình chỉ phát hành và bị ra lệnh hành quyết. Một vụ hành quyết chữ nghĩa. Một phương cách triệt hủy sách vở, tư tưởng tiền vô cổ lai hậu vô nhân giả và tôi tin nó không thể xảy ra ở bất kỳ nơi nào còn lại trên thế giới này. Xin đọc:

"(...)Lê Hùng đã xuống Hải Phòng thăm tôi, xem cái buồng của tôi

nhưng chỉ là mục đích phụ. Anh xuống tôi khoảng hai tháng sau khi sách in xong để báo cho tôi một tin mới. Vẻ mặt của anh vừa xúc động vừa nghiêm trang. Hôm qua CKNHN của anh đã bị nghiền, ngâm thành bột rồi. Tám trăm hai mươi sáu bộ. Anh im lặng và thở dài thuật lại toàn bộ quá trình tàn sát và hủy diệt ấy.(...) Người của Cục xuất bản, người của NXB, người của nhà in ghi biên bản số sách đưa nghiền rồi ký biên bản sau khi đã nghiền xong thành bột. Ký biên bản khi bột đã ngâm trong bể a xít. Từng công đoạn một, xong xuôi tất cả mới được về." (HCKNHN- BNT)

Bao nghìn năm trước, Tần Thủy Hoàng phần thư nhưng chỉ đơn giản bằng lửa. Bao nghìn năm sau, ở năm Hai Ngàn sau Công Nguyên, tại VN, chính quyền cs Việt nam không phần thư, không đốt sách bằng lửa. Họ văn minh hơn nhiều, công phu và đê tiện hơn nhiều. Điều này cũng minh chứng rằng đảng và nhà nước cộng sản VN luôn sợ hãi trước chữ nghĩa và tư tưởng của những người chân thực, trong sáng như nhà văn Bùi Ngọc Tấn.

Sách BNT bị nghiền nát thành bột, sách đã bị nghiền thành bột thì còn ai đọc được nữa? Nhưng bột sách đó phải được ngâm vào bể a xít, rồi phải được những "đao phủ" bất đắc dĩ ký nhận đã hành quyết xong. Thật khôi hài và trơ trẽn. Tuy nhiên không ai hủy diệt được tư tưởng, không ai hủy diệt được chữ nghĩa. CKNHN của BNT đã được mọi người quan tâm trên khắp thế giới và bây giờ là HCKNHN, cuốn sách cuối đời ông. Những tội ác và sự hèn hạ của chính quyền cộng sản VN cũng sẽ được những người quan tâm khắp năm châu biết đến.

Viết tại nhà mới đối diện County Prison, 15 tháng 9, 2015.

PHÁ VỠ VÀ TÁI TẠO: J.M. COETZEE VÀ GIẢI NOBEL VĂN HỌC 2003

LỜI NGƯỜI VIẾT: Bài viết này dựa vào một số những tài liệu sau đây:
- *Nhật báo Washington Post ở Washington D.C., ngày thứ sáu 3 tháng 10 năm 2003.*
- *Nhật báo Frankfurter Allgemeine Zeitung, Bài Wege, die zur Schlachtbank fuhren (Đường Đến Lò Sát Sinh), số 230, trang 37, 04/10/2003. Đinh Bá Anh dịch, đăng trên trang Web VnExpress).*

Thứ Năm, ngày 2 tháng 10 vừa qua, Viện Hàn Lâm Thụy Điển công bố giải Nobel văn chương năm 2003 được trao cho John Maxwell Coetzee, một nhà văn lớn của Nam Phi.

J.M. Coetzee sinh năm 1940, là tác giả đầu tiên đã đoạt giải Booker Prize hai lần. Lần đầu năm 1983 với tác phẩm "The Life & Times of Michael K", lần sau năm 1999 với tác phẩm "Disgrace".

Gốc Nam Phi nhưng J.M. Coetzee sống ở Úc, và mỗi năm ông đến Mỹ 10 tuần để dạy về văn chương tại đại học Chicago.

Trên tờ Washington Post số ngày thứ Sáu tháng 10, 2003, bài "For South Africa's Coetzee, a Nobel Prize Nod", mục *style*, viết: *"Giám đốc nhà xuất bản Penguin Books và cũng là editor của J.M. Coetzee từ năm 1982 nói, bà tin tưởng ông ta sẽ đoạt giải bởi vì "nhân tính của Coetzee, lòng trắc ẩn và cảm thông của ông ta với tất cả những sự xấu mà chúng ta làm hay cảm thấy." Tôi thực sự nghĩ là Coetzee hiểu rất rõ về bản chất tự nhiên của con người và ông ta có thể viết nó lên với một cách rất đặc thù tàn phá của ông ta."*

Một người bạn cùng dạy học với J.M. Coetzee ở Chicago, Johnathan Lear nói: *"Thật tuyệt vời! Giải thưởng 1 triệu 3 và nhất là những phần thưởng vô giá khác đến từ công chúng".* Mùa Thu mỗi năm, Lear và Coetzee cùng dạy văn chương. Họ cùng chuyên chú vào một tác phẩm nào đó. Trong vài năm qua, đề tài giảng dạy của Lear và Coetzee là "War and Peace", "The Brothers Karamazov" và "Remembrance of Things Past".

Trước khi là nhà văn, J.M. Coetzee đã là một học giả nghiêm túc. Ông tốt nghiệp hai ngành cùng lúc tại University of Cape Town, một là English và cái kia về toán, vào những năm đầu thập niên 60s. Sau đó, Coetzee dọn sang Anh và nhận việc làm một computer programmer. J.M. Coetzee nhận bằng Ph.D. in English của University of Texas năm 1969. Ông xuất bản cuốn sách đầu tiên năm 1974: "Dusklands".

Trong ngày trao giải Nobel, Horace Engdahl, Thư ký thường vụ của Viện Hàn Lâm Hoàng Gia Thụy Điển tuyên bố: *"J.M. Coetzee là nhà văn hoài nghi triệt để, ông không chút nhân nhượng khi phê phán chủ nghĩa duy lý tàn nhẫn và thói đạo đức giả của văn minh Tây phương. Sức sáng tạo phong phú và luôn thay đổi của Coetzee là không bao giờ có sự trùng lặp của hai tác phẩm."*

J.M. Coetzee từng từ chối xuất hiện ở những lần đoạt giải Booker, chẳng biết với giải Nobel ông sẽ có thái độ ra sao?

Ra sao thì ra, đó không phải là vấn đề của J.M. Coetzee. Mà là vấn đề của Swedish Academy, Viện Hàn Lâm Thụy Điển đã chọn Nam Phi để trao giải văn chương Nobel. Và người được chọn lại là nhà văn lớn nhất của Nam Phi: John Maxwell Coetzee, người của triệt để hoài nghi và là một ngòi bút của tàn phá.

Paul Ingendaay, nhà nghiên cứu ngôn ngữ Anh và Tây Ban Nha ở Colone, Dublin và Munich, từng nhận giải Alfred-Kern về phê bình văn học, viết về J.M. Coetzee:

"Sự trung thực trí thức của ông phá vỡ tất cả những tín điều của thói ủy lạo, và cách ly mình với trò hề rẻ tiền của lòng hối hận và sự xác tín". Sau V.S. Naipaul và Imre Kertesz, đây là lần thứ ba liên tiếp, giải văn học (Nobel) được trao vào tay những nhà hoài nghi triệt để, mà sự xuất hiện của họ trước công chúng chắc chắn chẳng hứa hẹn một sự kiện gì có tính "văn dĩ tải đạo cả." (Paul Ingendaay, nhật báo Frankfurter Allgemeine)

"Văn dĩ tải đạo", cái truyền thống mà đa số chúng ta chỉ nghĩ là của Đông phương. Thực ra, Tây phương còn ôm cái "văn dĩ tải đạo" cứng ngắc hơn cả Đông phương, mà theo tôi đó là phản ứng hồi tố của *sự tự hối* (hối hận!) và là một cách *xác tín* để tự đánh lừa và an ủi.

Những tình kinh đầu tiên của nhân loại đã xuất phát từ Đông phương: "Tố Nữ Kinh" của Trung Hoa, "Karmasutra" của Ấn Độ... Những cuốn sách mà từ bao nhiêu ngàn năm, đã được gọi là Kinh - là kinh điển triết lý và thẩm mỹ của tình dục... thì người Tây phương chỉ mới biết đến nhiều lắm là ở thế kỷ 20 vừa qua. "Nhục Bồ Đoàn" của Trung Hoa từ lâu đã được xem là một tuyệt tác văn chương, đến vài thập niên gần đây mới được Tây phương dịch ra với thái độ văn học.

Trong cuộc sống thường ngày, người Tây phương vồ vập vào những cái mà, trong giáo lý tín điều để dạy dỗ nhau, mỗi người đều cố né tránh hoặc chỉ nhắc đến với thái độ dè dặt thậm chí khinh miệt.

"Coetzee không mang đến sự an ủi, mà là sự bất ổn, và cái bất ổn lớn nhất trong những tác phẩm với phong cách kiệm lời và bút pháp điệu nghệ của ông là: câu chữ - công cụ duy nhất để đối thoại với thế giới tồi tệ - có nguy cơ tự phá vỡ trước đe dọa của sự hoài nghi vào chủ nghĩa duy lý và sự hoài nghi vào xác tín đạo đức. 'Cái giường của tôi, cái cửa sổ của tôi, căn phòng của tôi', một người đàn ông đã cầu nguyện như vậy trong tác phẩm đầu tay Miền Đất Hoàng Hôn (Dusklands, 1974) của Coetzee để mong có được chút niềm tin vào thực tại mà anh ta có thể bấu víu vào đó, trong khi nhiệm vụ của anh ta ở Việt Nam là giết người bằng những cách hiện đại nhất." (Paul Ingendaay, nhật báo Frankfurter Allgemeine)

Paul Ingendaay còn viết: *"Văn học có thể thay đổi xã hội không? Không thấy nhắc tới. Nhưng ít ra nó cũng làm con người sống tốt hơn chứ? Viện hàn lâm im lặng. Và điều đáng nói ở đây là giải Nobel được trao cho Nam Phi."* (Paul Ingendaay, nhật báo Frankfurter Allgemeine)

Đúng rồi! Tại sao Nam Phi? Một vùng đất đầy những bất công và hết sức kỳ thị chủng tộc. Và ngòi bút của J.M. Coetzee rõ ràng chẳng có chút gì cố gắng để san bằng những bất công hay xóa bỏ tình trạng kỳ thị chủng tộc đó!

Coetzee không viết văn để "tải cái đạo" theo cung cách đó! Ông là nhà văn muốn dùng ngòi bút của mình để tàn phá. Ông muốn tàn phá cái hiện thực bất công tồi tệ; và tàn phá ngay cả những thứ ảo tưởng cũng tồi tệ không kém. Ranh giới giữa hiện thực và ảo tưởng, theo J.M. Coetzee, dường như không có.

Trong cuốn "In the Heart of the Country" đoạt giải Booker năm 1997, với 226 chương đoạn, J.M. Coetzee dẫn dắt người đọc vào những ghi chép như một thứ nhật ký của một cô gái già chán chường sống trong một trang trại Bure (hậu duệ của những người gốc Đức và Hòa Lan di cư sang Nam Phi). Cô là một người "bị Chúa bỏ quên" và sống cách biệt với thế giới bên ngoài. Trong tác phẩm này, Coetzee dồn người đọc vào sự bất an tột cùng khi không còn phân biệt được giữa *hiện thực* và *hư cấu*.

Magda, tên nhân vật chính - tự cật vấn có phải chính cô đã bắn chết người cha hay càu nhàu sau khi ông ta lên giường với cô đầu bếp da đen. Hay là Magda đã tưởng tượng ra vụ giết người như vẫn thường tưởng tượng ra đủ những chuyện và những thứ hổ lốn khác để lấp đầy khoảng đất hoang vu của miền đất đang sống, cũng như khoảng trống trong tâm thức của cô.

"Chính điều Coetzee im lặng lại tác động mạnh đến ý thức người đọc. Một cách tàn nhẫn, ông bắt độc giả phải đối diện với tình thế tiến thoái lưỡng nan và phải lựa chọn giữa hai cái cùng tồi tệ. So sánh cái không thể so sánh, đó là tinh thần của tiểu thuyết Điếm Nhục (Disgrace), cuốn sách giúp tác giả của nó đứng vào danh sách những người có sách bán chạy nhất thế giới và lần thứ hai đoạt giải Booker (1999). Chỗ này là chuyện giáo sư văn học bị đẩy tới tỉnh lẻ vì quan hệ tình dục với một nữ sinh; chỗ kia là chuyện con gái ông ta bị cưỡng hiếp bởi ba tên da đen ngay tại trang trại của mình, và không những từ chối báo cảnh sát mà còn giữ nuôi đứa con. Một sự bắt đầu mới? Không hẳn, mà có lẽ chỉ là một cái gì đó rất khiêm tốn thôi - một cố gắng giải phóng những cái đầu của chúng ta ra khỏi đống cũ kỹ những quan niệm của Âu châu." (Paul Ingendaay, nhật báo Frankfurter Allgemeine)

Đây cũng lại là một hình thức hồi tố khác. Tình trạng kỳ thị chủng tộc và những thứ đạo đức giả của một đời sống sa đọa suy đồi ở Nam Phi chẳng phải đã là động cơ dồn nén những suy nghĩ của J.M. Coetzee vào thời kỳ cuối cùng để đẻ ra "Disgrace"? Trong "In the Heart of the Country", Magda, cô gái già chán chường, bị hôn mê giữa hiện thực và ảo tưởng: Có phải chính cô đã bắn chết cha mình sau khi ông này giao hoan với cô đầu bếp da đen. Ở "Disgrace", con gái của ông giáo sư từng quan hệ tình dục với học trò bị ba tên da đen hiếp dâm trong trang trại của ông. Ông nhất định không báo cảnh sát về sự vụ hiếp dâm này, và khi cô con gái mang bầu, ông muốn giữ cái thai để con gái ông sinh ra và ông sẽ nuôi nấng. Người đọc chắc chắn sẽ rùng mình. Văn chương của J.M. Coetzee không mang đến cho bất cứ ai đọc nó sự bình an và sảng khoái.

Coetzee không viết văn để "làm vui", để vỗ về người đọc văn ông. J.M. Coetzee viết văn để tàn phá. Ông dùng ngòi bút, dùng tư tưởng của ông như những thứ vũ khí, chất nổ tốt nhất của ông để hủy hoại... Như vậy, J.M Coetzee là một người phá rối chăng? Một tên "khủng bố", một người phá rối, một nhà văn Nam phi chuyên quấy lộn những trật tự đạo đức xã hội bình thường đoạt giải Nobel văn chương năm 2003? Swedish Academy đã làm việc ra sao vậy kìa?

Hầu như trên tất cả mọi lãnh vực, người Âu Mỹ đã đi sau Đông phương, nhưng họ lại đến trước Đông phương.

Người Đông phương thường có thái độ: sau khi chấp nhận hoặc hãnh diện về những báu vật của mình, của nền văn minh Đông phương, là xem như đã xong, đã đủ. Những báu vật đó sẽ nằm trong Bảo Tàng Viện Của Trí Nhớ hay Bảo Tàng Viện Văn Hóa Dân Tộc. Người Tây phương trái lại, họ luôn tìm tòi để khám phá những báu vật của khắp nơi và sau khi tìm ra, họ sẽ tận tình sử dụng những báu vật đó cho những sự việc của đời sống vật chất cũng như tinh thần mà họ thấy là lợi ích nhất. Đối với người Tây phương, tinh thần cũng là một thứ vật chất mà họ sẽ tìm cách làm cho nó có thể sờ, nếm được. Cuối cùng, thứ đạo đức mà người Tây phương xiển dương, hoàn toàn chỉ là những mỹ từ và cách điệu mà họ đã nhuần nhuyễn sử dụng đến một mức độ nhập tâm và miễn trừ phân biệt.

Coetzee nhắm vào những sự không phân biệt này và tới tấp tấn công. Ông không phải muốn thực dụng các thứ đạo đức này. Ông không phải chỉ muốn tàn phá nó ra khỏi những mỹ từ và cách điệu để hiện thực nó. Mà công việc của ông là tàn phá thẳng vào những khuôn thước dù là chỉ ở mỹ từ và cách điệu hay hiện thực - những thứ đạo đức mà dường như theo ông là đi ngược lại nhân tính cố hữu của con người.

Coetzee chắc chắn đã làm nhiều người đọc ông nghẹt thở và hãi hùng, mặc dù tác phẩm của ông không hề thuộc loại kinh dị hay ma quỷ.

Paul Ingendaay viết:

"Một sự bắt đầu mới? Không hẳn, mà có lẽ chỉ là một cái gì đó rất khiêm tốn thôi - một cố gắng giải phóng những cái đầu của chúng ta ra khỏi đống cũ kỹ những quan niệm của châu Âu." (Paul Ingendaay, nhật báo Frankfurter Allgemeine)

Sự cẩn trọng của J.M. Coetzee được chúng ta bắt gặp trong những lời nhận định của Paul Ingendaay. Ngòi bút tàn phá của Coetzee hóa ra, chỉ là phương pháp "xây dựng", chữ này tôi tạm dùng, một cách khiêm tốn của Coetzee. J.M. Coetzee "xây dựng" bằng cách đánh tung vào những cái đầu tù ngục đang bị giam nhốt trong những "quan niệm châu Âu", trong cố gắng giải phóng... giải phóng... những cái đầu này!

"Chúng ta đừng quên những con vật xuất hiện khắp nơi trong tác phẩm của Coetzee, mà ông còn viết riêng một cuốn sách về chúng (trong cuốn Cuộc Sống Động Vật, 2000). Nếu trong tiểu thuyết Disgrace (Điểm Nhục), ta thấy những con chó bị gây mê và bị đẩy vào cái chết công nghiệp, thì cậu bé, hóa thân của Coetzee trong cuốn tự thuật cùng tên (1997), đã tự vấn về nỗi nhẫn nhục của những con cừu khi bị dẫn tới lò sát sinh. Cậu muốn nói thầm vào tai chúng, cảnh báo về mối hiểm họa đang chờ đợi chúng. 'Nhưng rồi cậu phát hiện trong những con mắt vàng của chúng điều gì đó khiến cậu câm lặng'. Đó là sự tỉnh mộng, sự thấu biết. Những tình huống kiểu này thỉnh thoảng cũng xuất hiện trong cuốn tự thuật tiếp theo của Coetzee, Tháng Năm Tuổi Trẻ (2002), một tự thuật chân thật đến đau đớn, nếu từng có một tự thuật như vậy. Cái tự thể giằng xé này - có lẽ không ai ghen tị với Coetzee về nó - nhắc độc giả chúng ta nhớ rằng, nghệ thuật nghiêm túc là gì: Phá vỡ và tái tạo" (Paul Ingendaay, nhật báo Frankfurter Allgemeine)

Phải chăng những khoảng im lặng trong tác phẩm của J.M Coetzee mà Paul Ingendaay đã nhắc tới bên trên, cũng là cái từng hết sức muốn nói thầm vào tai của lũ cừu nhưng rồi bỗng dưng chợt im đi, khi nhìn thấy được trong 'những con mắt vàng của chúng điều gì đó khiến cậu im lặng'? Tôi nghĩ rằng, hai sự chọn lựa im lặng này: của cậu bé Coetzee và của nhà văn Coetzee, là một. Câu chữ và những khoảng trống im lặng trong tác phẩm Coetzee để đối phó với *"thế giới tồi tệ - có nguy cơ tự phá vỡ trước đe dọa của sự hoài nghi vào chủ nghĩa duy lý và sự hoài nghi vào xác tín đạo đức"*; và sự câm lặng của của cậu bé Coetzee trước hiểm họa của đàn cừu trên đường đến lò sát sinh, đó là xương máu của Coetzee đã xung vào trong cuộc chiến đấu với xã hội văn minh Tây phương. Cuộc chiến đấu để cứu gỡ những sinh vật đang đi vào con đường tử vong.

J.M. Coetzee dụng công phá vỡ tất cả cái ngu muội trong não bộ văn minh Tây phương, thứ đạo đức giả vô cảm. Ông phá vỡ để tái tạo từ trong cái tự thể giằng xé của chính ông và của những con người đang mang trong đầu thứ đạo đức giả của văn minh Tây phương mà đi từng bước trên con đường tự sát.

Ngay trong hành động phá vỡ này, ông đã cưu mang cho con người nói chung một hành vi dũng cảm của sự tái tạo khôn cùng.

CHÚ THÍCH:

Tác phẩm chính của John Maxwell Coetzee: "In the Heart of the Country" (giải Booker 1977), "Waiting for the Barbarians", "The Life & Times of Michael K", "Dusklands", "Disgrace" (giải Booker 1999), đã được dịch ra tiếng Việt (trong nước) là "Ruồng Bỏ".

Nhà phê bình văn học Paul Ingendaay: sinh năm 1961 ở Cologne (Đức), nghiên cứu môn ngôn ngữ Anh và ngôn ngữ Tây Ban Nha ở Colone, Dublin và Munich. Năm 1997, nhận giải thưởng Alfred-Kern về phê bình văn học. Từ năm 1998, Ingendaay là phóng viên văn hóa của nhật báo Frankfurter Allgmeine ở Madrid.

Virginia, Oct 7, 2003.

TRUYỀN THỐNG VÀ CÁCH TÂN,
HAY TÍNH DÂN TỘC VÀ VĂN MINH THỜI ĐẠI

Cái mà người ta hay gọi là bản sắc Việt Nam, dường như chính thái độ vừa ôm đồm vừa do dự trước những thay đổi của thế giới. Đặc biệt nhất là trong lãnh vực văn học.

Trong cuộc chạy trường kỳ để tìm đến đích thẩm mỹ, những người làm nghệ thuật Việt Nam hầu như luôn đóng vai trò "bắt chước" hoặc "theo đuôi" một cách thảm hại! Khi có một phát hiện mới gì đó trong văn chương hay thi ca, hội họa v.v..., người nghệ sĩ Việt Nam hoặc tức tốc lao theo, thường là thiếu sự nghiên cứu và học hỏi về những quan niệm mới và kỹ thuật mới trong cái nghệ thuật vừa được tuyên dương công bố! Hoặc là sẽ do dự, trầm ngâm và cố diễn giải xem cái thứ phát minh mới này của nghệ thuật có phù hợp với "truyền thống dân tộc" hay không? Nhìn chung, hai thái độ trái ngược này đã chia giới làm văn học nghệ thuật Việt Nam ra thành hai phái: bảo thủ và cách tân.

Khi viết về tình hình văn học Trung Quốc, Cao Hành Kiện dùng những chữ "hình thức dân tộc" để nói về phái bảo thủ. So với Trung Quốc, Việt Nam có vẻ rập khuôn, ít có những khai phá hay thể nghiệm cá nhân để gây dựng riêng thành những bài học kinh nghiệm cho quá trình sáng tạo của mình. "Kinh nghiệm", hai chữ có hơi hướm xa xỉ đối với số đông giới văn nghệ sĩ trí thức Việt Nam. Cũng như bốn chữ "tri hành hợp nhất" chỉ là một cụm mỹ từ được sử dụng một cách trơn tru và vô nghĩa lý như thể là để cho qua một cơn hoạn nạn! Và thường là "tri hành bất nhất".

Điều lạ lùng là trong những năm gần đây, thơ lại được đem ra hô hoán làm mới ồn ào và rườm rà nhất. Cứ như thể nếu người Việt Nam không làm mới được thơ, không chứng thực được sự cải cách trong thơ, thì sẽ chẳng thể nào đặt được cái mốc trừu tượng hiển linh để từ đó đưa tất cả những thứ khác còn lại của Việt Nam vào luồng văn minh thế giới.

Với những ngôn từ thậm xưng (theo đúng truyền thống dân tộc bốn năm sáu ngàn năm văn hiến lâu nay), theo kiểu "truyện Kiều còn, tiếng Việt còn", Đông Nhân đã vịn vào Brodsky mà tuyên bố:

"Cuối thế kỷ hai mươi, sự xuất hiện của Joseph Brodsky được coi như sự cáo chung của "mọi nền" thi ca từ cổ đến kim. Với hằng hà sa số những bài thơ của mình, Brodsky đã cho người ta cái cảm giác rằng không có gì "thuộc về" con người lại có thể xa lạ với thơ của ông. Hầu như những tác giả đoạt giải Nobel văn chương hai thập kỷ cuối cùng của thế kỷ hai mươi đều lên tiếng thừa nhận sự ảnh hưởng trực tiếp của Brodsky. Thậm chí có người còn thốt lên: sau Brodsky, làm thơ khó thay! Nhưng điều ngạc nhiên rằng lại có nhiều người "nhận ra" điều ấy một cách nhanh chóng. Và với nỗi khó khăn khổng lồ như vậy, họ sẽ phải tìm cách vượt qua nó. Đây là điều mấu chốt: Vì tôi đã vượt qua nỗi khó khăn dường ấy thì con đường của tôi có gồ ghề, đầy cỏ dại và uế tạp cũng chẳng sao! Đúng không? Hẳn là thế rồi. Với sự yên tâm ấy, những thứ gọi là thơ ca hiện đại bùng nổ dữ dội hơn."

Lẽ dĩ nhiên, cũng như bất cứ một thi sĩ có chân tài nào khác, ngôn ngữ và phong cách cũng như kỹ thuật thơ của Brodsky từng và vẫn còn là một ngạc nhiên lớn cho thế giới thi ca. Nhưng khi nói "không có gì thuộc về con người" lại có thể xa lạ với thơ ông, nó cũng hàm nghĩa rằng, trước hết, Brodsky đã làm thơ cho CON NGƯỜI. Và vì thế cho nên! Như vậy, thơ của Brodsky có còn được tính dân tộc hay không? Khi hằng hà sa số những bài thơ của ông, nói chung, đã nói lên "tất cả những gì của con người". Turgenev nói rằng: "Dân tộc của ông là tiếng Nga". Nếu chấp nhận tiền đề này, thì chúng ta phải "bắt chước," rằng: "Dân tộc của tôi là tiếng Việt". Cao Hành Kiện quảng diễn câu nói của Turgenev như sau:

"Nhà văn sáng tạo thông qua ngôn ngữ, tính dân tộc của tác phẩm

ông ta phát xuất trước hết và trên hết từ năng lực của ông ta biết khai thác tiềm năng nghệ thuật của thứ tiếng ấy."[1]

Trong bài diễn văn nhận giải Nobel năm 1987, Brodsky nói:

"The poet, I wish to repeat, is language's means for existence—or, as my beloved Auden said, he is the one by whom it lives. I who write these lines will cease to be; so will you who read them. But the language in which they are written and in which you read them will remain not merely because language is more lasting than man, but because it is more capable of mutation." (Nobel Lecture, 1987)[2]

Thơ ca tồn tại không phải vì ngôn ngữ tồn tại dài lâu hơn con người. Mà bởi vì, ngôn ngữ (của thơ ca) có khả năng biến đổi. Joseph Brodsky sinh tại Leningrad (bây giờ là St. Petersburg), nước Nga. Ông đoạt giải Nobel bằng tác phẩm viết bằng tiếng Anh. Cao Hành Kiện người Trung Quốc, sống lưu vong ở Pháp, và được giải Nobel vào năm 2000. Điều này chứng tỏ, ngôn ngữ của thơ ca không nhất thiết phải là tiếng Nga, tiếng Đức hay tiếng Anh. Chỉ cần một thứ ngôn ngữ (nào đó) của con người, là quá đủ!

Khả năng thu nhập và du nhập của người Việt Nam, phải nói là thần kỳ và nhanh chóng, nhưng lại ít có khả năng tiêu thụ và tiêu hóa những món đã thu nhập và du nhập. Vì vậy, rốt cuộc người Việt thường hoặc sẽ khước từ tuyệt đối, hoặc cật lực "bắt chước, theo đuôi". Những trường hợp có sáng tạo cá biệt cho riêng mình, sau khi đã tiêu thụ tiêu hóa những thứ thu nhập và du nhập, cực kỳ hiếm hoi!

Tình huống "đối trọng" của hai phái cách tân và bảo thủ trong văn học, cũng là tình huống "đối trọng" trong chính trị và xã hội của Việt Nam.

---

1. Cao Hành Kiện, "Kỹ Thuật Hiện Đại Và Tính Dân Tộc". Ngân Xuyên dịch từ tiếng Anh. Văn Nghệ số 32, ngày 7 tháng 8 năm 2004.

2. "Nhà thơ, tôi xin được nhắc lại, là phương tiện tồn tại của ngôn ngữ, hay, như Auden thân yêu của tôi đã nói, ngôn ngữ sống với nhà thơ. Tôi, người viết những dòng này, sẽ ngừng tồn tại: bạn, người đọc những dòng này, cũng vậy. Nhưng ngôn ngữ được dùng để viết và đọc chúng sẽ còn lại, không chỉ vì ngôn ngữ tồn tại lâu hơn con người, mà bởi vì ngôn ngữ có khả năng thay đổi hơn."

Đám đông này tin rằng, không bao giờ và chẳng thể nào vừa cách tân, vừa bảo tồn "gia bảo" đã có & Đám đông khác lại cho rằng, giữ làm gì những thứ cũ mềm "ruồi bu kiến đậu" chỉ có giá trị của cổ tích & Phải triệt để rốt ráo rượt theo cái mới, để theo kịp thế giới loài người chung quanh và tương lai sắp tới! Cuộc "hòa giải hòa hợp" của quan điểm văn học nghệ thuật còn bất khả luận bàn như vậy, làm sao để "hòa giải hòa hợp" những quan điểm, xu hướng và chủ nghĩa chính trị? Nói cho cùng, cũng chỉ là những lừa dối người và lừa dối chính mình!

Cao Hành Kiện cho rằng:

"Do Lỗ Tấn tập trung vào nỗi đau khổ và tinh thần phản kháng của người dân Trung Quốc, sự do dự và tiếng kêu thương của họ, và do ông có tài sử dụng ngôn ngữ, nên các tác phẩm của ông tỏa ra tính hiện đại..."[1]

Như vậy, theo Cao Hành Kiện, ta không cần phải tri hô "tinh thần dân tộc," đúng hơn là "hình thức dân tộc," theo chữ ông dùng. Ông Cao còn thêm:

"Trong quá trình sáng tạo nghệ thuật, chỉ cần nhà văn mô tả thực tế xã hội và các tính cách một cách sống động và hiện thực, tự khắc ông ta sẽ thể hiện được các phong tục xã hội, thế giới tinh thần và cách tư duy của dân tộc mình. Tác phẩm của chúng ta sẽ có tính dân tộc hay bản địa, độc đáo. Loại kỹ thuật nào được dùng không cần bận tâm."[2]

Có thể hiểu rằng, xuất phát từ mặc cảm tự ti "dân tộc", nhà văn nhà thơ thể hiện được vừa tính hiện đại, vừa cái bản sắc (nào đó) của chính dân tộc mình, qua những điều rất thực ở xung quanh mình, trong cái xã hội của đất nước mình.

Người Trung Hoa có mặt khắp nơi trên thế giới. Câu "Bạn có thể mang một cô gái Trung Hoa ra khỏi Chinatown, nhưng bạn không thể nào mang Chinatown ra khỏi cô gái đó", là một cách hiểu những điều mà Cao Hành Kiện đã phát biểu về văn học chăng?

---

1. Cao Hành Kiện, đã dẫn.
2. Cao Hành Kiện, đã dẫn.

Vậy tại sao những người làm văn hóa Việt Nam lưu vong, và thậm chí cả những người đang sống trong nước, lại luôn nằng nặc cố "bảo tồn" những thứ được mệnh danh là "truyền thống dân tộc?" Ngược lại, phe "cách tân triệt để" thì cứ ào ạt lướt về trước mặt, xem tất cả mọi cái trước mặt đó là văn minh, tiến bộ và vân vân ...

Thực ra, nền văn minh hiện đại của thế giới không phải là nền văn minh "một chiều," mà là của "trăm nghìn chiều." Một nền văn minh vừa thực vừa ảo, như thế giới của Internet, của những trang web & Một nền văn minh trong không gian. Vì vậy, chiều "trước mặt" không nhất thiết là chiều của sự tiến bộ.

Cao Hành Kiện lý giải cặn kẽ hơn về sự việc như sau:

"Sự bản địa hóa không chỉ theo một mô hình duy nhất, cũng như ngôn ngữ dân tộc không giới hạn ở một phong cách riêng lẻ. Ngôn ngữ dân tộc bắt nguồn từ ngôn ngữ văn học của các nhà văn có cá tính và tầm vóc nhất. Một khi nhà văn đã hình thành được phong cách riêng của mình, ông ta sẽ đóng góp cho văn học dân tộc."[1]

Nếu những người cầm bút Việt Nam (hải ngoại cũng như quốc nội), bớt "bắt chước, theo đuôi" văn học thế giới, mà dùng thì giờ đó để nghiên cứu, tiêu hóa những biến động, những cái mới đang xảy ra trong văn học khắp nơi. Rồi thì, sau khi "tiêu hóa", người ta có thể tạo được ra một "thứ gì khác" cho chính mình, để tự mình tiêu thụ một cách thong dong.

Tôi muốn trích dẫn ra đây vài đoạn tiêu biểu một bài thơ Tân hình thức của Kim Addonizio, có tên là Virgin Spring. Bài thơ diễn tả một thảm kịch mà một đạo diễn tài ba có thể thực hiện thành một cuốn phim ăn khách và có chiều sâu. Tôi sẽ cùng lúc lược dẫn nội dung, vì bài thơ khá dài:

"It's a terrible scene, the two men talking to the girl who foolishly lets them lead her away from the road she's taking to church, the men raping and killing her, the young boy with them watching, then left for awhile with her body. But the film's next scene is more terrible"

....

---

1. Cao Hành Kiện, đã dẫn.

[cảnh khủng khiếp mở ra hai người đàn ông dụ dỗ một cô gái nhỏ và cô ngu ngơ để hai tên đàn ông dắt cô ra khỏi đường tới nhà thờ, hai gã đàn ông cưỡng hiếp và giết cô gái, có sự hiện diện của một cậu bé chứng kiến, & nhưng đoạn phim kế sau đó mới thực sự khủng khiếp hơn&]

Phân cảnh kế tiếp sau đó như thế nào mà Kim Addonizio đã phải báo trước là "khủng khiếp hơn" cảnh hiếp dâm và giết người?

Hai gã hiếp dâm, giết người đã đến nhà bố mẹ cô gái. Chúng không biết đó là nhà của bố mẹ cô. Và hẳn nhiên, bố mẹ cô gái cũng chưa biết chuyện gì đã xảy ra. Hai ông bà già mời khách lạ dùng cơm. Họ cùng ngồi bên một chiếc bàn dài. Và thật dễ sợ, một trong hai tên sát nhân, hiếp dâm đã gạ bán quần áo của cô gái mà hai gã vừa hiếp và giết chết cho hai ông bà già &.

Bà già nhận ra quần áo của con mình. Bà linh cảm biết được sự việc, nhưng vẫn bình tĩnh giả vờ sẽ mua những quần áo đó & Bà cầm đống áo quần, bước ra ngoài &

"her murdered daughter's clothes? — and she take them, pretending to consider. Though how
Could she pretend at that moment, how control herself? Yet she does; she goes outside &

[áo quần của đứa con gái bà đã bị giết? — và bà nhận, vờ như cân nhắc. Dù là làm thế nào
Mà bà có thể giả vờ cân nhắc lúc đó, làm thế nào để tự chủ? Và bà đã làm như vậy; bà đi ra ngoài...]

Bà đi ra ngoài, khóa nhốt lũ giết người trong nhà kho nông trại của vợ chồng bà. Rồi bà tìm chồng. Và hai người sẽ ra tay giết những kẻ đã hiếp và giết con bà &

Cứ thế, hiếp dâm, lừa đảo, sát nhân & ngay cả cậu bé cũng không được tha. Và ông chồng thề rằng sẽ xây một cái nhà thờ trên khoảnh đất mà con gái ông ta đã bị giết &.

Bài thơ của Kim Addonizio đều đều, với những chữ cuối câu này, nối qua những chữ đầu hàng của câu kế. Bài thơ hay trong cung cách tàn nhẫn của nó.

Tôi có đọc một số những bài thơ Tân hình thức Việt. Hầu hết

nhạt, đầy tính bắt chước và thậm chí vô duyên. Điều này không có nghĩa tôi chê và bài bác sự việc làm thơ Tân hình thức bằng tiếng Việt. Nhưng chí ít, những "thi sĩ" đang muốn xiển dương "trường phái" Tân hình thức cũng phải chịu khó bồi đắp cho cá nhân mình nội lực nào đó, để có thể viết ra, sáng tạo nên những "bài thơ" Tân hình thức có giá trị và khả dĩ làm nao lòng người như bài Virgin Spring của Kim Addonizio chứ!

Trong Cô gái Đồ Long của Kim Dung, Dương Tiêu luyện Càn Khôn Đại Nã Di Tâm Pháp của Minh giáo, nhưng vì chỉ đạt tới tầng thứ bốn, nên chưa bao giờ đủ thành tựu để dương danh với võ lâm. Khác với Dương Tiêu, Trương Vô Kỵ nhờ những cơ duyên, có sẵn Cửu Dương Thần Công, đã luyện Càn Khôn Đại Nã Di Tâm Pháp một hơi đến phần đầu của tầng thứ bảy, tức là tầng cuối cùng&, nên võ công của chàng ta bỗng gần như thiên hạ vô địch. Điều này chứng tỏ: cứ nhảy vào một lãnh vực nào đó, mà không có chuẩn bị khả năng kiến thức gì khác, thì rất khó có thể "làm nên chuyện". Picasso trước khi sáng tạo ra trường phái Cubism, cũng đã qua những thời kỳ Xanh, thời kỳ Hồng. Những thể nghiệm của bao thời kỳ trước Cubism là hành trang để Picasso đi tới thành tựu là Cubism.

Bắt chước giết đi khả năng sáng tạo. Nhất là sự bắt chước "thuần túy," không qua giai đoạn tiêu hóa, lãnh ngộ. Cả hai phe bảo thủ và cách tân của văn học Việt Nam cứ tuần tự theo nhau đi vào những lối mòn của tiền nhân. Những lối mòn không ngõ thoát!

Như vậy, chúng ta còn một con đường, một chọn lựa "Thứ Ba" nào chăng? Tôi thấy Joseph Brodsky dường như đã đi vào con đường Thứ Ba đó. Và đã đến đích, một cách nào đó! Brodsky đã viết những bài thơ về con người. Cho CON NGƯỜI. Và nói theo Cao Hành Kiện, không cần phải tỉ mẩn chọn lựa cho văn (thơ) mình những thể loại, trường phái nào hết. Cứ viết. Viết về con người, về cái xã hội mình đang sống trong đó. Viết về những suy tưởng nảy sinh ra trong đời sống giữa xã hội đó. Về những tội ác. Những điều tốt lành. Những lầm than. Những hạnh phúc. Nói tóm lại, là viết về những điều từng giây biến chuyển xung quanh chúng ta.

Ngôn ngữ chuyển động như đời sống. Bởi vậy, ngôn ngữ sẽ tồn

tại. Ngôn ngữ tồn tại là do khả năng sử dụng Nó của người nghệ sĩ Sáng tạo. Của những tác giả.

Tôi tin như vậy. Và tôi rất mong rằng, sẽ có nhiều nghệ sĩ sáng tạo Người Việt Nam mỗi người sẽ tự tìm ra cho mình một con đường Thứ Ba.

Việc đầu tiên, theo tôi, là phải rũ bỏ những phân biệt truyền thống với cách tân, tính dân tộc với văn minh thời đại.

Biết đâu, truyền thống của dân tộc Việt Nam lại chẳng là cách tân? Tính dân tộc của người Việt Nam chẳng là văn minh thời đại? Mà tại sao không, bạn nhỉ?

Virginia, May 31, 2005.

CUỘC LY HÔN CỦA CHỮ VÀ NGHĨA!

Cuối tuần trước, sáng thứ Bảy tôi "lên núi"! Hai chữ "lên núi" với đầy đủ những ý nghĩa của nó. Trần Lộc và Diệp từ Dallas Texas bay qua, nói "tụi em muốn có những ngày khó quên với anh!" Một bữa rượu "quên đời" rồi "rời bỏ trần gian" chăng?

Tôi chọn Sky Line và mướn hai cabin trên Sky Land.

Trời mưa từng chập. Không gian ủng thủy và những đám mây mù xám ngập ngập lưng chừng không gian.

Núi và rừng đi lên từng hồi theo những độ cao. Núi xám, xanh, đen và bí hiểm. Rừng đổi màu theo trùng điệp lá phai và thẫm màu. Những màu sắc của chiêm bao và kỷ niệm. Tôi bỏ lại trần gian mang theo nỗi niềm ngậm ngùi của một tay bách chiến không dưng nếm mùi thua cuộc chẳng biết vì đâu!

Đêm trên núi! Những chai rượu bầm và tiếng lá. Tiếng gió! Người nhạc sĩ hai tay ôm cây Tây ban cầm, miệng bắn ra từng lời hoang dại của John Denver. Đêm thẫm và núi thẫm. Rừng ẩm hơi cổ đại. Tôi đi về đâu tôi chừng như không biết!

Buổi sáng và những màu lá chuyển mình chập chờn mang theo nhiều cơn mộng mị chẳng thể nào sắp xếp cho yên.

Hai ngày trên núi. Tôi sống như trong chiêm bao. Không nói được và chẳng thể nào nhớ được, một cách ngọn nguồn.

Hai ngày không có sách, không có những điều phải "phân tranh" trong những điều suy nghĩ! Tôi hốt nhiên nhận ra hạnh phúc của một đời người chỉ nằm gọn gàng trong hai chữ rũ bỏ và quên...

Quên đi chính mình là hạnh phúc tuyệt vời nhất mà một hành giả có thể đạt được. Quên đi "giác tha" là một hạnh phúc khác mà kẻ đi tìm những bước chân thánh tích tuấn đạo đã bao nhiêu lần mất dấu.

Trưa nay về tới nhà tôi nhận thêm một thùng sách. Hai ba ngày liên tiếp vừa qua, mỗi ngày tôi đều nhận được một, hai thùng sách từ ông Khoa, người chủ nhà in đã in cuốn "Trần Văn Thủy: Chuyện KHÔNG Tử Tế" của tôi. Ông Khoa đóng thùng, gửi sách cho tôi cùng một ngày, nhưng bưu điện thì cứ lai rai như chơi trò "Đố Vui Để Học"... Mỗi ngày giao một, hai thùng cho vui.

Một cuốn hút lạ lùng không tên, không lý giải được bắt tôi mở thùng sách vừa nhận được, đang nằm cạnh những thùng sách của hôm qua, hôm kia...

Ông Khoa lại gửi thêm cho tôi "Made In Vietnam" của Thuận. Có cả "Sống Với Chữ" của Nguyễn Hưng Quốc. Nguyễn Hưng Quốc thì không có khả năng sống với chữ, chưa nói tới những gì là những thong dong của nghĩa. Nghĩa của chữ và muôn trùng cạm bẫy. Nguyễn Hưng Quốc chưa sống được đời mình, làm sao có thể sống với Chữ... Vì trong từng con chữ còn có những nghĩa lý của Nó!

Tôi thấy Nguyễn Huy Thiệp với "Tuổi Hai Mươi Yêu Dấu".

Trong "Tuổi Hai Mươi Yêu Dấu" mà Nguyễn Huy Thiệp gọi là tiểu thuyết, Thiệp trích rất nhiều những slogan từ "Bách Khoa Danh Ngôn Tự Điển" do Hoàng Xuân Việt tuyển dịch, NXB thành phố Hồ Chí Minh 1992. Cái tựa "Tuổi Hai Mươi yêu Dấu" theo Thiệp là hơi cải lương. Ở chú thích 5, chương cuối, ghi là:

"Tuổi Hai Mươi Yêu Dấu" là một tựa đề có phần... cải lương. Tác giả đã có ý định đặt tên cho nó là "Khuê" (lấy tên nhân vật chính), hoặc "Tuột Xích", "hoặc "Bút Ký Phiêu Lưu Của Một Sinh Viên Đại Học". Hoặc "Bài Ca Tuổi Trẻ"... Suy nghĩ kỹ, tác giả lấy tên "Tuổi Hai Mươi Yêu Dấu" là muốn nhắm vào đối tượng độc giả thanh niên, những độc giả mà tác giả vẫn kính trọng và luôn yêu mến."

(Nguyễn Huy Thiệp, Tuổi Hai Mươi Yêu Dấu.
Văn Mới xb 2004. Trang 193.)

Như vậy, Nguyễn Huy Thiệp thuộc vào trường phái "viễn kiến". Bắt đầu một tác phẩm, Thiệp đã tự mình chọn độc giả cho cuốn sách của mình!

Chương Một của "Tuổi Hai Mươi Yêu Dấu", có tiểu tựa là "Chẳng Ai Hiểu Cóc Khô Gì".

Thiệp mở bằng thơ Bùi Giáng:

"Hỏi tên? Rằng biển xanh dâu
Hỏi quê? Rằng mộng ban đầu đã xa
Gọi tên là một hai ba
Đếm là diệu tưởng, đo là nghi tâm..."

Nhân vật Khuê của tiểu thuyết Nguyễn Huy Thiệp tỏ ra "bức xúc", và nếu nói theo ngôn ngữ dân chơi miền Nam của Sài Gòn trước 1975, là anh Khuê nhà này có điều chi đó "bấn xúc xích". Trong nhiều tác phẩm, Nguyễn Huy Thiệp có chêm vào những bài "gọi là thơ", hầu như mang tính đồng dao và "sấm ký". Tóm lại, cái ý, cái mà Nguyễn Huy Thiệp muốn chuyển tới người đọc mơ hồ có gì đó "thâm sâu". Nhưng những câu vè viếc mà ông chêm vào truyện của ông thì đa số ngô nghê và thô thiển.

Thiệp còn tỏ ra khan hiếm những câu vè (thơ) để chêm vào truyện của mình. Bằng chứng là đoạn "thơ" Thiệp dùng sau đó trong phần mở đầu của "Tuổi Hai Mươi Yêu Dấu" (THMYD), lại trích từ truyện ngắn "Những Bài Học Nông Thôn" của chính tác giả.

Chúng ta thử đọc đoạn thơ trích của Nguyễn Huy Thiệp từ "Những Bài Học Nông Thôn" qua "Tuổi Hai Mươi Yêu Dấu", xem đâu là sự chuyển động của ngôn và ngữ trong văn chương Nguyễn Huy Thiệp:

"Ký úc đẹp đẽ của tôi về nhà trường (và của tất cả những ai lương thiện thực sự) - tôi xin thề như vậy, chỉ là ở việc dạy đọc, dạy viết, dạy cộng trừ nhân chia... thấp thoáng với mấy bóng hình thầy cô thảm hại. Tôi đã đọc ở đâu đây một bài thơ viết về họ, câu chữ ở trong bài thơ thì không ra gì nhưng tình cảm của người viết khiến tôi xúc động:
Người ta phải cám ơn anh, người thày giáo nông thôn
Anh là người khai hóa vĩ đại của nhân dân tôi
Đây mới là kiến thức tinh khiết
Cho dù nó vừa thô sơ, vừa sai lầm, lại ấu trĩ nữa
Nó là a, b, c
Anh phải làm việc với lũ ranh con thò lò mũi

Chúng không biết thế nào là tay phải, tay trái
Anh sẽ dạy chúng, phải không, sẽ dạy chúng:
Tay phải thì giương cao, còn tay trái đặt lên trái tim
Anh sẽ dạy chúng phải không, sẽ dạy chúng:
Mẹ thì không bao giờ được quên
Phía trước là chân lý
Rất có thể có nạn hồng thủy
Mà ngoài trái đất là thiên hà
Chữ đầu tiên là chữ a...?"

(Nguyễn Huy Thiệp, THMYD.
Văn Mới xb 2004. Trang 9 & 10)

Thiệp sính thơ. Dường như yêu thơ và "thèm khát thơ". Nhưng Thiệp (hầu như) chỉ hiểu thơ như là một dạng thức "bí ngôn" để tuyên truyền!

Có thể phản ứng suy tưởng vô thức này là do bởi Nguyễn Huy Thiệp đã sinh ra, lớn lên dưới chế độ Việt Cộng từ miền Bắc!

Nguyễn Huy Thiệp sử dụng "tuyên truyền" để chống lại "tuyên truyền" chăng?

Điều thích thú ở đây, là hôm nay tôi chẳng phải viết về "Tuổi Hai Mươi yêu Dấu" của Nguyễn Huy Thiệp. Mà là tôi chỉ "dạo chơi" trên con đường hoang vu, và bất chợt nhìn thấy "Tuổi Hai Mươi Yêu Dấu" của Nguyễn Huy Thiệp...

Tôi thích tiểu đề của phần Một trong "Tuổi Hai Mươi Yêu Dấu". "Chẳng Ai Hiểu Cóc Khô Gì."

Chẳng phải thời tuổi nhỏ, hầu hết những chàng thiếu niên tuấn tú thông minh lẫn những anh ù lì đần độn u mê đều tự nghĩ là "Chẳng ai hiểu cóc khô" gì về mình cả!

Cảm giác "cô đơn thần thánh" của một thiên tài bị bỏ quên!

Tôi đã từng băng qua rất nhiều những "lục địa" và "đại dương", đã viết xuống hàng chục nghìn những câu thơ, hàng trăm nghìn những con chữ lý luận này nọ... Chẳng phải là để đi tìm "một ai đó" có thể hiểu được một chút "cái cóc khô" gì của tôi sao? Nếu nói như vậy thì tội nghiệp cho chữ và nghĩa của tôi lắm lắm! Nhưng khả dĩ đó là một sự thực chăng? Tôi cũng không biết và không thể trả lời câu hỏi nghiêm túc này một cách ngang nhiên không suy nghĩ được! Nhưng suy nghĩ lại là một vấn nạn khác của vấn đề "chữ" và "nghĩa".

Vấn nạn này vừa nghiêm túc vừa bi thảm. Dĩ nhiên, những gì bi thảm thường dẫn tới những bi kịch. Tôi vốn ghét những bi kịch và chỉ thích "hành động". Phim "action".

Năm mười lăm tuổi, tôi viết những câu thơ "cải lương", mà bây giờ đọc lại, có lúc tôi lấy làm xấu hổ!

"Anh làm thơ cho mỗi mình anh đọc - mỗi mình em đọc - vì chung quanh không ai chịu hiểu anh."

(Thơ TNH năm 17 tuổi)

Ủa? Tại sao chung quanh lại phải chịu cái "tai ương" là hiểu "thơ tôi"???!!!

Nhưng nói cho cùng, hồi đó tôi còn bé! Còn dại và còn tin yêu vào cuộc đời lắm lắm. Giọng điệu chán đời "không ai chịu hiểu mình" chỉ là một lối làm dáng, làm điệu chả có gì hay ho cho lắm!

Anh chàng Khuê, nhân vật chính trong "Tuổi Hai Mươi Yêu Dấu" của Nguyễn Huy Thiệp muốn gì???

Trong tiểu thuyết này của Nguyễn Huy Thiệp (tôi chưa đọc), dường như bối cảnh không phải là giữa một cuộc chiến tranh. Nhân vật thanh niên Khuê hẳn nhiên là không phải lo đến vấn đề thi rớt là phải lên đường "đi quân dịch là thương nòi giống", làm nghĩa vụ công dân miền Nam... Và cũng không phải lo chuyện bị động viên vào bộ đội của Bác Hồ đảng Việt Cộng để thi hành nghĩa vụ Quốc Tế Vô Sản!

Vì lý lẽ đó, cậu Khuê nhà ta có đủ thì giờ để tần ngần trách móc cuộc đời là "Chẳng ai hiểu cóc khô gì về mình cả!"

Và dĩ nhiên, cậu Khuê nhà ta cũng chưa từng bao giờ nghĩ rằng muốn cuộc đời hiểu "cái cóc khô" của mình, thì trước hết, mình cũng phải hiểu ít nhiều "cái cóc khô" gì đó của cuộc đời!!!

Nằm dưới "Tuổi Hai Mươi Yêu Dấu" của Thiệp là "Chữ Dưới Chân Tường" của Nguyễn Viện. Tôi từng đọc thơ Viện và đồng thời biết được anh nay là một tay lý luận.

Viện mở đầu cuốn sách bằng những dòng nói về chữ, nghĩa mà biểu tượng là những cuốn sách. Nguyễn Viện viết:

"HỒI ỨC TRONG MÁU

1.

Những cuốn sách được nghiền nát rồi hòa với nước làm thành một thứ thuốc chích bơm thẳng vào máu đã tỏ ra là một liệu pháp hiệu nghiệm trong việc giáo dục và đào tạo những nhân cách tiên tiến. Chính vì thế mà tôi tiếc khi phải đem bán từng cuốn sách. Nó chẳng được mấy bát cơm hay mấy ly cà phê. Chắc chắn là đã từng được bơm cái thứ nước hòa với bột sách ấy, khi có những lúc tôi không kiểm soát được chính mình. Zarathoustra đã nói như thế hay Alexis Zorba chịu chơi xúi giục, tôi vẫn ngồi lì ở một góc phố nhâm nhi cô gái bán cà phê và cả những cô gái tất tả đi qua với cái mông lép. Không thể nào biết chuyện gì sẽ xảy ra khi đột nhiên những cuốn sách bị lôi ra đường rồi châm lửa đốt. Họ bảo như thế là tốt hơn. Tốt hơn thì nhất định nên làm. Nhưng tôi bảo tôi ẩn mấy đồng bạc để trưa nay ăn cơm. Họ bảo muốn ăn cơm thì hãy lao động. Đúng là như thế. Chúa cũng bảo như thế. Nhưng tôi vẫn muốn bán mấy cuốn sách cũ hơn là đem đốt. Ít ra thì cũng có một ly cà phê sáng để nhâm nhi cô gái bán quán và nhâm nhi những cô gái đi ngoài đường."

(Nguyễn Viện, Chữ Dưới Chân Tường.
Văn Mới xb. 2004. Trang 7)

Alexis Zorba thì chưa chắc đã chịu chơi đúng mực! Tuy nhiên, tôi có lẽ vô cùng phân vân giữa sự vụ đốt sách "lửa phần thư" và đem ra bán sale cho các tay đầu nậu sách ở lề đường. Nói theo Nguyễn Viện và không cần sự tiếp tay của Zarathoustra Nietzche, thì những cuốn sách vẫn còn giá trị của một bát cơm và một tách cà phê. Bên cạnh một bát cơm và tách cà phê, giá trị của những cuốn sách, tức là cái phần "bột, giấy", là bóng dáng cô hàng cà phê có thể có cái mông nẩy hấp dẫn cặp vú to, và ngay cả những cô gái đi ngang qua với cái mông lép và cặp vú chẳng lấy gì làm "ấn tượng" lắm!

Nhưng điều xót xa ở đây là, như vậy, con đường mòn của chữ nghĩa tức là con đường cụt vô phương khai mở chăng?

Ngoài bột và giấy, những cuốn sách còn lại gì???

Phải nói là công dụng của những tờ sách, nếu qua Nguyễn Viện, như thế là không đủ và không công bằng. Bạn tôi, Tưởng Năng Tiến đã nói về công dụng của những cuốn sách cũ sau 1975. Nó còn có giá trị để đánh đổi lấy những đồng tiền mua những ly rượu suông, và cho những cô hàng bánh mì dùng để gói những ổ bánh cho khách hàng.

Như vậy, bạn có thể suy ra những cuốn sách, những tờ sách bị xé ra, nó còn vô số những công dụng thực tiễn khác nữa!!!

Năm 1990, tôi về thăm lại Việt Nam lần đầu. Tại chợ Nha Trang, tôi bị chột bụng cần phải đi toilette. Hỏi người giữa chợ. Được chỉ tới thiên đàng. Ngay cửa thiên đàng, có anh chàng mặt mày bậm trợn, đang cầm một cuốn sách dày... tơi tả trên tay, dường như là cuốn "Tội Ác Và Hình Phạt", bản dịch của Trương Đình Cử thì phải. Muốn vào được toilette, vào được thiên đàng, phải qua ông "thánh Phê Rô" bán vé này. Hai chục ngàn để được anh ta xé đưa cho ba tờ sách. Bạn muốn có thêm vài tờ sách cho "chắc ăn", cho vững tâm khi hành sự? Cứ mỗi ba tờ là hai chục nghìn.

Cái chuyện Tần Thủy Hoàng đốt sách, chôn học trò, theo tôi là chuyện tất nhiên vào thời đó! Thời đó, sách bán sale không có người mua, vì người ta mua cũng chẳng biết để làm gì! Giấy in sách bằng thạch bản hay mộc bản thời đó thì quá mỏng, bằng những thanh tre thì lại càng vô phương. Chẳng gói, chẳng chùi được gì sất! Đốt là phải! Học trò, học trật, cứ đi học mãi mà chẳng nghĩ đến chuyện làm thầy thì chôn đi là đáng lắm!

Nhưng điều còn sót lại là dù có mang những cuốn sách đi bán sale để lấy tiền ăn cơm hay uống cà phê và uống bóng dáng cô hàng cà phê vui tính, uống luôn "cô đi qua, bà đi lại" mông lép và ngực chảy; hay mang tất cả những cuốn sách mà đốt đi... Tức là chỉ bán được, hay đốt được những bột giấy và những con chữ vô tri.

Những con chữ, nói cho cùng, nó cũng chẳng có giá trị gì hết. Nếu, trong trùng trùng những con chữ đó không hàm chứa được một nghĩa lý gì cho cuộc sống, cho con người!

Nguyễn Viện viết: (Tôi sẽ có một bài riêng nhận định về cuốn sách này của Nguyễn Viện, sau khi đọc một cách đàng hoàng!)

"Đồng tiền có những dòng chữ con gái (tôi đoán thế), một bên viết:
Một con vịt xòe ra hai cái cánh, bốn con vịt xòe ra bao nhiêu cái cánh?

Ở mặt phía bên kia, dòng chữ viết bên cạnh con rồng: Chúc "you"
luôn hạnh phúc. Tôi bỗng nhiên nghi ngờ mọi sự. Bốn con vịt có phải
thực sự xòe ra tám cái cánh? Và "you", you có hạnh phúc không? Và
dù bốn con vịt có bao nhiêu cánh đi nữa, you có hạnh phúc hay không,
đồng tiền ấy tôi vẫn đổi được một tách cà phê và mấy điếu thuốc."

(Sđd. Trang 8)

Thực tại đời sống không phải là thực tại tâm thức con người.
Cái "thực tại" trong tâm thức con người, nói cho cùng, chỉ là một thứ
thực tại của vọng tưởng chiêm báo. Cái tôi của Nguyễn Viện trong
"Chữ Dưới Chân Tường", ngay cả một chút thực tại của tâm thức
vọng tưởng chiêm bao cũng cạn kiệt không còn. Thực tại chỉ còn là
cơm, là cà phê, là bóng dáng của giống cái... Của một đàn bà con gái
dù mông lép hay ngực chảy vẫn là thực phẩm của mắt nhìn sinh khí
trần gian...

Những bột giấy và chữ. Số phận của quên lãng đọa đày. Những
tàng ẩn nghĩa lý trong những con chữ trong những tờ bột giấy ấy... là
thân phận của lưu vong không bờ về bến đậu!

Nguyễn Viện viết:

"Những
xác
chết
làm chứng
gian
về
thiên
đường"

(Sđd. Trang 32)

Như vậy, thiên đường có phải là địa ngục. Câu trả lời chưa có,
hay chưa có ai đã trả lời câu hỏi tồn nghi hàng ức triệu năm này.

Trong chữ có nghĩa. Người ta nói như thế. Nhiều người xưa lẫn
người nay nói như thế. Nhưng chả có ai chịu làm chứng về điều mà
(dường như) lắm kẻ xem như là hiển nhiên này.

Những (tài) thơ Việt Nam từng vinh danh chữ nghĩa tột cùng. Sự móc nối giữa quá khứ và dĩ vãng. Những tài thơ Việt Nam (dường như) chưa từng đi qua lằn ranh của cuộc ly hôn giữa chữ và nghĩa!

Vì thực ra, đã từ lâu, chữ và nghĩa của ngôn ngữ Việt Nam đã làm một cuộc ly thân rồi ly hôn một cách rất âm thầm nhưng vô cùng quyết liệt!

Do đó, những đứa con của Chữ và Nghĩa của Ngôn Ngữ Việt Nam đang trong hiện tình Vô Thừa Nhận và chẳng còn biết bà con Nội Ngoại hay họ hàng thân tộc còn được những ai!

Những đứa con hoang trực trần tội nghiệp.

Chúng ta phải làm gì để cứu Chúng Nó.

Virginia, Oct 26, 2004.

ĐẶNG ĐÌNH HƯNG:
"BẾN LẠ", ĐI, VỀ KHÔNG LỐI THOÁT!!!!

Nhà xuất bản Văn Nghệ thành phố Hồ Chí Minh nhờ Hoàng Cầm và Hoàng Hưng giới thiệu di cảo Đặng Đình Hưng. Tôi xin chép lại phần tiểu sử. Hoàng Cầm và Hoàng Hưng viết:

"Đặng Đình Hưng sinh 9-3-1924 tại làng Thụy Dương, huyện Chương Mỹ, Hà Đông. Mất 21-12-1990 tại Hà Nội.

Bắt đầu làm thơ từ cuối những năm 1950, đến khi qua đời (21-12-1990) nhà hoạt động nghệ thuật Đặng Đình Hưng để lại tất cả 6 tập thơ. Tất cả đều chưa từng công bố rộng rãi, song một vài đoạn trích được in trên các báo vào dịp ông qua đời khiến công chúng thơ sửng sốt vì một tính cách thơ, một thi pháp hết sức độc đáo.

Bến Lạ là bài thơ tác giả viết trên giường bệnh lúc ông bước đến tuổi 60. Từ không gian chật chội cầm tù thân xác: Tôi cứ đi... jữa cái nong hình dáng lưng tôi..., ông hành hương vào thế giới vô tận của nội tâm."[1]

Hai nhà thơ Hoàng Cầm và Hoàng Hưng đã cho chúng ta biết là "vào dịp" (may?) Đặng Đình Hưng qua đời, một số bài thơ của Đặng Đình Hưng được công bố cho công chúng thơ. Đặng Đình Hưng không phải là một tên tuổi xa lạ của cộng đồng thơ Việt Nam. Thế nhưng, thơ Đặng Đình Hưng thuộc loại ít (được) phổ biến. Một đời thơ, sáu tập thơ. Và tất cả đều chưa có tập nào (chính thức) được công bố? Cùng với Lê Đạt, Đặng Đình Hưng truy tầm hồn vía thơ

---

1. Hoàng Cầm & Hoàng Hưng, "Giới Thiệu Di Cảo Đặng Đình Hưng". NXB Văn Nghệ tp Hồ Chí Minh, 1991.

theo từng con tuổi của mình. Con tuổi càng dày, hơi thở thơ của hai ông càng đi vào những ngõ ngách lộ trình riêng đầy những trúc trắc và trục trặc! Nhưng không giống Lê Đạt, Đặng Đình Hưng sống ngầm, không ồn ào và nhiều bí hiểm.

Tôi đã đọc (khá) nhiều thơ Lê Đạt. Và từng có viết bài nhân đọc Thụy Khuê trổi giọng trật sol fe tấn phong Lê Đạt. Những ngõ ngách lộ trình của thơ Lê Đạt tôi không kham được. Vì nó đầy sự làm dáng kiểu cọ và kiểu cách nông cạn (không suy tư). Nhưng hôm nay, lần đầu tiên chính thức đọc được một bài thơ của Đặng Đình Hưng, tôi cảm động và cảm nhận được cái hồn vía thơ mà Đặng Đình Hưng đã truy tầm bao nhiêu năm và tích tụ thành như một thứ công lực hàm dưỡng của một tay thế ngoại kỳ nhân của Cõi Thơ.

Trước khi đi vào "Bến Lạ", tôi muốn chép thêm đoạn cuối của Hoàng Cầm và Hoàng Hưng đã giới thiệu về Đặng Đình Hưng, mà theo tôi đây là đoạn hay nhất của bài giới thiệu:

"Nhà xuất bản Văn Nghệ TP HCM giới thiệu di cảo Bến Lạ của cố tác giả Đặng Đình Hưng như thể nghiệm thơ. Thi pháp của Bến Lạ chưa quen thuộc với bạn đọc, song bất kỳ thi pháp nào cũng ký mã một tâm sự chân thành không hề xa lạ với những ai biết lắng nghe. Xin hãy lắng nghe "thình lình một tiếng đập" trên ngực trang thơ." [1]

Tôi đọc đoạn đầu và đoạn cuối bài giới thiệu Đặng Đình Hưng của Hoàng Cầm và Hoàng Hưng. Tôi không đọc đoạn giữa, tức là đoạn hai nhà thơ cùng họ Hoàng viết về thơ Đặng Đình Hưng. Tại sao? Vẫn là "quen mất nết đi rồi!". Tại vì tôi đang sắp viết ra đây những nhận xét, nhận thức để rồi nhận diện hơi thơ Đặng Đình Hưng đặc biệt là bài "Bến Lạ".

Xin lan man vài điều về cách sử dụng chữ của thơ Đặng Đình Hưng. Những "gi" ông viết thành "j", "di" ông viết là "z", "ph" ông viết "f", vân vân và vân vân.

Không ít người đã viết "phải" ra là "fải". Một cách viết "tân kỳ" biểu tỏ sự lười biếng và... hiện sinh gì đó! Nhưng viết "dính" thành

---

1. Hoàng Cầm & Hoàng Hưng. Đã dẫn.

"zính", "giữa" thành "jữa" thì Đặng Đình Hưng là người đầu tiên và cũng là nhà thơ đầu tiên.

Trong cách viết này, kỳ cục thay, tôi lại thấy ở Đặng Đình Hưng một sự "tận ngôn" cùng thơ! Dường như, đây là một trong những kết quả (hậu quả) do sự mải miết truy tầm của nhà thơ họ Đặng?

> *"Bến Lạ":*
> *"Tôi lại đi...*
> > *jữa cái nong hình záng*
> > *lưng tôi,*
> > *một bảng đen trước mặt,*
> > *một vòng phấn dưới chân,*
> > > *zính zính...*
> > > *những con 8 lộn zọc nhẵn thin nam châm gói trong hạt*
> > > *thóc jống của không biết."*[1]

Đặng Đình Hưng nằm đó. Nằm bệnh. Nhưng Đặng Đình Hưng lại viết thành thơ: Tôi lại đi...

Ông đi đâu? Đi "jữa cái nong hình záng".

Ông đi vào cái cõi trong chính ông. Mặt "lưng" tựa mặt đời. Bảng đen trước mặt. Cái tấm bảng hồi tố của tâm thức. Đen. Một vòng phấn dưới chân. Tại sao không là "zưới"? Phải "cảm" được sự ma sát của từ ngữ vào "cái tâm thức bảng đen thơ". Có những chữ như miết miết vào mặt bảng đen, mặt tâm thức. Và có những chữ chạy ơ hơ hời hợt qua luôn.

Và có những chữ "zính zính"...

"Zính zính" vào nỗi lặng im như "thóc jống" của một sự không biết. Sự không biết thơ. Không biết "sự sống".

Vì nếu đã biết rồi, thì đã cùng đường của cuộc truy tầm thơ...

Những "điều quỷ ám" chạy dọc theo xương sống Đặng Đình Hưng theo cái không biết rồi cái biết:

---

1. Đặng Đình Hưng. "Bến Lạ". Trích từ bài đã dẫn.

"Tôi khắc biết mênh mông
một cái bẹn Epicure ngập chìa truồng
bốn phía cơn mưa tú lơ khơ xanh đỏ
con sập sành-bọ ngựa bậu vào nhảy tung!
cõng đi chơi trên lưng Nilông-Cactông của định mệnh!

Tôi hề biết
/kể cả quả mít nứt
Tôi đã tìm ở sau cái gương
cũng không có jì hết
Tôi đã tiếp đau thương
những nhỏ nhỏ thường thường
Đã húp ra đi từng bát những nhạt nhạt mềm mềm
và rất ngon
Tôi đã bong
Nhẹ thôi.
\một nong nghiêng những cơn mưa ở trên lưng
alfa cõng tôi Uynh đơ toa... tôi cõng fạt alfa.
Có lẽ zẹt.
Bởi ở trên ngực,
cứ thình thình một tiếng đập.

Khi trả một jờ được ngắm
vào cái ống kính đèn chiếu, chiều zọc-chiều ngang-bề ngoài-và những
chiều dài zài zại zột
khi lọ mực đầy tràn những chữ Hoa còn hòa tan chưa viết qua loa vài
nốt". [1]

Cuộc lừa gạt trường kỳ và trường chinh từ những Bến Lạ của một đời thơ. Trái mít nứt sau tấm gương. Nên đương nhiên làm sao tìm ra được trái mít nứt. Tấm gương có nứt, trái mít nứt hay chẳng

---

1. Đặng Đình Hưng. Đã dẫn.

nứt cũng không lộ diện. (Trái mít nứt này của Đặng Đình Hưng, không dưng làm tôi liên tưởng đến Cái Bánh Vẽ của Chế Lan Viên!)

Tìm rồi. Không có gì hết! Nên đành "tiếp những đau thương. Những nhỏ nhỏ thường thường. Và húp những nhạt nhạt thường thường. Và rất ngon."

Những câu thơ sao mà bi thương! Cõng trên lưng hay bưng trên tay. Cõng bưng những lừa gạt trường kỳ và trường chinh. Chỉ vì. Trên lồng ngực cứ còn thình thình một tiếng đập.

Tiếng đập của bình-minh-con-người.

Con người từ bé thơ. Trả tiền "jờ" để được ngắm vào một cái kính tạo ảo giác trăm chiều. Trên ngòi bút mực cong môi cong lưng cong ngón tay măng viết hoài những chữ Hoa không tròn nét!

Và còn lại, ở một khoảnh khắc đâu đó và ở khoảnh khắc cuối đời chăng? Một chút của một câu hỏi. Không câu trả lời và ngay cả một tiếng đằng hắng hay ho khan!

*"những tảng xuống hoàng hôn bãi cát ngoài không khí
những quả bóng cao su vô ý."*[1]

Những quả bóng cao su "vô ý" hay những quả bóng cao su "vô lý". Tôi thích thay hai chữ "vô lý" nằm ở câu thơ này hơn!

Những quả bóng cao su dù có "vô ý" đá tung vào kính cửa sổ của ngôi nhà hàng xóm, thì sự tức giận của người chủ nhà hàng xóm vẫn là một trạng thái vô cùng "vô lý". Bởi "tuổi trẻ" là tuổi của "đá tung". Để rồi đến lúc Đặng Đình Hưng tuổi già thúc thủ nằm bệnh trên giường vẫn còn nhớ tới một cái thời "vô ý". Không. Theo tôi chẳng có thời nào "vô ý". Mà toàn thời gian của cuộc đời phải là cái thứ thời gian thường trực thường hằng và thường xuyên "vô lý".

Thời của "vô lý". Còn lại là "hoàng hôn bãi cát ngoài không khí". Thời gian vô lý. Không gian không còn những bãi cát những tảng xuống hoàng hôn.

1. Đặng Đình Hưng. Đã dẫn.

Và dường như nhà thơ càng sống già càng có tuổi càng bị ám ảnh của những thời tuổi thơ. Khước từ "vô lý" để biến nó thành "vô ý" chăng? Bài toán hàm số nhân gian quẩy lộn trong không gian và trong cái đầu trùng trùng phức tạp của Đặng Đình Hưng Thơ:

> *"Tôi hề hiểu, sao nhỉ, và vắt vẻo,*
>   *con chim alfa đứng đầu nhà Mêta?*
> *và quanh quẩn.*
> *Khi ấy tôi còn bé,*
>   *kiễng chân lên,*
>   *bắc ghế không cao quá cái hòm nhòm nhòm... miếng ngon*
>   *a đậy lồng bàn.*
> *Mùa tròn.*[1]

Mùa tròn là mùa của Mẹ. Vì chỉ có "mùa tròn", thì những miếng ngon đậy lồng bàn mới "khả dĩ" đến tay. Đến tay rồi chui vào mồm. Mùa tròn là mùa biết ngon. Ngon thật với miếng ngon thật.

Hóa ra Đặng Đình Hưng ở cái tuổi 60 thèm thuồng những miếng ăn ngon đến thế sao? Tuổi 60 nằm bệnh. Ngay cả có miếng ngon (thật), chưa chắc đã còn (răng) ăn được nữa! Không phải đâu tôi cho rằng hai chữ "miếng ngon" ở đây hàm chứa sự khắc khoải của một hiện thực nào đó. Hiện thực của lý tưởng cuộc đời hay hiện thực của một ảo thức thơ???

Dù gì đi nữa. Bài toán hàm số nhân gian trong ảo thức thơ Đặng Đình Hưng vẫn còn những ẩn số chưa lí giải. Chưa lí giải hay không lí giải được! Tôi tin là nếu (thực sự và thực tâm) muốn lí giải thì tất nhiên phải được. Được như thế nào thì còn tùy ở số lượng nhân gian đồng thuận hay không.

Có nhiều khi, cuộc lí giải chẳng có ma nào đồng thuận, lại rần rần phản đối phản bội phản bác phản trắc lại là cuộc lí giải đúng ý nhà thơ Đặng Đình Hưng nhất nhất đang ở bên kia cuộc nhân sinh.

---

1. Đặng Đình Hưng. Đã dẫn.

Bởi vì, biết đâu được "cái chi tiết" bị dèm pha kia lại là cái chi tiết mà Đặng Đình Hưng đã từng "biết nhất".

"Tôi hề biết những chiều zài không kilômét
của cái đèn xếp mà tôi thích nhất.
Cứ là cái chi tiết, cái chi tiết.
Mà tôi biết nhất[1]

Chiều dài của tuổi thơ, luôn là chiều dài không kílômét. Chiều dài của cái đèn xếp. Dài hơn con đường từng buổi sáng mặc quần xà lỏn chạy lăng xăng đi học. Và trốn học. Và lớn lên. Và đi tìm những Bến Lạ.

"Ghé bến một sớm mai zận zữ sân ga
những ra đi alfa không báo trước Têta đi gọi người đỡ đẻ
con cá nhỏ lượn vòng biển lạ
buồng mình đi đứng không gõ cửa
và vô lễ cái bút chì ngày đêm thời thời đòi bú
ma lanh ngó sang một quyển sách bụng chửa tướng ló bến
khuôn mặt bưng một chậu jặt."[2]

Chuyện thường tình của đời sống tình thường. Người Bạt Mạng không khóc người Mạng Bạc!!! Gọi người đỡ đẻ cho Vợ Đẻ Con. Chậu Giặt dấu khuôn Mặt Người. Người Nào? Khuôn Mặt Thời Gian Tâm Thức. Cây bút chì vô lễ hay "vô lý"? Cây bút chì thời thời đòi bú ngày đêm hay "hậu quả kết quả" thường tình tình thường ngày đêm đòi bú?

Xem ra, cuộc nằm bệnh ở tuổi 60 (hãy còn rất trẻ!), đã đẩy đưa Đặng Đình Hưng trở về những Bến Bờ Rất Cũ. Những Bến Bờ Rất Cũ đó, nay bỗng thành những Bến Lạ Khôn Cùng. Là do chính Đặng Đình Hưng đã tìm ra Những Cái Rất Lạ của Bao Điều Đã Cũ!

---

1. Đặng Đình Hưng. Đã dẫn.
2. Đặng Đình Hưng. Đã dẫn.

Đó là tâm thức Thơ ở giữa giờ phút tử sinh trên bến bờ của sinh tử. Đặng Đình Hưng không hề thấy cái chết Bên Kia Bờ. Ông chỉ thấy đang có Một Bến Lạ Khác đang chờ ông. Đang thôi thúc, dằn vặt ông...

"Vâng, tôi chán Bến Lạ
Tôi già rồi
Tôi không làm jì được quyển lịch[1]

Tôi không tin Đặng Đình Hưng đã chán rồi Bến Lạ. Ông đang chơi trò lừa gạt chúng ta. Lừa gạt cái công chúng thơ đang ngày càng thất lạc. Đặng Đình Hưng, đã vô cùng Ích Kỷ ở cái Bến Lạ cuối cùng. Ông không muốn chia chác chỉ chỏ vẽ vời cho bất cứ ai. Ông "mệt rồi" cái trò phê bình khen chê suy tôn đạp đổ. Do đó, một đời thơ, sáu tập thơ chưa hề chính thức công bố hay phổ biến?

Một đời thơ, sáu tập thơ thì không phải là nhiều! Nhưng một đời thơ để tìm ra Một Bến Lạ thì xem ra chẳng phải ai cũng làm nên chuyện!

60 tuổi, nằm bệnh, Đặng Đình Hưng than mình già! Rồi chán Bến Lạ. Rồi "không làm jì được quyển lịch".

Chứ bộ ông muốn làm gì cái quyển lịch vậy kìa???

Cái quyển lịch, những ấn chứng thời gian. Xé một ngày mất một ngày. Không xé cũng mất một ngày. Có ai khác "làm jì được" mấy cái quyển lịch???

Mấy tay ở tù không có quyển lịch cũng rán dùng cục gạch, miếng gỗ thậm chí móng tay của chính mình để vạch từng ngày tháng lên trên vách. Không cứ ở quyển lịch. Thời gian chạy vút tới phía trước không cần một quyển lịch. Quên thời gian đi. Quên bằng cách nào láo khoét chăng??? Bằng cách "đi jữa cái nong hình záng - lưng tôi, một bảng đen trước mặt, một vòng phấn dưới chân - zính zính"... Hay không "zính zính" cũng chẳng sao! Chỉ cần đừng rời

---

1. Đặng Đình Hưng. Đã dẫn.

"một bảng đen trước mặt" và cứ miệt mài đi giữa "cái nong hình záng - lưng tôi" (nằm)!!!

Cuộc "nằm bệnh" hay nằm "truy tìm thơ???

"Tôi ghé Bến Lạ cắn một quả vả và những kỳ lạ
    màu xanh chưa chín
      ngọn đèn chín rũ của lần đầu gặp gỡ
        những khoảng cách là... lạ alfa-Mêga.

Và lạ miệng! tìm bàn chân xào xạo của Têta,
    thì ra alfa là con số đợi ở hai vai nở vội
    tôi đuổi theo níu lại
      hai mùa

Tôi đi đây,
    từ mỗi ngón tay rút ra một chiếc chìa khóa chuông lách cách tra
vào ổ khóa
      nằm trong ký ức bằng vàng của không khí kì lạ
      mặt hễ soi gương là một bản zạo đầu."[1]

Quả vả. Màu xanh chưa chín màu vàng chín rũ của lần đầu gặp gỡ hay lần cuối hay chỉ một lần gặp gỡ??? Alfa con số đợi con số của tuổi thơ. Đợi mãi đợi hoài một cái gì đó. Một cái gì không rõ mặt không biết. Níu làm sao được hai mùa. Mùa của tuổi thơ và mùa của tuổi già. Níu được chứ kìa trên tấm bảng đen tâm thức Thơ.

Tôi đi đây. Ông đi đâu thế ông Đặng Đình Hưng? Bởi từng chiếc chìa khóa trên mỗi ngón tay rồi sẽ có lúc lạc bầy chăng?

Sự lạc bầy của "những chiếc chìa khóa". Đặng Đình Hưng đã cầm trong tay bao nhiêu là chiếc chìa khóa. Ông dấu nó cho một mình ông. Ông "diếm" nó trong "ký ức bằng vàng của không khí kì lạ". Nhờ nó, nhờ những chiếc chìa khóa trên từng ngón tay mà mỗi bận soi gương là một bản dạo đầu.

---

1. Đặng Đình Hưng. Đã dẫn.

Những luôn luôn bắt đầu không ngừng nghỉ. Đó là tâm thức trong tấm bảng đen Thơ của Đặng Đình Hưng chăng?

Và, những chiếc chìa khóa trên từng ngón tay Đặng Đình Hưng đã có khi nào thất lạc nhau. Thất lạc hay thất tán trên lộ trình rất riêng mà Đặng Đình Hưng muốn và đã đi vào Thơ?

Cuộc truy tầm thơ mải miết hun hút vào tấm bảng đen tâm thức trước mặt. Cũng đã từng va đầu vào những vách đá thâm u. Vách đá của Ý Thức Thơ trong Vô Thức Tìm Kiếm. Nhà Thơ trong Đặng Đình Hưng mang hia, đội mão. Rồi tháo bỏ yên cương. Làm con ngựa rừng, con ngựa hoang. Con ngựa của thảo nguyên của cao nguyên của sông núi của biển thẳm của oằn quại khổ đau của hoan lạc ngộp ngộp là của Bến Lạ. Những Bến Lạ. Cuối cùng, ông thấy cuộc đi của ông rốt ráo là một Cuộc Nằm. Nằm Bệnh. Và trong Cuộc Nằm đầy bí tích trắc ẩn này, Đặng Đình Hưng đã vô hồi tìm ra Bến Lạ. Cái Bến của cuộc truy lùng và truy hoan:

"Bến lạ ngay gầm jường
* mưa to ngay ở gầm bàn*
*   và trong hòm mọi con người chở một con tàu navir trọng tải*
*   những hình thù Hồng hải căng lên*
*   những cái yếm mùi nồng của đám cưới năm ngoái hong ra*
*   khoe và đã đi - những cột đèn đứng lại.*[1]

Những cái yếm mùi nồng! Còn những chiếc quần lót của cổ tích? Mưa to ngay ở gầm bàn. Cơn bão lớn trong tách trà nhỏ. Bến Lạ ngay gầm jường. Bến Lạ quanh quẩn không nhìn thấy không nhìn ra. Bởi con người nói chung thường chạy đi tìm cái ở xa. Cái bên ngoài. Trong mỗi con người là một chiếc tàu navir trọng tải. Trên mỗi nấm mồ là một cánh buồm đi vào vô định. (Tôi nhìn thấy từng bia mộ trong những nghĩa trang là những cánh buồm đang căng gió. Căng gió hay căng jó???)

Tôi viết hai câu đầu trong trường ca *"Mở Cửa Tử Sinh"*:

---

1. Đặng Đình Hưng. Đã dẫn.

trong nghĩa trang những cánh buồm nuốt gió
và dưới các lòng mộ nguy nga...[1]

Đặng Đình Hưng hốt nhiên chìa tay vuốt ve những cột điện đang gục đầu. Những cột điện ngậm ngùi. Đặng Đình Hưng "khoe và đã đi". Nhưng những cột (đèn) điện đứng lại! Vậy thì những cột đèn đứng lại và Nhà Thơ đã đang đi? Hay những cột (đèn) điện đang đi xoay vòng quanh Nhà Thơ bằng một tốc độ vun vút. Và Nhà Thơ thì chỉ đứng chôn một chỗ, hay đang nằm trên một "mặt jường" lưng áp vào quá khứ hiện tại và cả tương lai... Rồi mơ một cuộc đi???
Tôi lại đã viết:

lũ cột điện gục đầu rưng rức
những lời thơ tình bay lên
thành những cụm khói đen,
giăng kín bầu trời[2]

Trong một sự tỉnh thức cực kỳ cô đơn lý thú, Đặng Đình Hưng sánh đôi cùng cái cột đèn. Cuộc se duyên âm thầm và không hứa hẹn bất kỳ một điều gì cho hậu thế. Nhưng hề chi. Biết cái không biết là biết cái vô cùng.

"Cột đèn song song nhảy plongcon
vào vận mệnh rồi đứng đấy gội nước hạnh phúc dài ngắn
Ngó sang tôi lệnh khệnh

Cột Pumière
cũng lễ mễ đi về Bến Lạ
ai mà jữ lại được làn khói thuốc lá cứ cuộn khoanh
đố anh vẽ nổi màu xanh![3]

1. Trần Nghi Hoàng, "Mở Cửa Tử Sinh", Trường Ca. Profess Pub. Ấn hành 1997. Trang 11.
2. Trần Nghi Hoàng. Như trên. Trang 28.
3. Đặng Đình Hưng, "Bến Lạ". Trích từ "Giới Thiệu Di Cảo Đặng Đình Hưng". NXB Văn Nghệ, tp Hồ Chí Minh, 1991.

Cái cột đèn của Đặng Đình Hưng nhảy plongcon. Cột đèn của tôi đứng gục đầu rưng rức hát thơ tình thành những cuộn khói nhà máy bay lên. Bay lên trời xanh. Nhảy plongcon hay đứng gục đầu? Cột đèn điện vẫn trong tư thế tách riêng. Tách rời. Không thể nào đứng song song hay nhảy plongcon. Cũng không thể nào có ai vẽ được màu xanh. Màu xanh nào? Xanh trời xanh? Xanh khói thuốc? Xanh khói tình? Hay con xanh cẩm thạch của da mặt người hết máu. Da mặt người Chết!

Đặng Đình Hưng Thơ đoài đoạn từng khúc chữ Thơ. Tôi đọc được cái cảm giác (đôi khi và lắm khi) Nhà Thơ bất lực trước Ngôn Ngữ Thơ như người họa sĩ chờn vờn bất lực trước khung vải và những màu sắc hỗn loạn trên tay.

Và những hình ảnh. Những khối tròn vuông dẹp xù xì gồ ghề hay gì gì đủ thứ!

> *"Bến lạ gác chân lên những hình lăng*
> *của cái đồng hồ quả lắc khệnh khạng đưa những quả thịt chậm*
> *song song với những cái chai không, chia những bộ đùi e lệ*
> *và trí tuệ bông hoa ngây ngủ ngày ngay*
> *Bến lạ.*

> *Song song, môi từng đôi*
> *Vải, và cái thước mét.*
> *Con jơi đực, và tàu lá chuối hột*
> *Mắt đẹp, và sa mạc tờ croquis kẻ chậm*
> *những đường chỉ cuộn ốc...*
> *Lên vai những quả đèn cườm lộng lẫy*
> *vút,*
> *vác,*
> *chạy,"*[1]

---

1. Đặng Đình Hưng. Đã dẫn.

Đặng Đình Hưng cực kỳ tỉ mỉ tinh tế trong những nhận xét bất gặp ở Thế Giới Bên Ngoài. Bên Ngoài Cái Nong Hình Jáng và Bên Trong Cái Bến Lạ của ông.

Do Bến Lạ đôi khi chỉ là một thứ ảo giác... gần như có thực. Do Bến Lạ là Ngôi Sao Hôm không mọc. Đặng Đình Hưng từng lúc muốn tìm một "Cái Gì Đó" để "song song". Để sánh đôi. Để cùng nhảy plongcon???

Chiếc nút chai ôm mặt khép chặt đùi. Không e lệ và không phô trương. (Ở đây, màn e lệ được trình diễn cho phải phép!)

Những đường nét croquis kẻ mắt. Kẻ trên mặt thời gian hay kẻ vào sa mạc. Sa mạc của Trí Tưởng Không Cùng.

Tôi không thấy được giấc ngủ Đặng Đình Hưng. Như Bồ Đề Đạt Ma đã cắt hai mi mắt trong cuộc diện bích chín năm. Đặng Đình Hưng trân trố hai con mắt không nhắm, không chớp nhìn vào Cõi Thơ.

Cõi Thơ có thể "ngủ ngây ngây ngủ ngáy ngày ngay. Nhưng Đặng Đình Hưng thì tôi thấy quả tình không chịu ngủ!

Cuộc tắm gội nước hạnh phúc của vận mệnh là cái cột đèn. Không phải Đặng Đình Hưng. Dù ông đã cố công đứng "song song" với cột đèn. Dài ngắn gì gì vẫn cái cột đèn khệnh khạng ngó sang ông. Lạnh lùng. Khinh khỉnh chăng?

Những quả cườm cho Người Chết. Đặng Đình Hưng vác lên vai. Rồi vứt. Rồi chạy. Rồi vác... Nhưng Bến Lạ vốn là những phút giây như vậy như vậy. Những phút giây vầy tiệc cùng ma quỷ và thánh thần:

"Tôi ăn tiệc
bộ tóc nguyên thủy lườm tôi bê bết tái
nó cắn một nửa... cắn ¾
cắn còn một tị... chỉ một tị nữa thôi. Vào hội đi!
Còn một miếng cuối cùng. Không mất tiền. Gratis - dernière catuso,
      Hút!

Tôi đi đây,
đi tìm chơi với cái nút chai.

Nhưng không! hãy nói chuyện.
Thì ra thèm muốn là một thói fấn[1]

Một lần nữa, Thơ Đặng Đình Hưng làm tôi nhớ tới Thơ Chiếc Bánh Vẽ của Chế Lan Viên.

Nó cắn một nửa. Nó cắn ¾. Cắn còn một tị.

Vào cuộc chăng? Đặng Đình Hưng có vào cuộc? Cuộc chơi đời hay là Cuộc Thơ? Dường như ông đã không vào cuộc. Hay Đặng Đình Hưng đã vào cuộc bằng Cách Riêng của ông. Ông vào Cuộc Lạ để tìm Bến Lạ, phải chăng?

Dù Đặng Đình Hưng có vào cuộc (hội), rồi ông cũng sẽ bỏ đi. Như đã luôn bò đi bỏ đi từng giây phút.

Ông nói: Tôi đi đây. Ông đi tìm chơi với cái nút chai. Nhưng rồi ông "ngưng" chơi và đề nghị "hãy nói chuyện". À thì ra, thèm muốn là một thói fấn. Để làm gì??? Để làm gì với thói fấn đó???

Là để vẽ những nét Thơ, chữ Thơ vào Tấm Bảng Đen Hồi Tố của Tâm Thức Bản Lai.

Của chính ông. Của chính Đặng Đình Hưng.

Và đoạn Thơ khá dài trong Bến Lạ, tôi sắp trích dưới đây là chiêu thức Hồi Tố từ Tâm Thức Bảng Đen của Đặng Đình Hưng. Màu "fấn" không quen. Không trắng và không mùi. À không! Nó có mùi của "tưởng niệm và vinh danh" chứ! Tôi chắc tôi không lầm:

"Nói thật
Tôi 80 tuổi rồi
Bao nhiêu lần răng rụng, răng mọc, và húi tóc.
Có lần,
Tôi nhận mặt... một cái chai đánh mất hàng đồng nát.
mang máng bên tai bằng thiếc, và một cái hộp

và nói thật,
trong đôi guốc, tôi chú ý nhất cái chật chật của đôi quai

1. Đặng Đình Hưng. Đã dẫn.

Ngộ nhỡ 40 tuổi, tôi fai 40 đôi vai hễ tuổi 42
là có cái lưng zài
40 cái mâm
40 đôi đũa

Mỗi ăn xong
lại một rửa mồm
40 bánh xà phòng
Nhưng
Tôi 50 tuổi rồi
Tôi đang trẻ lại đây
Hình như tôi đã đi nhuộm tóc
50 tuổi rồi
Jùng jì đến 50 gói kẹo?"[1]

Đặng Đình Hưng tuyên bố ông 80 tuổi rồi là hãy còn ít! Tuổi của thi sĩ không tính bằng năm, mà phải tính bằng thế kỷ! Theo tôi, một người "thực sự làm Thơ", hắn sống gấp 365 lần một người không làm thơ. Mỗi một ngày của Thi Sĩ bằng 365 ngày của một kẻ không thi sĩ. Tức là, mỗi ngày của một người Thơ bằng một năm của những kẻ Không Thơ.

Và Người Làm Thơ sống bằng và sống bởi Cái Chật Chật của đôi quai guốc!!! Hạnh phúc, hoan lạc nằm trong sự (trong nỗi) khó chịu (dịu dàng) không dịu dàng chăng??? Tôi không thể nào có câu trả lời cho vấn nạn này. Xin lỗi... dù sao!!! Cũng nên gửi vào Tấm Bảng Đen Hồi Tố Của Tâm Thức một mũi tên cuồng nộ ra gì... Biết đâu, mũi tên này lại chả trúng vào Hồng Tâm của một Bến Lạ Tân Kỳ Hoang Sơ Cổ Đại.

Đặng Đình Hưng 50 tuổi là Đặng Đình Hưng đang trẻ lại. Thi sĩ đang trẻ lại. Không cần nhuộm tóc. Mỗi lần ăn xong cũng không cần rửa mồm đâu! Hãy để cho nhân gian trần gian làm công việc rửa mồm cho Thi Sĩ. Ồ! Cái bọn chẳng hiểu gì!!!

1. Đặng Đình Hưng. Đã dẫn.

Dùng gì đến 50 gói kẹo? Còn chi là răng với lợi! Nhưng vấn đề là, 50 tuổi Thi Sĩ đã rụng hết răng, chỉ còn lợi. Còn lợi là có lời!

> *"hễ mưa, một cái túi to*
> *tôi ra đường vồ sẹo*
> *tôi, 50 tuổi rồi*
> *50 khá*
> *50 tồi*
> *50 lời*
> *50 lưỡi zao cạo*

Vậy:

> *tôi vẫn cần zùng*
> *đúng 50 đôi môi*[1]

Bé thơ bé thơ. Ra đường vồ kẹo. 50 tuổi. Đặng Đình Hưng Thơ ra đường vồ SẸO. Thi Sĩ trẻ lại giữa SẸO và KẸO. Dao cạo chỉ là để dành. Cho một Cắt Chia Môi Miệng. Do Lời Nói chẳng khi nào Có Bao Giờ đủ nghĩa. Và Lời Thơ thì ô hô lại càng phiền phức tạp vô cùng. Khó bề lí giải với 50 lưỡi dao cạo về cái Khá 50. Cái Tồi 50. Nhưng cái Lời (Lỗ) 50 thì dường như có thể giãi bày đôi chút.

Con số 50 là một ám ảnh. Con số 80 bỗng thành trò chơi. Những con 40 hay 42 chỉ là những trạm dừng đổ xăng uống trà và xơi kẹo. Lại KẸO hay là SẸO. Những vết SẸO trên đường THƠ?

Và những con số THƠ.

> *"Thật đấy! cứ là bẻ đôi*
> *Thế kỷ ơi! lại đây ta zắt đi chơi*
> *Cõng thóc tôi về cây 91*
> *kilômét 1*
> *91 lần mất*
> *mất tuột*

---

1. Đặng Đình Hưng. Đã dẫn.

Ai cũng buồn cười
cái chai cũng buồn cười
....
91 lần thôi bú
91 lần tôi đứng đến gout tôi zẫn tôi đi chơi lon ton vào một cái chợ
toàn hoa zâm bụt
 91 lần bắt được
 91 lần chật ních, hích, răng rụng hết, cầm lên bằng mắt rứt rứt...
Vậy, ngã tư 91
  tuổi lên 1
   tôi khóc
91 lần thuốc lá,
   trầm ngâm.....
91 lần tha thứ hẳn!"[1]

91 hay lên 1 thì cũng đều hay khóc hay tủi thân! Và 91 hay lên 1, thì cũng đều có những món mà "chỉ có thể cầm lên bằng mắt và rứt rứt"... Lại nữa, 91 hay lên 1, thì cũng đều có những cái sợ...

"Nhưng đã có ai 91 lần không y hẹn
  91 lần sợ
  những cái ngăn ngắn
  sợ tắm!"[2]

91 lần không y hẹn là một sự thề nguyền trầm trọng. Điều này có gì như không ổn! Vì những gì trầm trọng không tồn tại (ỷ lại) vào tuổi 91 và tuổi lên 1.

Đặng Đình Hưng Phản Lão Hoàn Đồng? Không, Lão Già cũng chính là Bé Thơ và do đó, cuộc truy tìm Thơ phải chăng là cuộc truy tìm Sự Tinh Khiết Đầu Tiên?

---

1. Đặng Đình Hưng. Đã dẫn.
2. Như trên.

"Chào đi! tôi trở về lên 1,

những hạt đỗ trắng, đen rơi quanh cái gối gỗ đầu jường
xuống sàn và mọc mầm, kệ tổ tổ đứa bé cứ việc đái zầm
đêm đau thương không để cách đêm phải hâm lên mới zùng
được."[1]

Tuổi lên 1 đái dầm và đêm đau thương. Nghe chừng như trái chướng. Nhưng đó là nỗi Thật thê thiết của Con Người. Nhất là một Con Người Thơ!

Những hạt đỗ Trắng và Đen những sự Đúng và Sai? Nhưng thực ra có gì Đúng và có gì Sai giữa Một Cõi Thơ Mênh Mông?

Điều nhất thiết đầu tiên và cuối cùng là Thơ cứ phải là Thơ trước đã.

Còn lại là Hư Vô Nghĩa Lý!

Cuộc hoan lạc Thơ thắp nến đi Một Mình giữa Đêm Trung Thu Thi Sĩ và Chỉ Một Mình.

"Lên 1 tuổi vườn hoa vừa zẫn người nhà đi bệnh viện
cái Bến lạ của tình bạn tình vợ nợ nan và lòng can đảm thật bình
thường
song song với mồm cái vòi ấm cứ ngồi xem và buồn cười
những khuôn mặt xếp hàng thợ cạo chìa ra yên trí cạo fẳng lì
những cái sẹo của thời jan đã xóa cùng lố nhố
những khoai tây ngược xuôi đi tìm
Bến lạ
jữa buồng mình"[2]

"cái Bến lạ của tình bạn tình vợ nợ nan và lòng can đảm bình thường". Đặng Đình Hưng xưng gọi những "cái bình thường thế tục" đó là

---

1. Đặng Đình Hưng. Đã dẫn.
2. Đặng Đình Hưng. Đã dẫn.

lòng can đảm! Tôi lại thấy lòng can đảm thực sự khi "song song với mồm cái vòi ấm cứ ngồi xem và buồn cười". Ôi cái vòi ấm. Biểu tượng của hiếu chiến gây hấn chiếm đoạt xâm lăng xâm lược cò kè gùn ghè gây sự và đủ thứ nhiêu khê.

Làm sao khế hiệp được cái vòi ấm và Tấm Bảng Đen Hồi Tố Của Tâm Thức?

Bến Lạ. Giữa buồng mình trên đầu giường quen. Hay Bến Lạ nằm trong Cái Vòi Ấm song song với Cái Mồm?

Cách cuối cùng và duy nhất, theo tôi là phải biến hóa sao cho "cái vòi ấm" thành "Thỏi Phấn" để Viết Ra Thơ.

Cách này đến nay vẫn còn là một bí truyền hay đã thất truyền.

Virginia, Dec 07, 2004

NGHỆ THUẬT PHÊ BÌNH "LIẾC NHÌN" VÀ NHỮNG PHƯƠNG PHÁP "TRANH CÔNG"

BÀI MỘT

Tất cả tài liệu tôi sử dụng trong bài viết này là do trích ra ở bài "Bàn Về Nghệ Thuật Phê Bình "Liếc Nhìn" Với Nhà Tố Hữu Học Nguyễn Văn Hạnh" (xin gọi tắt trong bài viết của tôi là "Bàn Về Nghệ Thuật Liếc Nhìn"), từ cuốn "Văn Học - Phê Bình, Nhận Diện" của Trần Mạnh Hảo.

Trần Mạnh Hảo viết "Bàn Về Nghệ Thuật Liếc Nhìn" là do sau khi đọc bài "Mấy Suy Nghĩ Về Phê Bình Văn Học" của Nguyễn Văn Hạnh. Trong bài của Nguyễn Văn Hạnh, (tác giả cuốn sách "Thơ Tố Hữu - Tiếng Nói Đồng Ý, Đồng Tình, Đồng Chí" dày 250 trang do nhà xuất bản Thuận Hóa in năm 1985 đã đem về cho tác giả danh vị "Nhà Tố Hữu Học". Nguyễn Văn Hạnh lại từng giữ những chức vụ khá quan trọng trong guồng máy CSVN như: Viện Trưởng Viện Đại Học, Thứ Trưởng Bộ Giáo Dục & Đào Tạo, Phó Ban Văn Hóa Văn Nghệ Trung Ương Đảng v.v...) đã đưa ra một báo động cho nền văn học xã hội chủ nghĩa Việt Nam về một lối phê bình văn học mà Nguyễn Văn Hạnh gọi tên là "Liếc Nhìn". Theo Nguyễn Văn Hạnh tức là loại phê bình cơ hội, xu thời, nịnh hót cốt kiếm ghế ngồi, kiếm chức vụ, kiếm bổng lộc v.v... Nguyễn Văn Hạnh cho rằng lối phê bình "Liếc Nhìn" này "tiềm tàng một nguy cơ đối với nền văn học." Nguyễn Văn Hạnh viết:

"Liếc nhìn những người có quyền, có tiền, nhằm một lợi lộc, một ân huệ nào đó, thì anh chỉ làm rối tình hình, làm vẩn đục không khí văn chương, học thuật mà thôi". (Trần Mạnh Hảo, Văn Học - Phê Bình,

Nhận Diện, nxb Văn Học 1999. Bài: Bàn Về Nghệ Thuật Phê Bình "Liếc Nhìn"...Trang 439 & 440)

Trần Mạnh Hảo nộ khí xung thiên vì bài "Mấy Suy Nghĩ Về Phê Bình Văn Học" báo động nền phê bình "Liếc Nhìn" này của Nguyễn Văn Hạnh đăng trên Thế Giới Mới số 360 ra ngày 1/11/1999, bèn ra tay "Bàn Về...."

Do đó, bài viết của tôi sẽ chia làm hai phần: Phần Một về Nguyễn Văn Hạnh và "Thơ Tố Hữu - Tiếng Nói Đồng Ý, Đồng Tình, Đồng Chí,"; và Phần Hai về Trần Mạnh Hảo và lối phê bình "Thơ Tố Hữu - Tiếng Nói Đồng Ý, Đồng Tình, Đồng Chí" của Nguyễn Văn Hạnh.

PHẦN MỘT:

Nguyễn Văn Hạnh và "Tiếng Nói Đồng Ý, Đồng Tình, Đồng Chí".

Về phần này, tôi xin phép sẽ phải trích dẫn khá dài dòng để giúp quý bạn đọc đầy đủ những dữ kiện khả dĩ có thể thấu đáo được sự việc. Phần tuyển lọc những điều son sắt tôi sắp trích dưới đây là do Trần Mạnh Hảo đã trích lại của Nguyễn Văn Hạnh. Tôi không có cuốn "Tố Hữu - Tiếng Nói Đồng Ý, Đồng Tình, Đồng Chí", nên không còn chọn lựa nào khác. Xin bắt đầu trích:

"Thơ Tố Hữu đã chiếu tỏa ánh sáng lên cả nền văn học Việt Nam, đã trở thành tài sản tinh thần chung của dân tộc ta"... "Nhìn ra đằng trước có ngọn cờ chói lọi của Tố Hữu"... "Đi vào thế giới thơ Tố Hữu, ta thấy mình đang ở đỉnh cao tư tưởng của Đảng, ở những mũi nhọn cuộc sống lớn của dân tộc và thời đại"... "Thơ Tố Hữu có thể vươn tới đỉnh cao tư tưởng của thời đại mà vẫn không cắt đứt với truyền thống của dân tộc, hiện đại mà cổ điển"... "Thơ Tố Hữu mang ý nghĩa điển hình sâu sắc của cách mạng và văn nghệ Việt Nam. Ở đây nói đến sự thống nhất giữa thơ và cách mạng chuyển hóa lẫn nhau, thơ và cách mạng thực chất chỉ là một"... "Thơ Tố Hữu một bước phát triển mới có ý nghĩa thời đại"... "Đem đến cho đời và cho thơ ta một thái độ sống mới"... "tác dụng mở đường và dẫn đầu của Tố Hữu trong thơ Việt Nam"... "Hoàn thành cả một loạt bài thơ xuất sắc"... "Sức mạnh

tổng hợp của thơ Tố Hữu là sức mạnh tổng hợp của các yếu tố tư tưởng và
tình cảm, hình ảnh và nhịp điệu, nhưng cái động lực sâu xa của sức mạnh
này chính là tình cảm"... "Tố Hữu được thừa nhận một cách chính đáng
là người mở đường và trong nhiều năm nay vẫn là người dẫn đầu nền văn
nghệ cách mạng Việt Nam"... "Góp phần to lớn vào việc bồi dưỡng tâm
hồn con người Việt Nam"... "Công đầu trong sự nghiệp xây dựng nền văn
nghệ cách mạng"... "Thơ Tố Hữu không đọc vội được, đọc vội sẽ không thể
nào thấy hết nội dung giá trị thật của bài thơ, dụng ý của tác giả"... "Thơ
Tố Hữu vừa say mê lại vừa tỉnh táo, vừa tự nhiên, liền mạch, lại vừa sáng
sủa, cân đối"... "Ở Tố Hữu, cái đẹp của cuộc đời đã hòa làm một với trái tim
yêu thương, và ca ngợi biến thành CA HÁT..." "Tố Hữu đã phản ánh trong
thơ mình những vấn đề lớn của dân tộc, của thời đại"... "Hồn thơ của Tố
Hữu kết hợp được một cách khá nhuần nhị chất tình cảm và trí tuệ, vừa đằm
thắm, ngọt ngào, lại vừa tỉnh táo sáng suốt"... "Nhà thơ thừa hưởng của
cách mạng và của truyền thống dân tộc, nhưng cũng là kết quả những cố
gắng lớn lao và liên tục của nhà thơ, nhất là từ sau cách mạng tháng Tám, để
có được một tiếng nói thơ cách mạng phù hợp với dân tộc mình"... "Tố Hữu
là người có nhiều thơ hay"... "Sức mạnh nghệ thuật ấy không phải nghệ sĩ
nào cũng có thể đạt được"... "Thơ Tố Hữu giống như một bộ biên niên sử
độc đáo của cách mạng Việt Nam"... "Một đóng góp quan trọng của thơ anh
vào nghệ thuật thơ ta hiện nay"... "Chỗ mạnh của Tố Hữu là sức suy nghĩ
về những vấn đề tư tưởng lớn, sự nắm bắt nhanh nhạy những vấn đề cốt lõi
và có tính thời sự nóng hổi. Sự tích lũy của anh về lý tưởng, về tâm hồn là
một sự tích lũy lâu dài, thật sự có tiềm lực. Được tiếp sức bởi những kỷ niệm,
những ấn tượng tươi tắn, tiềm lực tư tưởng tâm hồn đó sẽ tạo nên những
hiệu quả nghệ thuật đặc sắc"... "Những cái mốc mới trong thơ Tố Hữu"...
"Đứng vững với thời gian"... "VIỆT BẮC đã đạt đến một độ chín hiếm có về
tư tưởng và tình cảm, một sự điêu luyện bậc thầy về nghệ thuật"... "Tố Hữu
đã đạt đến một thứ cổ điển mới với câu thơ lục bát truyền thống"... "Thơ Tố
Hữu ngọt ngào nhuần nhị như ca dao"... "Tố Hữu có biệt tài viết những câu
thơ bình dị, tự nhiên, mà cứ in mãi trong tâm trí người đọc"... "Một trong
những bài thơ hay nhất trong nền thơ hiện đại của chúng ta... Bài thơ gồm
150 dòng, viết theo thể lục bát, là một sự phát triển độc đáo và sáng tạo thơ
ca dân gian, rất cổ điển mà cũng thật sự mới mẻ trong nhịp điệu và giọng

thơ"... "Ta Đi Tới là một thành công lớn của Tố Hữu"... "Nhà thơ mở đầu của nền văn nghệ kháng chiến"... "Tố Hữu thật sự đã trở thành một nghệ sĩ bậc thầy và đã góp phần quyết định vào sự hình thành và phát triển nền thơ cách mạng của chúng ta không chỉ trong thời kỳ kháng chiến mà lâu dài về sau"... "Cần được nghiên cứu một cách toàn diện và công phu"... (Trần Mạnh Hảo, Văn Học - Phê Bình, Nhận Diện, nxb Văn Học 1999. Bài: Bàn Về Nghệ Thuật Phê Bình "Liếc Nhìn". Trang 444-446)

Chắc rằng có quý vị đang thở phào sau khi tôi ngưng phần trích! Chúng ta vừa đi lạc vào một mê đồ chữ nghĩa của sự nịnh bợ một cách si dại Nguyễn Văn Hạnh. Với hơn hai trang sách được Trần Mạnh Hảo bỏ công nhặt nhạnh gom lại từ trong cuốn "Thơ Tố Hữu - Tiếng Nói Đồng Ý, Đồng Tình, Đồng Chí", Nguyễn Văn Hạnh tỏ ra chẳng có vốn liếng chữ nghĩa là bao nhiêu trong công trình tâng bốc đàn anh lãnh tụ. Nhiều câu, ý trùng lập được nhắc đi nhắc lại một cách xun xoe lố bịch!

Cái thứ thơ tỏa chiếu ánh sáng lên cả nền văn học Việt Nam và trở thành tài sản tinh thần chung của dân tộc ta lại bị cản đường bởi ngọn cờ chói lọi phía trước của chính mình là vậy! Thế giới thơ Tố Hữu với đỉnh cao tư tưởng Đảng lại chính là những mũi nhọn của cuộc sống lớn của dân tộc và thời đại. Như vậy, cuộc sống lớn của dân tộc và thời đại dưới chủ nghĩa của Đảng Cộng Sản Việt Nam bị treo tòng teng trên đầu những mũi nhọn... là chuyện thấy rõ, thấy đã lâu và còn thấy dài dài.

Chẳng biết cái thứ đỉnh cao tư tưởng của thời đại theo Nguyễn Văn Hạnh nó ra sao, nhưng nó cứ nhất định không cắt đứt với truyền thống của dân tộc... và nó biến thành thứ quái thai hiện đại mà cổ điển.

Tôi đã từng viết rằng bốn chữ "Truyền Thống Dân Tộc" vốn là kẻ thù không đội trời chung của những gì gọi là văn minh tiến bộ hiện đại. Sự se duyên của cái gọi là Truyền Thống Dân Tộc theo kiểu Nguyễn Văn Hạnh với Thời Đại Tính là một cuộc ép duyên đáng buồn mửa và chẳng có tí gì logic! Người ta chẳng thể nào dắt con trâu đang kéo cày ra khỏi lũy tre xanh cây đa đầu làng để bay vào vũ trụ hoặc tạo nên những giao tiếp liên hành tinh. Đã hiện đại thì đừng hòng cổ điển. Những thứ mang tên Neo này Neo nọ như Neo Realism chẳng hạn, nó mang một tính chất khác, bởi vì nó là nghệ thuật. Không có bất cứ thứ nội lực siêu nhiên hoặc phép lạ thần tích nào có thể làm được cùng lúc hai công việc: Vừa bám chặt theo đuôi con tuấn mã của văn minh tiến bộ thế giới, vừa ì ạch đội trên lưng cái truyền thống dân tộc của bốn năm nghìn năm văn hiến văn hóa rã rời! Con người Việt Nam đã đến lúc phải biết sắp xếp, món nào chỉ nên để chưng trong tủ kính phòng khách làm vật trang trí khoe mẽ, và món nào cần mang ra bày ở cửa hàng trong cuộc sinh tồn của vấn đề tiến bộ và kinh tế. Cái "Dân tộc Tính" của Việt Nam nó luôn là kẻ thù đối đầu với "đỉnh cao tư tưởng của thời đại". Mà theo Nguyễn Văn Hạnh thì thơ của Tố Hữu cái cốt lõi là "vươn tới đỉnh cao tư tưởng của thời đại mà lại vẫn không cắt đứt với truyền thống của dân tộc" thì đây chỉ là một lối cường điệu ngu ngốc để làm vừa lòng Đảng mà thôi!

Vả lại, cũng chính Nguyễn Văn Hạnh sau đó khẳng định tiếp: "Thơ Tố Hữu mang ý nghĩa điển hình sâu sắc của cách mạng và văn nghệ Việt Nam..." Thì, cái điển hình và sâu sắc của văn nghệ Việt Nam chẳng thể nào có ăn nhằm nhò gì đến đỉnh cao tư tưởng của thời đại. Và cái loại "thơ và cách mạng thực chất chỉ là một" của Tố Hữu thử hỏi ngoài giá trị thực tiễn trong thời chiến tranh để củng cố tinh thần nội bộ và để xúi bẩy con người ta đi vào cõi chết, nó còn giá trị gì ngoài giá trị của tuyên truyền bích chương khẩu hiệu?

Nguyễn Văn Hạnh và những người cầm bút dưới chế độ Cộng Sản Việt Nam rất mê cuồng hai chữ "thời đại". Nhưng vấn nạn là dường như họ không bao giờ khẳng quyết giùm cái "thời đại" mà họ muốn nhắc tới là "thời đại" nào... Sự mập mờ này dẫn dắt người sính viết hai chữ "thời đại" do thoạt kỳ thủy là chỉ muốn đánh lừa người đọc, dần dà là đánh lừa chính kẻ viết ra nó.

"Thơ Tố Hữu một bước phát triển mới có ý nghĩa thời đại." Vậy thì cái bước phát triển mới đó ra sao? Hay những luận văn lục bát của Tố Hữu vẫn tiếp tục trên vần U thì dưới vần Ù, và vẫn chỉ là những câu vè nửa ngô nghê, nửa sắt máu để dễ lôi cuốn những con người nông dân chất phác ít học?

May là cái tác dụng "mở đường và dẫn đầu" của Tố Hữu trong thơ Việt Nam khi nhìn sau lưng ông Tố này, chả thấy có mấy người bị gậy đi theo còn hiện diện và tồn tại.

Dường như Nguyễn Văn Hạnh dù cố gắng tận lực moi tìm số vốn chữ nghĩa loại thổi ống đu đủ cũng chỉ có được bấy nhiêu, nên lắm lúc đã líu lưỡi hoặc lậm bút mà viết ra những câu đầu ngô mình khoai rằng "Hoàn thành cả một loạt bài thơ xuất sắc"... Với những lời cung nghinh trước đó thì cung cách của Tố Hữu phải là cứ một cái vẫy tay, phải tung ra những ngọc ngà châu báu có thơ chứ sao lại chỉ có "hoàn thành cả một loạt những bài thơ hay"... Nếu chỉ lâu lâu hoàn thành được một "mảng" hay một "chùm" thơ gọi là hay, thì công lao khai sơn phá thạch mở đường cho nguyên cả một dòng thơ hóa ra chỉ là thậm xưng và lừa đảo?

Nếu sức mạnh tổng hợp trong thơ Tố Hữu, theo Nguyễn Văn Hạnh đó là sự giao thoa giữa các yếu tố tư tưởng với tình cảm, hình ảnh với nhịp điệu... Nhưng động lực sâu xa của sức mạnh này lại là tình cảm... Vậy thì, khi Tố Hữu làm thơ khóc Stalin có thể lý giải như sau: Tố Hữu liếm láp những cặn bã của tư tưởng Stalin rồi nhồi nhét vào đó căng đầy cái gồng mình tình cảm của mình để biểu dương ra thành thơ. Chu kỳ hình thành một bài thơ của Tố Hữu vô hình chung khá giống chu kỳ hình thành của các thứ thải ra từ con người: Thử thay thế tư tưởng bằng thức ăn và tình cảm bằng những dịch vị tiêu hóa trong cơ thể một con người. Cái món thành tựu cuối cùng của thơ Tố Hữu là vậy sao?

Nhà Tố Hữu học Nguyễn Văn Hạnh luôn có cung cách mập mờ đánh lận. Khi Nguyễn Văn Hạnh viết là "Tố Hữu được thừa nhận một cách chính đáng là người mở đường và trong nhiều năm nay vẫn là người dẫn đầu nền văn nghệ cách mạng Việt Nam..." Nguyễn Văn Hạnh đã đánh lờ không nói rõ những ai đã thừa nhận một cách chính đáng về Tố Hữu. Và khi dẫn đầu nền văn nghệ Việt Nam thì Tố Hữu đã dẫn đầu bằng chức vụ Phó Thủ Tướng hay Thú Tướng Văn Hóa gì đó, hoặc đã dẫn đầu bằng tài năng vì được đa số những người cầm bút khác tôn xưng như là một thứ lãnh tụ văn nghệ theo kiểu Nhất Linh Tự Lực Văn Đoàn ngày xưa?

Như vậy, công việc góp phần to lớn vào việc bồi dưỡng những tâm hồn con người Việt Nam của Tố Hữu bắt đầu ở điểm nào và đã dừng lại ở điểm nào? Bao nhiêu tâm hồn tuổi trẻ Việt Nam thời đó đã vì tin vào những bài thơ bịp bợm của Tố Hữu như bài Chiến Thắng Điện Biên, rồi lăn vào chỗ chết và những ai sống sót lại tiếp tục bị đày đọa hàng bao nhiêu năm trời trong bàn tay âu yếm của Đảng.

Cái công của Tố Hữu, của thơ Tố Hữu là cái công chỉ có với Đảng và nhà nước. Và không như Nguyễn Văn Hạnh viết, thơ Tố Hữu rất nguy hiểm cho những người đọc nó vội vàng, cứ tưởng tác giả đã viết những dòng thơ bằng tấm lòng trái tim và sự rung động chân chính... Chứ nếu đọc kỹ, biết được "dụng ý" của Tố Hữu thì tôi tin rằng nhiều việc đã phải khác đi...

Những màn kịch kệch cỡm của Tố Hữu lại vô tình được Nguyễn Văn Hạnh lý giải khi tận tình tung hô thơ Tố Hữu!

Vì quả tình Tố Hữu đã đóng vai say mê trong trò chơi dùng chữ nghĩa củng cố Đảng một cách hết sức tỉnh táo có "dụng tâm" và kế hoạch. Trong cái tự nhiên, liền mạch, lại vừa sáng sủa của thơ Tố Hữu là cả một công trình dàn dựng để biến thơ thành một thứ khẩu hiệu dễ nhớ và dễ nuốt để ru con người vào chốn hôn trầm. Vào thời đại đó, với những tình huống xã hội và đất nước như vậy, Tố Hữu đã dễ dàng thành công trong nhiệm vụ tìm những con vật tế thần cho Đảng: Hầu như cả một thế hệ tuổi trẻ đã bị Tố Hữu cho vào xiếc. Chàng tuổi trẻ gan dạ trên chiếc đu dây đã chẳng thể nào biết sợi dây đu trông xù xì chắc nịch, nhưng lại rỗng ruột bên trong và có thể đứt phăng bất cứ lúc nào!

Nguyễn Văn Hạnh luôn nhắc nhở trong thơ Tố Hữu có "sức mạnh" là vậy! Những điều tâng bốc ngô nghê liên tục được Nguyễn Văn Hạnh lập cập lập cà nhắc đi nhắc lại:

"Nhà thơ thừa hưởng của cách mạng và của truyền thống dân tộc... Sức mạnh nghệ thuật ấy không phải nghệ sĩ nào cũng có thể có được..." Lại vẫn cách mạng và truyền thống dân tộc! Nếu Việt Nam có một chút truyền thống dân tộc nào đó, thì chính cuộc cách mạng của Đảng Cộng Sản Việt Nam là thủ phạm đã tàn phá triệt hạ cái truyền thống đó đi. Bởi vì, chẳng thể nào cuộc cách mạng vô sản ăn theo của Cộng Sản Việt Nam lại có thể chấp nhận bất cứ thứ truyền thống nào ở bên ngoài lý thuyết và tính chủ nghĩa của nó.

Những câu tụng ca ngô nghê của Nguyễn Văn Hạnh thì đầy ra đấy! "Tố Hữu đã đạt đến một thứ cổ điển mới với câu thơ lục bát truyền thống.. Thơ Tố Hữu ngọt ngào nhuần nhị như ca dao".... Cổ điển mới, truyền thống lục bát... là như thế nào? Phải chăng thơ Tố Hữu nó giống như sự đổi mới hay cởi trói của Đảng... Vừa cởi vừa trói... Vừa mới đổi lại đổi mới và cuối cùng xả quần trở về chỗ cũ!!!

"Tố Hữu thật sự đã trở thành một nghệ sĩ bậc thầy và đã góp phần quyết định vào sự hình thành và phát triển nền thơ cách mạng của chúng ta không chỉ trong thời kỳ kháng chiến mà dài lâu về sau".

Những phần nghệ sĩ bậc thầy và góp phần quyết định này nọ thì chỉ là những sáo ngữ rổn rảng nói cho có. Nguyễn Văn Hạnh chỉ cho tôi đi cái nền thơ cách mạng dài lâu?

Nhưng cuối cùng, nhà Tố Hữu học đã làm một công việc hết sức dại khờ là Nguyễn Văn Hạnh đã viết như sau:

"(thơ Tố Hữu) Cần được nghiên cứu một cách toàn diện và công phu..."

Có lẽ Trần Mạnh Hảo đã vì lời khuyên này của Nguyễn Văn Hạnh nên mới ra tay nghiên cứu thơ Tố Hữu một cách toàn diện và công phu hơn Nguyễn Văn Hạnh. Xem ra, danh vị nhà Tố Hữu học của Nguyễn Văn Hạnh không khéo lại mất vào tay Trần Mạnh Hảo cũng là điều chẳng có chi phải ngạc nhiên!

Virginia, Nov 24 , 2003.

BÀI HAI

PHẦN HAI:
TRẦN MẠNH HẢO
VÀ NHỮNG PHƯƠNG PHÁP TRANH CÔNG

"Tiếng Nói Đồng Ý, Đồng Tình, Đồng Chí" của Nguyễn Văn Hạnh về thơ Tố Hữu đã không được Trần Mạnh Hảo "đồng ý". Trần Mạnh

Hảo có thể "đồng tình" với Nguyễn Văn Hạnh trên những căn bản "khuôn mẫu" do Đảng đề ra... Và thái độ "đồng chí" của Trần Mạnh Hảo cũng rất ư vừa phải... để không quá ư lộ liễu cái đuôi của sự "tranh công".

Trong một chiêu tưởng như là "đánh không cần nhắm", theo kiểu "trúng ai nấy chịu", nhưng kỳ thực Trần Mạnh Hảo biết rất rõ những đối tượng mà ông nhắm vào. Tất nhiên, bằng chiêu thức này, Trần Mạnh Hảo tự khẳng định loại trừ mình ra khỏi nền phê bình "liếc nhìn". Ông viết:

"Thực ra, những nhà văn học nào từng "liếc nhìn những người có quyền" để viết kiếm ân huệ, lợi lộc xưa nay đã tự lộ diện, tuy không nói ra nhưng ai ai trong giới văn học cũng đã biết. Thậm chí có người còn viết cả một cuốn sách hết lời tụng ca thiên tài của ông kia, bà nọ vì những động cơ phi văn học chẳng dấu được ai. Đến khi "nhân vật" được khen ngợi không còn quan trọng nữa, nhà phê bình theo trường phái "liếc nhìn" kia bèn núp dưới bảng hiệu khá mỹ miều khác có tên là "đổi mới" để phản thùng, phản tỉnh nói ngược lại; rằng cái tôi từng khen lên mây một thời, cái mà vì nó tôi được chức vụ, học hàm, bổng lộc kia chung quy cũng chỉ là thứ văn học nhiệm vụ, văn học nhất thời, văn học cán bộ, văn học phương tiện, văn học quan phương, văn học phải đạo... không phải văn học thứ thiệt, văn học của chính mục đích muôn đời. Rồi nhà phê bình "liếc nhìn" kia khuyên mọi người nên thành tâm sám hối chờ trời trở gió (!)" (Trần Mạnh Hảo, Văn Học - Phê Bình Nhận Diện, NXB Văn Học 1999, bài "Bàn Về Nghệ Thuật Phê Bình "Liếc Nhìn" Với Nhà Tố Hữu Học Nguyễn Văn Hạnh". Trang 440)

Chỉ một đoạn văn ngắn, mang giọng điệu phẫn uất chua chát (chẳng biết cố ý hay... thực tình!), Trần Mạnh Hảo hầu như đã vẽ ra được diện mạo của nền văn học "phải đạo" trong bàn tay chăm sóc của Đảng và Nhà Nước. Nhờ đoạn văn này, chúng ta, những người Việt lưu vong sẽ hình dung được tính chặt chẽ của sự sáng tạo và phê bình trong lãnh vực văn học. Những tiêu đề văn học như "văn học nhiệm vụ", "văn học nhất thời", "văn học cán bộ", "văn học phương tiện", "văn học quan phương", "văn học phải đạo"... giúp chúng ta "ngộ ra" từ ngòi bút của một nhà thơ, nhà văn, nhà phê bình tầm cỡ của nền văn hóa Việt Cộng Hiện Đại, cái cốt lõi của văn học theo "chỉ đạo" của Đảng nó ra làm sao...

Những ngòi bút "nhanh tay" có cái lợi nhưng đồng thời cũng "bất cập hại". Với tình hình "biết ra sao ngày sau" của Đảng và Nhà nước Việt Cộng gần ba mươi năm qua, những người cầm bút có khả năng "nhanh tay" dưới chế độ chẳng ai thoát khỏi phải một lần "sám hối" vì "trời trở gió"...

Trần Mạnh Hảo, một trong vài cây bút cự phách của thủ pháp nhanh tay, chẳng phải đã "sa lầy" vì đã tin vào gió Đông Nam nên mới viết truyện dài "Ly Thân" đó sao? Cuốn "Ly Thân" đã một thời làm nên tên tuổi Trần Mạnh Hảo với người đọc lưu vong tị nạn hải ngoại... Nhưng sau khi Trần Mạnh Hảo "hối hận", quỳ xuống dâng đao xin tái "quy phục" Đảng, "tái kết hôn" với sự "chỉ đạo văn học" của Nhà Nước Việt Nam Xã Hội Chủ Nghĩa, thì "Ly Thân" bị chính tác giả là người muốn quên nó đi, muốn nó phải chi chưa từng bao giờ hiện diện trong thế giới chữ nghĩa văn chương...

Đảng mập mờ bật đèn xanh "văn học cởi trói" năm 1986... Trần Mạnh Hảo viết xong "Ly Thân" tại Nhà Sáng Tác Đà Lạt, thành phố Hồ Chí Minh ngày 25 tháng Tám năm 1987... Nhà xuất bản Đồng Nai in "Ly Thân" trong nước. Đến năm 1990, nhà xuất bản Thời Văn của nhóm Hợp Lưu Khánh Trường ở hải ngoại in lại "Ly Thân"... Đó là những ngày tháng Trần Mạnh Hảo sống trong sự... vinh quang của nghề viết... phản kháng.

Rồi đột nhiên, Trần Mạnh Hảo hiện nguyên hình là một con tắc kè... đổi màu chuyên chính. Ông bắt đầu ra tay tấn công những cây bút "cấp tiến" hoặc "đổi mới" hay "phản kháng"... Ông trở lại tận tình phục vụ nền văn học chỉ đạo của Đảng và Nhà Nước. Ông đánh phá lung tung bằng tất cả những thể loại chữ nghĩa mà ông có thể viết... để chứng minh sự nhiệt tâm và tấm lòng trung kiên của ông với chế độ.

Cuối cùng, Trần Mạnh Hảo chạy đàng nào cũng không thoát khỏi bàn tay vuốt ve của Đảng. Đảng ra hư chiêu "đổi mới" và "cởi trói" văn học... Chẳng khác nào Đảng xác định là "văn học" từ lâu nay vốn nằm trong sợi dây thòng lọng của Đảng... Đảng nói dây ra bảo: "Thở đi"... Trần Mạnh Hảo vội vàng thở chẳng kịp nghĩ suy điều nghiên. Thì ra đây chỉ là đòn thăm dò của Đảng để thử bụng dạ xem anh chị nào trong cái đám cầm bút có mầm phản trắc, chê bai Đảng... Trần Mạnh Hảo lọt lưới. Trần Mạnh Hảo thở... sai nguyên tắc giới điều của Đảng. Những con cá lọt lưới như Trần Mạnh Hảo, sau đó chỉ còn nước "chịu phép rửa tội" của Đảng lần thứ nhì để mong sinh tồn và tiếp tục thở... cầm chừng trong sự chu cấp dưỡng khí theo tiêu chuẩn Đảng.

Để đoái công chuộc tội, Trần Mạnh Hảo cần có chiêu thức mới. Chiêu thức mới, phải gọi là tuyệt chiêu hay độc chiêu của Trần Mạnh Hảo là hạ thủ ngay cả với những tay công bộc của nền văn học "chế độ"... Trần Mạnh Hảo tìm đủ mọi cách để lý luận là những anh công bộc này tuy có hết lòng "phục vụ" Đảng và Nhà Nước, nhưng đã không nắm vững vấn đề, đã không thấu đáo chủ trương của Đảng và Nhà Nước.... Nên viết như vầy, phê bình như vầy như vầy... là vô hình chung nặng thì phá hoại, nhẹ thì cũng làm sai lệch chính sách của Bộ Chính Trị Và Tư Tưởng của Đảng Ta.

Chiêu thức mới của Trần Mạnh Hảo được áp dụng bây giờ với nhà Tố Hữu Học Nguyễn Văn Hạnh.

Tiếp theo đoạn văn "phẫn uất chua chát" trên, Trần Mạnh Hảo mưu đầu bằng một đoạn rào mà những ai chưa từng quen đọc ông, sẽ tưởng lầm là Trần Mạnh Hảo đang "đôn bi" nhà Tố Hữu học Nguyễn Văn Hạnh. Nhưng đây lại cũng là một chiêu thức khác của ông. Trần Mạnh Hảo giả vờ kê khai những thành tích chức vụ của Nguyễn Văn Hạnh, chỉ để khẳng định một điều là ông Nguyễn Văn Hạnh này nắm nhiều quyền chức nặng ký, nhưng thực chất thì "danh bất xứng kỳ... tài", và "tài bất xứng kỳ... chức"! Tức là cái danh lớn hơn cái tài, và cái tài tất nhiên thì... nhỏ, không xứng với những cái chức to như thế. Xin đọc:

"GS Nguyễn Văn Hạnh quả là người nhìn xa trông rộng nên ông mới viết bài báo động về nạn phê bình "Liếc nhìn" phi văn học kia. Rằng gương tày liếp còn treo đó, ví như có vị mới ngày nào còn "Liếc nhìn những người có quyền" trong nước để viết phê bình, thậm chí viết cả một chuyên luận tụng ca, nay nghe Đông Âu, Liên Xô đổi gió bèn "Liếc nhìn" sang phương

Tây để "đổi mới". GS Nguyễn Văn Hạnh là người không chỉ có uy tín trong giới, một người thận trọng, chín chắn từng giữ nhiều cương vị khá quan trọng như Viện trưởng viện đại học, Thứ trưởng Bộ Giáo Dục & Đào Tạo, Phó Ban Văn hóa văn nghệ trung ương đảng, nên phàm việc gì ông kịp thời báo động thì ắt đã từng xảy ra, đã từng là mối nguy cơ đe dọa nền văn học chân chính ví như cái họa phê bình "Liếc nhìn những người có quyền, có tiền, nhằm một lợi lộc, một ân huệ nào đó". GS Nguyễn Văn Hạnh quả tình đã từng đi guốc trong bụng đám phê bình "Liếc nhìn" từ độ nó còn núp trong vỏ bọc thiêng liêng của những khái niệm tính đảng, tính giai cấp, tính nhân dân... để cốt thực hiện những thứ tính... toán vụ lợi khác. Một người đã lớn tiếng lên án trường phái phê bình kiếm chác này như GS Nguyễn Văn Hạnh dĩ nhiên là chẳng bao giờ vừa viết vừa "Liếc nhìn" ai cả, dù người đang được ông ca ngợi kia có làm to mấy đi chăng nữa, thì ông vẫn cứ chỉ cặm cụi "liếc nhìn" vào chính trước tác của người ấy mà viết bằng ruột, bằng gan mình thôi. Chúng tôi muốn nói đến tập phê bình văn học: "Thơ Tố Hữu - Tiếng Nói Đồng Ý, Đồng Tình, Đồng Chí" dày 250 trang của GS Nguyễn Văn Hạnh, do nhà xuất bản Thuận Hóa phát hành tới con số kỷ lục 5000 cuốn tại Huế 1985, trước cái mốc "Đổi mới văn học - 1986" đúng một năm. Đây là cuốn sách quan trọng đã làm nên nhà phê bình, nhà Tố Hữu học Nguyễn Văn Hạnh; cuốn sách ông đã "bỏ ra công sức nhiều tháng, nhiều năm, gởi vào đó cả đời mình" như ông vừa tâm sự trên tờ "Thế Giới Mới". (Trần Mạnh Hảo, Văn Học - Phê Bình, Nhận Diện, NXB Văn Học 1999, bài "Bàn Về Nghệ Thuật Phê Bình "Liếc Nhìn" Với Nhà Tố Hữu Học Nguyễn Văn Hạnh". Trang 441 & 442)

Phần mưỡu đầu vừa rồi chỉ để Trần Mạnh Hảo có đủ thời gian... vận nội công! Đồng thời đánh lừa đối thủ Nguyễn Văn Hạnh lơ là để Trần Mạnh Hảo xuất kỳ bất ý... mà công kỳ... vô chỗ hiểm! Ông viết tiếp:

"Tập chuyên luận về thơ Tố Hữu này của GS Nguyễn Văn Hạnh khởi viết từ tháng 2 năm 1975 tại Huế và kết thúc vào tháng 5 năm 1979, đã từng được công bố những phần tinh túy trên báo trước khi cho xuất bản. Chỉ tiếc thời đó chắc do thiếu giấy, nên cuốn sách in chữ nhỏ như con kiến, giá in chữ to như bây giờ, chí ít cũng 500 trang. Trong cuốn chuyên luận về thơ Tố Hữu này, tất nhiên chân dung nhà thơ được dựng lên đồng

thời với chân dung rất hoạt của nhà phê bình. Đúng như GS Nguyễn Văn Hạnh đã viết trên Thế Giới Mới rằng: "Trong bài phê bình, chân dung của người phê bình lắm khi hiện rõ hơn đối tượng phê bình là vì vậy... " Có cảm tưởng như GS Nguyễn Văn Hạnh không chỉ lấy tình yêu thơ Tố Hữu làm nghề tiến thân, mà còn là cái nghiệp, là lý tưởng thẩm mỹ để suốt đời ông vươn tới những đỉnh cao xã hội." (Trần Mạnh Hảo, Văn Học - Phê Bình, Nhận Diện, NXB Văn Học 1999, bài "Bàn Về Nghệ Thuật Phê Bình "Liếc Nhìn" Với Nhà Tố Hữu Học Nguyễn Văn Hạnh". Trang 442)

Độc chiêu đã tung ra. Nhưng đây chỉ mới là thế... bái tổ, thế chào sân.... Sẽ còn vô hồi kỳ trận những thế liên hoàn theo sau đó.

Nguyễn Văn Hạnh viết bài mỉa mai, khinh bỉ trường phái văn chương "Liếc nhìn", thì Trần Mạnh Hảo chứng minh Nguyễn Văn Hạnh là cao thủ của trường phái này tức thì. Mắng mỏ với một thủ pháp như thế, thì Trần Mạnh Hảo quả nhiên là có tay nghề rất cứng lại thêm một óc sáng tạo trong cách biến chiêu: Ông Nguyễn Văn Hạnh chê bai trường phái phê bình "Liếc nhìn", nhưng chính Nguyễn Văn Hạnh là tay đại cao thủ của trường phái này. Nguyễn Văn Hạnh đã lấy phê bình "Liếc nhìn" làm nghề tiến thân, làm "lý tưởng thẩm mỹ" để cầu quan tiến chức "vươn tới những đỉnh cao" xã hội...

Tuy nhiên, tôi thử đặt câu hỏi là tại sao Trần Mạnh Hảo lại nhắc đến cái mốc thời gian của "đổi mới văn học - 1986"? Như vậy, lệnh của Đảng là... cho đổi mới theo "chủ trương của Đảng". Tức là phải làm sao đó để cho... "thế giới" thấy là "văn học" Việt Cộng có... đổi mới. Phải có "tư duy" mới, "cái nhìn mới"... sao đó! Cái "tư duy mới", "cái nhìn mới" theo kiểu "Ly Thân" tất nhiên là hỏng, là "phản trắc" không chấp nhận được! Nhưng cũng phải "chứng minh" cho ai cũng thấy là cái "tư duy mới", "cái nhìn mới" vào văn học nó như vầy như vầy nè... mà tiêu biểu là cái nhìn vào thơ Tố Hữu. Cái nhìn của Nguyễn Văn Hạnh vào thơ Tố Hữu tất nhiên "hủ hóa", không theo kịp "trào lưu văn minh" của "thế giới".

Và Trần Mạnh Hảo đã mầy mò "lột áo" Nguyễn Văn Hạnh, lý giải ra những điều mới lạ trong thơ Tố Hữu mà Nguyễn Văn Hạnh đã không đủ... khả năng nhìn ra.

Nhưng điều kỳ tuyệt của Trần Mạnh Hảo là chẳng những "lấy gậy ông đập lưng ông" theo võ công của nhà Cô Tô Mộ Dung... Ông còn sử dụng luôn cây gậy đó, trở cán đập cây gậy "phê bình liếc nhìn" đó một phát trời giáng vào chính cái lưng Trần Mạnh Hảo!

Nguyễn Văn Hạnh đã sử dụng "phê bình liếc nhìn" để tiến thân cầu danh ư? Thì Trần Mạnh Hảo sẽ đánh gục Nguyễn Văn Hạnh trên chính cái võ đài mà Nguyễn Văn Hạnh đã dựng nên, để rồi Trần Mạnh Hảo sẽ thay vai mà thủ đài. Đây cũng chính là thủ pháp "Trong bài phê bình, chân dung của người phê bình lắm khi hiện rõ hơn đối tượng phê bình là vì vậy..."

Xin đọc:

"Chỉ có điều, trong những mức độ nhất định, GS Nguyễn Văn Hạnh còn mắc khá nhiều hạn chế trong cách tiếp cận thơ Tố Hữu. Ví như khi GS đánh giá: Tố Hữu ít có điều kiện nói đến thiên nhiên. Thảng hoặc có nói đến trời mây, đến các vì sao, cũng chỉ là vì những con người đang giành quyền làm chủ trên mặt đất, đang chiến đấu để cải tạo xã hội: "Mây của ta trời thắm của ta", "Rừng khuya không ngủ mơ gì/ Sao hôm lấp lánh cũng vì miền Nam." (Trang 230). GS Nguyễn Văn Hạnh viết như trên là chưa thật sự đọc kỹ thơ Tố Hữu. Tố Hữu viết nhiều về thiên nhiên, thậm chí những câu thơ hay nhất của ông thường dành cho thiên nhiên ví như: "Rừng xanh hoa chuối đỏ tươi / Đèo cao nắng ánh dao cài thắt lưng/ Ngày xuân mơ nở trắng rừng/ Nhớ người đan nón chuốt từng sợi giang/ Ve kêu rừng phách đổ vàng", "Cành táo đầu hè rung rinh quả ngọt/ Nắng soi sương giọt long lanh", "Lá bàng đang đỏ ngọn cây / Sếu giang mang lạnh đang bay ngang trời..." (Trần Mạnh Hảo, Văn Học - Phê Bình, Nhận Diện, NXB Văn Học, bài "Bàn Về Nghệ Thuật Phê Bình "Liếc Nhìn" Với Nhà Tố Hữu Học Nguyễn Văn Hạnh". Trang 447)

Nguyễn Văn Hạnh viết nguyên một chuyên luận về thơ Tố Hữu, và nên danh phận là nhà Tố Hữu học nhờ chuyên luận này. Vậy mà Trần Mạnh Hảo sổ toẹt một nét ngang là Nguyễn Văn Hạnh chưa đọc kỹ thơ Tố Hữu!!! Câu này có làm Nguyễn Văn Hạnh thổ huyết tôi sẽ không chút ngạc nhiên! Cái thủ pháp "tranh công dành chỗ" hay "xua người dành ghế" của Trần Mạnh Hảo quả nhiên là tài tình. Nhưng Trần Mạnh Hảo chưa dừng ở đây. Hạ thủ bắt buộc

đừng nên lưu tình là chủ trương của Trần Mạnh Hảo. "Đánh mà
đối thủ không... chết, nó trị liệu xong, hồi phục rồi báo thù thì chính
mình... phải chết!!!". Trần Mạnh Hảo không chút ngưng nghỉ, sau cú
đấm thôi sơn là cú đá "bàn long cước" phá cho hư "mã bộ" của đối
phương, khiến đối phương không còn có thể nào đứng lên được nữa.
Xin đọc:

*"Tiếp cận thơ Tố Hữu mà lại theo phương pháp xã hội học dung tục
tách nội dung ra khỏi hình thức, tách "Tôi" ra khỏi "Ta", tách "cá nhân"
ra khỏi "xã hội", tách cái "bên trong" ra khỏi "bên ngoài", tách "con người
cách mạng" ra khỏi "con người bình đời thường", tách tình cảm khỏi lý trí,
tách lý tưởng cách mạng ra khỏi thẩm mỹ nghệ thuật, tách hiện thực ra khỏi
trữ tình... như quan niệm cực đoan của GS Nguyễn Văn Hạnh sau đây là
chưa thể nắm được trọn vẹn hồn vía thơ Tố Hữu: "Là nội dung tư tưởng, là
nhân sinh quan mới, chú chưa phải là hình thức thể hiện, là kỹ thuật. Quan
tâm nhiều hơn đến nội dung trước, nội dung thay đổi sẽ kéo theo thay đổi
về hình thức, đó là quy luật phát triển chung của văn học tiến bộ, đặc biệt
là văn học vô sản" (tr. 47)..." "Tố Hữu đi ngược lại thơ mới về nhân sinh
quan, về thái độ sống, cũng là đi ngược lại cái hồn thơ chủ quan, buông
xuôi đó, để hướng ra thế giới bên ngoài, để say mê, sôi nổi nhưng vẫn tỉnh
táo theo sự hướng dẫn sáng suốt của lý trí" (tr.42)... "Nó - (tức là thơ Tố
Hữu - chú thích của TMH) - hướng ra bên ngoài, hướng về số đông, miêu
tả và phân tích xã hội, chứ không phải loay hoay với những rung động chủ
quan của mình" (tr.43)... "Thơ anh là thơ hiện thực, nó vượt ra ngoài khuôn
khổ thông thường của thơ trữ tình để miêu tả xã hội rộng lớn, để xây dựng
cả một thế giới nhân vật ngoài tác giả" (tr. 49)... "Trong thơ Tố Hữu có cả
"ta" và "tôi". Anh thấy mối liên hệ mật thiết giữa "ta" và "tôi", nhưng
không bao giờ nhập hai thực thể này với nhau (tr. 28)".* (Trần Mạnh Hảo,
Văn Học - Phê Bình, Nhận Diện, NXB Văn Học 1999, bài "Bàn Về
Nghệ Thuật Phê Bình "Liếc Nhìn" Với Nhà Tố Hữu Học Nguyễn
Văn Hạnh". Trang 448)

Virginia Dec 1, 2003.

BÀI BA

Với những nhận định thơ một cách ngu xuẩn như trên của Nguyễn Văn Hạnh, thử xem Trần Mạnh Hảo lý luận ra sao:

"Qua những định đề, những khái quát áp đặt thô thiển nơi thước đo thơ phi thơ như trên của GS Nguyễn Văn Hạnh, chứng tỏ ông mới nắm được phần xác thơ Tố Hữu, còn phần hồn của nhà thơ chừng như ông chưa với tới được, mặc dù ông trân trọng liếc nhìn những tác phẩm thơ này một cách thành kính, thiêng liêng bằng cả đôi mắt bên trong của tâm hồn mình. Chỉ riêng việc ông tách "tôi" ra khỏi "ta" trong thơ Tố Hữu theo kiểu "Không bao giờ nhập hai thực thể này với nhau" rất tả khuynh quyết liệt trên, đủ cho ông khó tiếp cận hồn thơ này một cách đứng đắn. Thưa rằng, với Tố Hữu, "tôi" và "ta" tuy hai mà một, tuy một mà hai như ví dụ các câu thơ sau: "Ai về với quê hương ta tha thiết / Sông Hương, Bến Hải, Cửa Tùng..." ... "Huế ơi quê mẹ của ta ơi/ Nhớ tự ngày xưa tuổi chín mười..."

"Ta nện gót trên đường phố Huế"... "Từ ấy trong tôi bừng nắng hạ"... "Hồn tôi là một vườn hoa lá"... "Tôi đã là con của vạn nhà"... "Liên xô nở trước hồn tôi ba tuổi"... Khi nghiên cứu thơ Tố Hữu, GS Nguyễn Văn Hạnh trên lý thuyết thường tách "Tôi" ra khỏi "ta", quyết "không nhập hai thực thể này với nhau", nhưng ở trang 32, thực tế thơ đã làm ông tự mâu thuẫn khi cuối cùng ông phải nói ngược lại mình rằng: "Và "tôi" biến thành "ta": "TÔI sẽ chết như bao nhiêu số phận/ ... Và tương lai TA sẽ chiếm về TA"...

"Chính vì đi theo phương pháp luận xã hội học dung tục hóa, chính trị hóa, nội dung hóa, tả khuynh hóa, quan phương hóa, khô khan hóa, đại ngôn hóa, khái niệm hóa, lên gân hóa thơ Tố Hữu, nên những bài thơ trữ tình rất cá nhân, rất người, rất nghệ thuật, rất dễ thương của ông sau đây, lạ thay, lại bị GS Nguyễn Văn Hạnh (bỗng chốc làm ra vẻ khách quan, khen ngợi chín mươi chín phần trăm thì cũng để một phần trăm nói qua về hạn chế) chê dở: "Cái mới, cái sáng tạo thường xen kẽ với cái cũ, cái non yếu trên nhiều phương diện. Trong MỒ CÔI, TƯƠNG TRI, HỒN CHIẾN SĨ còn nhiều dấu vết của chủ nghĩa hiện thực phê phán. Cả sau này trong LAO BẢO, LY RƯỢU THỌ, TIẾNG HÁT ĐI ĐÀY vẫn có thể nhìn ra không khó khăn gì ảnh hưởng của chủ nghĩa lãng mạn tiêu cực" (tr. 58)... (Trần

Mạnh Hảo, Văn Học - Phê Bình, Nhận Diện, nxb Văn Học 1999, Bài Bàn Về Nghệ Thuật Phê Bình "Liếc Nhìn" Với Nhà Tố Hữu Học Nguyễn Văn Hạnh, trang 449 & 450)

Ở đoạn này, Trần Mạnh Hảo hầu như phát huy toàn thân hỏa hầu công lực, đánh một đòn mà tôi tin rằng Nguyễn Văn Hạnh ít ra phải bèo nhèo tan nát tâm can tì phế lục phủ ngũ tạng mọi thứ...

Trần Mạnh Hảo đã tận dụng liên tục sáu chữ "rất" để làm bàn đạp nhảy lên khán đài đánh bạt đi lý luận của Nguyễn Văn Hạnh cho rằng thơ Tố Hữu cũng có những câu cũ, non yếu và bị ảnh hưởng của chủ nghĩa lãng mạn tiêu cực!

Đưa ra những định đề như những cái "khuôn", để rồi từ đó mang thơ của Tố Hữu đặt vào như thể một thứ bánh đúc. Phần nào dư thì cắt đi tức là chê bai; phần nào lọt được vào trong khuôn khít khao là những phần vàng ngọc... có thể không phải là chủ tâm của Nguyễn Văn Hạnh. Nhưng nếu chúng ta nhớ được rằng tác phẩm "Thơ Tố Hữu - Tiếng Nói Đồng Ý, Đồng Tình, Đồng Chí"... được Nguyễn Văn Hạnh khởi viết từ tháng hai năm 1975 tại Huế và kết thúc vào năm 1979... thì có thể giải thích được nhiều điều:

Khởi viết "Thơ Tố Hữu - Tiếng Nói Đồng Ý, Đồng Tình, Đồng Chí" từ tháng hai năm 1975... tức là vào thời khoảng mà công cuộc tấn chiếm miền Nam của Cộng Sản Hà Nội đã được chuẩn bị chín muồi. Theo Trần Mạnh Hảo tiết lộ thì "những phần tinh túy" của cuốn sách đã được công bố quảng đại liên tục gần tám năm từ lúc bắt đầu viết cho tới ngày kết thúc, trước khi xuất bản năm 1985. Trong gần tám năm liên tục, Nguyễn Văn Hạnh đã mang mễ một nhiệm vụ khá nặng nề lớn lao là "hâm nóng" lại cái "nồi" thơ Tố Hữu...

Như vậy, tôi tin rằng cuốn sách đã được viết với nhiệm vụ của một tiếng kèn thúc quân vừa là cẩm nang để củng cố tinh thần của dân chúng và cán bộ... Một cuốn sách được viết với mục đích và trách nhiệm như thế, hẳn nhiên phải đúng theo những định đề của Đảng và Nhà Nước đưa ra... Nguyễn Văn Hạnh đã xuất sắc trong việc xiển dương những hình ảnh, ý tưởng và lý tưởng mà Đảng và Nhà Nước đang rất cần ở giai đoạn ấy (có thể có và không có) trong thơ Tố Hữu. Nếu có, thì quả là tiện lợi. Mà nếu không có đi nữa, thì nhiệm vụ của Nguyễn Văn Hạnh là "làm sao" cho nó thành ra có!!!

Thơ Tố Hữu, từ sau chiến thắng Điện Biên Phủ, mặc nhiên được mọi người ngầm biết là một thứ "thần chú" được Đảng và Nhà Nước công nhận như là kinh nhật tụng của con dân chế độ... Thứ thần chú đó tất nhiên vẫn còn giá trị trong công cuộc tiến chiếm miền Nam...

Suy ra, Nguyễn Văn Hạnh đã hoàn thành tác phẩm "Thơ Tố Hữu - Tiếng Nói Đồng Ý, Đồng Tình, Đồng Chí" đạt tất cả những yêu cầu của Đảng: Tính Đảng, Tính Chiến Đấu, Tính Trung Kiên và... Tính Nâng Bi. Công trạng này của Nguyễn Văn Hạnh đã được Đảng đền đáp thỏa đáng khi cuốn sách được nhà xuất bản Thuận Hóa phát hành: Tấn phong Nguyễn Văn Hạnh làm... nhà Tố Hữu học!

Nhưng dưới chế độ Cộng Sản thì hầu như tất cả những "cái đúng" và "cái tốt" đều chỉ có giá trị giai đoạn! Những "dấu vết của chủ nghĩa hiện thực phê phán" hay "ảnh hưởng của chủ nghĩa lãng mạn tiêu cực" ngày hôm nay đã được Đảng và Nhà Nước gật gù cho "thông qua". Chủ trương mới của Đảng và Nhà Nước là biểu dương tinh thần "đổi mới" và "văn minh" cho kịp với trào lưu mà "nhiều chế độ cộng sản đã sụp đổ" và "mở cửa kinh tế thị trường". Do đó, những điều chê, khen của Nguyễn Văn Hạnh phút chốc trở thành lạc hậu hủ lậu và cần phải được thẳng tay chỉnh đốn... Những phương pháp luận xã hội học dung tục hóa, chính trị hóa, nội dung hóa, tả khuynh hóa, quan phương hóa, khô khan hóa, đại ngôn hóa, khái niệm hóa, lên gân hóa thơ Tố Hữu cần được chỉnh đốn lại. Nhưng thơ Tố Hữu thì vẫn còn hữu dụng "mai sau dù đến bao giờ....", chỉ cần có một "phê bình nô" khác nhào ra làm công việc thay mận đổi đào là lại đâu vào đấy!!!

Điều cần lưu ý là Trần Mạnh Hảo tỏ ra vượt trội hơn Nguyễn Văn Hạnh hay bất cứ tay "phê bình nô" nào khác của chế độ. Chẳng những Hảo biết thủ pháp "gậy ông đập lưng ông", ông ta còn tỏ ra rất thiện nghệ trong chiêu thức "vừa ăn cướp vừa la làng". Từ những điều tôi vừa viết ở phần trên, để chuẩn bị cho "hậu sự", tôi xin nhắc lại một đoạn đã từng trích của Trần Mạnh Hảo:

"Đến khi "nhân vật" được khen ngợi không còn quan trọng nữa, nhà phê bình theo trường phái "Liếc nhìn" kia bèn núp dưới bảng hiệu khá mỹ miều khác có tên là "đổi mới" để phản thùng, phản tỉnh nói ngược lại; rằng cái tôi từng khen lên mây một thời kia chung quy cũng chỉ là thứ văn học nhiệm vụ, văn học nhất thời, văn học cán bộ, văn học phương tiện, văn học quan phương, văn học phải đạo... không phải văn học thứ thiệt, văn học của tính mục đích muôn đời. Rồi nhà phê bình "Liếc nhìn" kia khuyên mọi người nên thành tâm sám hối chờ trời trở gió (!)". (Trần Mạnh Hảo, Văn Học - Phê Bình Nhận Diện, nxb Văn Học 1999, Bài Bàn Về Nghệ Thuật Phê Bình "Liếc Nhìn" Với Nhà Tố Hữu Học Nguyễn Văn Hạnh, trang 440)

"Thơ Tố Hữu - Tiếng Nói Đồng Ý, Đồng Tình, Đồng Chí" viết từ năm 1975 cho đến năm 1979. Những phần "tinh túy" đã từng được phổ biến suốt thời gian Nguyễn Văn Hạnh viết cuốn sách cho đến khi tác phẩm được xuất bản năm 1985. Bài viết của Trần Mạnh Hảo "Bàn Về Nghệ Thuật "Liếc Nhìn" Của Nhà Tố Hữu Học Nguyễn Văn Hạnh" ở phần cuối bài được Trần Mạnh Hảo ghi: "Thành phố Hồ Chí Minh 11 - 1999". Như vậy, suốt gần 10 năm trời những bài viết của Nguyễn Văn Hạnh được công bố rùm beng từ năm 1975 rồi in thành sách năm 1985... Sau đó, từ năm 1985 đến khi Trần Mạnh Hảo "phát hiện" ra những nhận định sai lầm của Nguyễn Văn Hạnh về thơ Tố Hữu và "phát tâm" viết bài phê phán năm 1999... là gần 15 năm nữa... Những con số về thời gian thời tính này có cái gì đó rất là không ổn!!! Câu hỏi cần được đặt ra là trong gần ba mươi năm những bài viết và rồi cuốn sách của Nguyễn Văn Hạnh được công bố, những thành tích và "công quả" của Nguyễn Văn Hạnh từng được Đảng và Nhà Nước tung hô với nhiều chức vụ thực tiễn và danh vị "Nhà Tố Hữu học" thì Trần Mạnh Hảo đang... ở đâu, làm gì????

Câu trả lời tôi thấy chả có gì khó khăn và cần truy tìm suy nghĩ. Suốt gần ba mươi năm đó cuốn sách của Nguyễn Văn Hạnh còn "khả dụng" và Nguyễn Văn Hạnh cũng còn ít nhiều "cần thiết" cho chế độ và đường lối Đảng. Sau hai năm cuốn sách của Nguyễn Văn Hạnh chính thức trình làng, năm 1987, là thời điểm cao nhất của cái gọi là "cởi trói" văn học và "đổi mới" tư duy của Việt Cộng... Đảng

Cộng Sản Việt Nam hơn lúc nào hết cần những "lý luận và thành tựu mới", đồng thời với những "đả phá và vứt bỏ tàn tích cũ"....

Trần Mạnh Hảo từng "nhanh chân nhanh tay", nói một cách chính xác và thông dụng hơn là "nhanh nhẩu đoảng" với truyện dài "Ly Thân"... Truyện dài "Ly Thân" mà Trần Mạnh Hảo từng đặt nhiều kỳ vọng là sẽ được "lọt vào mắt xanh" của nền văn học mới do Đảng "giả vờ" bật đèn xanh "cởi trói"... Trần Mạnh Hảo chắc chắn từng viễn mơ sẽ được Đảng và Nhà Nước sắc phong cho là nhà văn "tiên tiến" của công cuộc "đổi mới tư duy" và "phê bình sửa sai những hủ hóa" của Đảng và Nhà nước!!!

Nhưng Hảo đã bị Đảng lừa như tôi đã có viết về chuyện này. Đảng lừa Trần Mạnh Hảo và làm ông thất điên bát đảo một thời gian dài... Nhưng điều đáng "phục" ở Trần Mạnh Hảo là sau khi lầm lỡ té đau, bèn lập tức phủi... mông đứng ngay dậy, hồ hởi thay chiều đổi hướng, đi theo mũi tên chỉ đường của Đảng một cách say mê tận tụy.

Văn chương, dưới chế độ Cộng Sản, là một thứ vũ khí chống đối phá hoại mà Bộ Tư Tưởng Và Chính Trị của Đảng quan ngại nhất. Nhưng văn chương, dưới chế độ Cộng Sản còn là một phương tiện để đánh đĩ tiến thân một cách hữu hiệu cũng... nhất!

Trần Mạnh Hảo tỏ ra thiện nghệ ở cả hai lãnh vực đối nghịch này: Chống Đối Phá Hoại và Đánh Đĩ Tiến Thân. Nhưng nói cho cùng, khi Trần Mạnh Hảo Chống Đối Phá Hoại là chẳng qua vì "hiểu nhầm" chủ trương chỉ đạo Đảng! Trần Mạnh Hảo tưởng rằng Đảng đang ra lệnh cho giới cầm bút... giả vờ Chống Đối Phá Hoại để Đảng ra tuyệt chiêu sửa đổi chi đây.

Để "cạn tàu, ráo máng" với Nguyễn Văn Hạnh và "tuyệt đối đạt chỉ tiêu trong nhiệm vụ", Trần Mạnh Hảo đã dùng ngay đến những chiêu thức không cần thiết. Ông Hảo chỉ trích Nguyễn Văn Hạnh bằng cách đếm từng chữ, từng câu:

"Chúng tôi xin trích hai dẫn chứng khác để chúng ta thấy việc bình thơ đã bị chính trị hóa toàn phần nơi cuốn sách này của GS Nguyễn Văn Hạnh. Ví như khi tác giả viết như sau: "Phần thứ hai bắt đầu bằng bốn câu thơ chuyển tiếp: "Bâng khuâng nghe năm tháng/ Đẹp như người con gái nước Nga/ Hôm nay đưa tôi qua những căn nhà/ Kể lại từng chương sử

đỏ". *Chắc là "người con gái nước Nga" đã kể chuyện về Lê Nin, về Đảng Cộng Sản Liên Xô, nhưng Tố Hữu tập trung chú ý vào "từng chương sử đỏ". Cả ở đây nữa, anh cũng không dừng lại tỉ mỉ, mà chỉ ghi lại những điều cơ bản nhất bắt đầu từ cách mạng Tháng Mười, hoạt động của Đảng Cộng Sản Nga và của Lê Nin bắt đầu từ trước đó rất nhiều..." (tr. 163) Thí dụ thứ hai, khi GS Nguyễn Văn Hạnh bình khổ đầu bài thơ Một Khúc Ca Xuân như sau: ... "Ôi sống đẹp là thế nào hỡi bạn/ Bữa cơm dù dưa muối đầy vơi/ Chân lý chẳng cần chi đổi bán/ Tình thương vô hạn để cho đời..."..." Bản chất chủ nghĩa Mác là khoa học và cách mạng. Đồng chí Lê Duẩn nói:"Tình thương và đấu tranh. Tố Hữu lại nhấn mạnh chân lý và tình thương. Những quan niệm này, những cách đặt vấn đề này đều liên quan và gần gũi với nhau. Khoa học và cách mạng là động lực của sự vận động và phát triển, là quan điểm và phương pháp nhận thức và hành động để cải tạo thế giới một cách hiệu quả nhất..." (tr. 214). Riêng một câu văn cuối khá ngắn này, GS Nguyễn Văn Hạnh đã lập tới 4 lần chữ VÀ, hai lần chữ LÀ, nhất là nó lại nằm trong cánh rừng VÀ, LÀ của những câu trên thì quả tình tác giả chưa chú ý đến từng câu chữ một cách kỹ lưỡng, cẩn thận vốn là sở trường của một nhà sư phạm mẫu mực."* (Trần Mạnh Hảo, Văn Học - Phê Bình Nhận Diện, nxb Văn Học 1999, Bài Bàn Về Nghệ Thuật Phê Bình "Liếc Nhìn" Với Nhà Tố Hữu Học Nguyễn Văn Hạnh, trang 452).

Đoạn văn vừa rồi, gồm hai phần: Phần của Trần Mạnh Hảo và phần Trần Mạnh Hảo trích của Nguyễn Văn Hạnh.

Phần Trần Mạnh Hảo chỉ trích Nguyễn Văn Hạnh rất ngắn, tàn bạo chỉ cốt đạt mục đích. Ông Hảo chê ông Hạnh là "việc phê bình thơ đã bị chính trị hóa toàn phần nơi cuốn sách này", tức là cuốn "Thơ Tố Hữu - Tiếng Nói Đồng Ý, Đồng Tình, Đồng Chí". Sau đó ông Hảo chê ông Hạnh đã dùng bốn lần từ VÀ, hai lần từ LÀ chỉ trong một đoạn văn ngắn!

Theo tôi, hai đoạn văn của Nguyễn Văn Hạnh mà Trần Mạnh Hảo trích dẫn có nhiều điều khác quan trọng đáng chê hơn. Do đó, cách chê của Trần Mạnh Hảo áp dụng vào Nguyễn Văn Hạnh như trên xét ra còn rất đáng chê hơn nữa!

Nguyễn Văn Hạnh dùng cặp mắt bệnh hoạn để nhìn vào những

dòng thơ bệnh hoạn của Tố Hữu: Một người con gái nước Nga nào đó đã dắt Tố Hữu đi qua những căn nhà đổ nát... trên đất Nga. Vừa đi vừa kể lại những ngày tháng kinh hoàng của cuộc cách mạng vô sản... Những "chương sử đỏ" nếu không viết bằng máu và nước mắt thì viết bằng gì? Ấy vậy mà nhà thơ Tố Hữu cho đó là một hình ảnh đẹp... ra thơ! Tố Hữu đã tâm thần như vậy, Nguyễn Văn Hạnh còn tỏ ra tâm thần hơn... Ông Hạnh không bằng lòng với "từng chương sử đỏ", ông muốn Tố Hữu phải "tỉ mỉ" ghi lại theo lối biên niên những biến chuyển lịch sử của Đảng Cộng Sản Nga và Lê Nin.... Chỉ có những anh phê bình và những anh nhà thơ Cộng Sản mới có những sáng tác và lý luận bệnh hoạn như vậy về thơ!!! Do đó, đây không còn là "chính trị hóa" thơ như Trần Mạnh Hảo đã phê, mà theo tôi phải gọi là một sự "điên khùng khát máu" áp đặt lên thơ!!!

Ở đoạn trích sau đó của Nguyễn Văn Hạnh, Trần Mạnh Hảo không đủ khả năng nhìn vào hoặc không được phép chạm vào những điều vô duyên của Nguyễn Văn Hạnh: Nếu bản chất của chủ nghĩa Mác là "khoa học và cách mạng", thì sao Lê Duẩn dám cãi là "tình thương và đấu tranh"? Đấu tranh và cách mạng, theo lý thuyết Mác hai món này có thể đi đôi với nhau, thậm chí sát nhập thành một. Nhưng tình thương và khoa học là hai món chẳng có gì để se duyên kết nghĩa! Tuy nhiên, khi Tố Hữu "nhấn mạnh" "chân lý và tình thương", thì lại là một lý giải khác của "tình thương và đấu tranh" của Lê Duẩn! Chân lý của người Cộng Sản Việt Nam không phải là "đấu tranh" sao? Như vậy, "chân lý" / "đấu tranh" đối với chủ nghĩa Cộng Sản Việt Nam chỉ là một nghĩa.

Sau những lý luận lòng vòng về chân lý, tình thương, đấu tranh, cách mạng này nọ, Nguyễn Văn Hạnh còn mầy mò giao cho thơ Tố Hữu một nhiệm vụ nữa là đặt vấn đề "phương pháp nhận thức và hành động" để "cải tạo thế giới một cách hiệu quả nhất..."

Những lý luận bệnh hoạn, áp đặt của Nguyễn Văn Hạnh về thơ, suy ra, chỉ có thể dùng để "xài" cho thơ Tố Hữu!!! Thơ Tố Hữu thể hiện linh động và đầy đủ những yếu tố của sự vo tròn bóp méo mọi sự việc, tùy theo thời tính và hoàn cảnh... của Xã Hội Chủ Nghĩa Việt Cộng. Bất cứ nhà phê bình nô nào có khả năng cỡ từ Nguyễn

Văn Hạnh trở lên Trần Mạnh Hảo đều có thể lý giải thơ Tố Hữu đúng theo chính sách và chỉ tiêu giai đoạn mà Đảng và nhà nước đề ra. Tôi có thể làm ngay một thí dụ, là phê bình cũng từng ấy câu thơ của Tố Hữu đã "bị" Nguyễn Văn Hạnh chê... là chưa đạt tiêu chuẩn:

"Bâng khuâng nghe năm tháng/ Đẹp như người con gái nước Nga/ Hôm nay đưa tôi qua những căn nhà/ Kể lại từng chương sử đỏ"...

"Từng chương sử đỏ" không rõ ràng đã chỉ ra toàn bộ từ phôi thai cho đến lúc hình thành lớn mạnh của Đảng Cộng Sản Nga ư? Tại sao Nguyễn Văn Hạnh lại chỉ cắm mốc câu thơ của Tố Hữu ở cách mạng Tháng Mười?

Tuy nhiên, điều đáng nói ở đây không phải là về Nguyễn Văn Hạnh, giáo sư từng thụ phong nhiều chức vụ của Đảng và Nhà Nước Việt Cộng. Mà về Trần Mạnh Hảo, trước hết là một nhà thơ, đã có rất nhiều tác phẩm về thi ca kể cả trường ca... Nhưng Trần Mạnh Hảo đã không phê bình cách Nguyễn Văn Hạnh phê bình thơ Tố Hữu với khả năng và thành tích thơ của Trần Mạnh Hảo. Trần Mạnh Hảo chê Nguyễn văn Hạnh đã "chính trị hóa khi phê bình thơ Tố Hữu", nhưng chính Trần Mạnh Hảo đã làm lại một công việc y hệt như vậy khi phản bác lại những lý luận của Nguyễn Văn Hạnh về thơ Tố Hữu: Trần Mạnh Hảo tuân thủ triệt để những chỉ tiêu và chính sách gọi là "đổi mới văn học", "theo kịp trào lưu thế giới" của Đảng và Nhà Nước Việt Cộng đưa ra, liên hồi hạ thủ Nguyễn Văn Hạnh. Công tác hạ đo ván Nguyễn Văn Hạnh của Trần Mạnh Hảo để chứng minh hai điều: Một điều cho Đảng: Thơ Tố Hữu rất mới, rất tình cảm "nhân loại", đồng thời rất lãng mạn cá nhân và thiên nhiên v.v... chứ chẳng phải chỉ tuyền là sắt máu đấu tranh... Một điều cho Trần Mạnh Hảo: Hảo là người đầu tiên nếu không muốn nói là duy nhất nhìn ra được những nét "văn minh lãng mạn", "cá nhân chủ nghĩa", "rung động thiên nhiên" của thơ Tố Hữu...

Do đó, ở phần chót của bài viết, Trần Mạnh Hảo đã đòi:

Cái vinh dự được dư luận (dư luận nào? Nếu không phải là Đảng đã chỉ huy dư luận! TNH) phong tặng là nhà Tố Hữu học với GS Nguyễn Văn Hạnh đến nay quả tình chưa thật xứng đáng. Đã đến lúc ông nên trả lại vinh dự này cho dư luận..." (Trần Mạnh Hảo, Văn Học - Phê Bình Nhận Diện, nxb Văn Học 1999, Bài Bàn Về Nghệ Thuật Phê Bình "Liếc Nhìn" Với Nhà Tố Hữu Học Nguyễn Văn Hạnh, Trang 436)

Nếu thực cái vinh dự "nhà Tố Hữu học" của Nguyễn Văn Hạnh là của dư luận trao cho, thì dư luận sẽ có cách đòi riêng của nó, chẳng cần nhờ đến Trần Mạnh Hảo.

Nhưng chuyện rõ ràng là Trần Mạnh Hảo muốn "đòi" cái vinh dự kia của Nguyễn Văn Hạnh về cho... Trần Mạnh Hảo, người đã thấu hiểu thơ Tố Hữu kể cả "hồn lẫn vía", đã viết về Tố Hữu những câu xương máu như sau:

"Một người cách mạng chân chính, một nhà thơ hết lòng với dân tộc như Tố Hữu..." (Trần Mạnh Hảo, Văn Học - Phê Bình, Nhận Diện, nxb Văn Học 1999, Bài Bàn Về Nghệ Thuật Phê Bình "Liếc Nhìn" Với Nhà Tố Hữu Học Nguyễn Văn Hạnh, trang 455)

Để chấm dứt bài này, tôi chỉ có thể kết luận như sau: phê bình dưới chế độ Cộng Sản Việt Nam, thì có khác gì cái trò "lục súc tranh công"...

Virginia, Dec 16, 2003.

NGUYỄN VĂN TRUNG: KẺ ÁM SÁT TÔN GIÁO

Để viết một bài hay một cuốn sách biên khảo, tài liệu tham khảo giữ vai trò quan trọng hàng đầu. Khi viết bài "Cao Đài, Đạo Ở Vùng Đất Mới"[1], ông Nguyễn Văn Trung đã sử dụng các tài liệu sau đây:

1. "Cái Án Cao Đài" của Đào Trinh Nhất do Imprimerie Commercial Sàigòn xuất bản năm 1929.

(Không biết vì lý do gì, hay thế lực nào thúc đẩy, ông Đào Trinh Nhất đã tận lực mạt sát Đạo Cao Đài trong cuốn sách dày 158 trang, có xen kẽ nhiều quảng cáo này).

2. Tài liệu đánh máy của hai tác giả thực dân:
   - La Laurette, thanh tra chính trị và sự vụ hành chánh Nam kỳ (L'inspecteur des Affaires Politiques et Administratives de la Conhinchine) viết phần đầu khoảng 39 trang đánh máy khổ lớn. Ngày viết xong là "le 1er Janvier 1932".
   - Vilmont, tham biện chủ tỉnh Tây Ninh (L'Administrateur des Services Civils - Chef de Province de Tây Ninh) viết phần còn lại, dài 93 trang trong tổng số 132 trang của cuốn "Le Caodaisme". Ngày hoàn tất là "Tây Ninh, le 1er Avril 1933", lúc Vilmont còn tại chức.

(Ông Nguyễn Văn Trung cho "Le Caodaisme" là tài liệu "Tốt và phong phú..."[2] tuy nhiên, ông cũng đã cẩn thận rào đón khi sử

---

1. Nguyễn Văn Trung. "Cao Đài, Đạo Ở Vùng Đất Mới", tạp chí Triết số 1 (xb tại California 1995), trang 172-221.
2. Bài và tạp chí dẫn trên. Trang 193.

dụng tài liệu này: "Luôn luôn tự nhắc là dù sao cách thế nhìn cũng
như mọi nhận định của "Le Caodaisme" là của người Pháp, của chính
quyền thuộc địa Pháp."[1] Nhưng ở phần mở đầu bài viết, ông đã tinh
quái dọn đường: Trong bản giới thiệu cuốn của Đào Trinh Nhất, nếu
người đọc thấy chúng tôi đưa ra những nhận xét gì thì đó là những
nhận xét dựa vào tài liệu La Laurette và Vilmont."[2]

Thử đặt một câu hỏi: Tài liệu của Laurette và Vilmont tức cuốn
"Le Caodaisme" có giá trị gì? Chức vụ và nhiệm vụ của hai tác giả
ở phần trên chúng tôi đã có chua rõ. Và trong "Le Caodaisme", nơi
phần kết luận, La Laurette đã viết: Cao Đài có được thành công kỳ
diệu và ngắn ngủi là do sự quyến rũ của thứ của mới lạ, do khuynh
hướng chống đối lại chính quyền Pháp và các cách quảng cáo ồn ào
cùng các phương tiện áp lực sử dụng trong thời kỳ đầu.")[3]

Như vậy, từ tiền đề, ông Nguyễn Văn Trung đã phủi tay trước
trách nhiệm về những quan điểm trong bài viết của chính ông.

3. "Cái Án Cao Đài" của Băng Thanh, không ghi nơi chốn và năm
in. Nhưng theo ông Nguyễn Văn Trung thì có thể in vào những năm
1929, 1930 cùng thời với cuốn Đào Trinh Nhất, vì đây là một cuốn
phản biện cuốn "Cái Án Cao Đài" của họ Đào.

Trước hết, chúng tôi muốn đặt một câu hỏi:

Trong "Cái Án Cao Đài" của Đào Trinh Nhất có viết: "*Đạo Cao
Đài mới xuất hiện có hai năm mà đã chiêu tập được trên 70 vạn tín đồ...*"
Từ hơn sáu thập niên trước, Cao Đài đã có trên 70 vạn tín đồ (theo
ông Đào Trinh Nhất). Hiện nay, Cao Đài vẫn còn sinh hoạt ở trong
nước cũng như ở hải ngoại. Chúng tôi xin đưa ra một lịch trình thống
kê giúp ông Nguyễn Văn Trung:

"*Cao Đài thành lập ngày 15 tháng 10 năm 1926. Tín đồ từ đó ngày
càng phát triển: Năm 1940: 2.5 triệu; 1950: 3.5 triệu; 1960: 5 triệu; 1970:*

---

1. Như trên

2. Như trên. Trang 172.

3. Như trên. Trang 200.

7 triệu. Từ sau năm 1970 chiến tranh khắp nước, không thống kê được con số chính xác. Từ 1975, tín đồ chìm ẩn để sinh tồn dưới chế độ Cộng Sản, càng không thể thống kê. Thánh thất Cao Đài có khắp ba miền Nam Trung Bắc Việt Nam." [1]

Tài liệu trên do ông Đặng Quang Dương,[2] Chủ Tịch Chấp Hành Trung Ương Hội Cựu Chiến Sĩ Cao Đài biên soạn.

Vậy, nếu ông Nguyễn Văn Trung thực sự muốn nghiên cứu về đạo Cao Đài, tại sao ông không truy tìm kinh sách hay trực tiếp đến với những tín đồ của tôn giáo này, mà lại dựa vào những tài liệu bất khả tín như đã dẫn? Hơn nữa, đọc toàn bài viết của Nguyễn Văn Trung, người ta sẽ hoang mang, không biết ý nào là của Đào Trinh Nhất, phần nào là của hai tay thực dân La Laurette và Vilmont, và đoạn nào là của Nguyễn Văn Trung! Từ khởi điểm vừa rồi, tôi sẽ có một vài nhận xét về bài viết: "Cao Đài, Đạo Của Vùng Đất Mới" của ông Nguyễn Văn Trung. Chủ yếu, tôi sẽ dựa vào cuốn "Cái Án Cao Đài" của Đào Trinh Nhất và phần lý luận của Nguyễn Văn Trung. Về cuốn sách của ông Băng Thanh và tài liệu của hai thực dân Pháp, chúng tôi không nhất thiết xem là quan trọng. Bởi vì, cuốn

---

1. Đặng Quang Dương. "Tìm Hiểu Đạo Cao Đài." Soạn thảo tại California ngày 12 tháng 7 năm 1992.
2. Ông Đặng Quang Dương là một trong bốn cột trụ của Đạo Cao Đài, đã vì thời cuộc đòi hỏi nên dựng nên quân đội Cao Đài. Bốn người là: "Thành, Phương, Dương, Thế". Tức Nguyễn Văn Thành, Nguyễn Thành Phương, Đặng Quang Dương và Trịnh Minh Thế. Ông Đặng Quang Dương vốn là Tham Mưu Trưởng đầu tiên của Quân Lực Việt Nam Cộng Hòa, và là người vào chiến khu Quốc Gia Liên Minh gắn cấp bậc Thiếu Tướng cho anh hùng Trịnh Minh Thế. Ông cũng nguyên là Tham Mưu Trưởng quân đội do tín đồ Cao Đài thành lập và là Chủ Tịch Hội Chiến Sĩ Cao Đài từ Việt Nam đến nay. Hiện ông đang sống tại Hoa Kỳ và giữ chức vụ niên trưởng Hội Chiến Sĩ Cao Đài.
Cần nói thêm, ông Đặng Quang Dương là một trong hai học trò của cụ Phan Bội Châu hiện còn sống là Võ Như Nguyện và ông Đặng Quang Dương. Ông Đặng Quang Dương đã vào ở với cụ Phan 3 năm trong thời gian cụ Phan bị an trí.
Ông Võ Như Nguyện (hiện đang ở Pháp) là con cụ Võ Bá Hạp, một trong những người cùng cụ Phan tổ chức phong trào Đông Du. Ba tháng cuối cùng của Tăng Bạt Hổ là trốn tại nhà Võ Bá Hạp. Lúc đó ông Võ Bá Hạp đang là đại thần của triều đình. Tăng Bạt Hổ chết, cụ Hạp lập mộ ghi tên Tăng Dần để tránh tai mắt của thực dân Pháp và bọn gian thần Việt gian. Sau khi Pháp thua đi, mộ Tăng Bạt Hổ được dời về vườn nhà cụ Phan ở Bến Ngự và lấy lại tên Tăng Bạt Hổ.

"Cái Án Cao Đài" của Băng Thanh tuy đã viết để bênh vực đạo Cao Đài, phản biện lại cuốn sách cùng tên của Đào Trinh Nhất, nhưng ông Băng Thanh dường như đã viết thuần bằng cảm tính, không có những lý luận và lý giải cần thiết. Còn "Le Caodaisme" của hai ông La Laurette và Vilmont, là một tập tài liệu của hai ông quan thực dân, nghiên cứu về đạo Cao Đài để tìm cách ngăn chặn những hành vi chống đối hay bất lợi cho nhà nước đô hộ. Như thế, chắc chắn cái nhìn của La Laurette và Vilmont chỉ là cái nhìn của những ông quan thực dân cai trị, nhìn một lực lượng quần chúng thuộc địa với thái độ luôn nghi ngờ sẽ có nổi loạn đòi tự do độc lập.

A. NHỮNG NHẬN ĐỊNH ÁP ĐẶT CƯỜNG ĐIỆU:

1. VỀ LỊCH SỬ HÌNH THÀNH VÀ CẤU TRÚC ĐẠO CAO ĐÀI:

Ở tiểu đề "Đối Với Tín Đồ" của phần mở đầu, Đào Trinh Nhất viết:

"Vậy chính tinh thần bao dung tôn giáo rất đậm nét của miền Nam đã là cơ sở đầu tiên cho sự phát sinh đạo Cao Đài."

....

"Họ gồm hai thành phần chính: vô sản thành thị - nhất là vô sản lưu manh - và nông dân nghèo, chủ yếu là tá điền..."[1]

Và ông Nguyễn Văn Trung kết luận:

"Nói tóm lại, nếu Hòa Hảo chính là Phật Giáo Nam Bộ hóa thích nghi với miền châu thổ Cửu Long, thì Cao Đài là sản phẩm của lưu vực Đồng Nai... Cao Đài là một cuộc phiêu lưu kỳ thú, một giấc mơ chưa thành của dân miền này, trong một thời kỳ lịch sử đã qua rồi."[2]

Trước khi luận về những điều cường điệu mà hai ông Đào Trinh Nhất và Nguyễn Văn Trung kẻ hát người hò ở phần trên, tôi muốn đưa ra một mâu thuẫn đáng chú ý của ông Đào Trinh Nhất:

---

1. Nguyễn Văn Trung. "Cao Đài, Đạo Ở Vùng Đất Mới". Tạp chí Triết số 1 (xb tại California), trang 174-175.
2. Như trên.

Chương I, với tiểu đề Vì Sao Ta Nên Nói Tới Đạo Cao Đài, ông Đào Trinh Nhất viết:

"Đạo Cao Đài mới xuất hiện có hai năm trời mà đã chiêu tập được trên 70 vạn tín đồ, có quan, có dân, có bọn nhà giàu, có nhà học vấn, chẳng thiếu một hạng nào. Cứ lấy thời gian và nhân số, đem so với đạo Thiên Chúa truyền sang xứ ta ba năm trời, còn nhờ binh lực của nước Pháp, mà tới chừng được trên 100 vạn người theo, thì đạo Cao Đài thiệt là mau chóng và thạnh hành quá sức..." [1]

Thì ra, Cao Đài không chỉ có bọn vô sản lưu manh và nông dân nghèo ít học... mà ngay những người giàu có, những nhà học vấn... cũng đổ nhau theo đạo Cao Đài! Có lẽ đoạn trước, ông Đào Trinh Nhất vì trong mục đích triệt hạ Cao Đài, nên phóng bút bằng những ngôn từ mạt sát. Ở phần sau, ông Đào Trinh Nhất trong một lúc... quên nhiệm vụ, đã viết ra những điều thực mà ông hiểu biết về đạo Cao Đài chăng?

Riêng ông Nguyễn Văn Trung thì cố tình lờ những điểm này. Những điểm đã chứng minh hùng hồn đạo Cao Đài không phải chỉ là một giấc mơ chưa thành của người dân Đồng Nai trong một thời kỳ lịch sử đã qua.

Điều này rất hiển nhiên, vì thực ra lịch sử vẫn còn nguyên vẹn đó.

Ông Nguyễn Văn Trung viết:

"Chúng tôi ghi nhận con số 70 vạn Đào Trinh Nhất nêu ra có lẽ hơi cao. Theo tư liệu của chính sổ sách đăng ký của đạo này, con số tín đồ lên cao nhất thời kỳ 1928 - 1932 là 50 vạn. Còn về chính trị thì nhà cầm quyền Pháp thời đó không hề đồng ý với ông Đào Trinh Nhất: họ rất lo ngại. Họ đã nhìn xuyên qua những chuyện lặt vặt um xùm hoa lá của đạo Cao Đài để thấy một âm mưu, một tổ chức có ý hướng xóa bỏ chính quyền thuộc địa Pháp tại miền Nam - chúng tôi sẽ nói đặc điểm này khi giới thiệu tài liệu của Pháp tiếp sau." [2]

---

1. Nguyễn Văn Trung. "Cao Đài, Đạo Ở Vùng Đất Mới". Tạp chí Triết số 1 (xb tại California), trang 176.

2. Nguyễn Văn Trung. "Cao Đài, Đạo Ở Vùng Đất Mới". Tạp chí Triết số 1 (xb tại California), trang 176-177.

Ông Nguyễn Văn Trung không đồng ý với con số tín đồ do ông Đào Trinh Nhất đưa ra vào thời đó, nhưng dường như ông có vẻ rất đồng ý những lo ngại của người Pháp về đạo Cao Đài!

Nhân đây, tôi muốn mời ông Nguyễn Văn Trung và quý độc giả tìm hiểu thêm về đạo Cao Đài, do tài liệu chính thức của đạo này phổ biến:

"HỎI: Mục đích của tôn giáo Cao Đài?

"ĐÁP:... Ý thức bổn phận và trách nhiệm của người dân mất nước sống đời nô lệ. Phản tỉnh bổn phận và trách nhiệm cứu vãn tâm linh con người trong cộng đồng nhân loại. Cao Đài giáo tuân theo tiếng gọi bi thống của Giáo Chủ tối cao là Ngọc Hoàng Thượng Đế, dựng Đạo để cùng nhau thể hiện thiên lương."

......

"HỎI: Đạo Cao Đài có quân đội không? Nếu có thì tại sao?

"ĐÁP: Tôn giáo Cao Đài không có quân đội. Những tổ chức tín hữu Cao Đài sinh hoạt chính trị, trước hoàn cảnh lịch sử bắt buộc, có tổ chức quân đội một cách kỷ cương và nghiêm chỉnh.

"Là tín đồ Cao Đài giáo nhưng đồng thời là một công dân Việt Nam nên người tín đồ Cao Đài Giáo cũng có trách nhiệm và bổn phận bảo vệ Tổ Quốc và Đồng Bào."[1]

Tôi nói, lịch sử vẫn còn nguyên vẹn là: những đóng góp của tín đồ Cao Đài trong bổn phận con dân của đất nước Việt Nam trong thời kỳ chống Pháp vẫn còn đó trong lòng dân tộc. Và tôi chắc chắn họ, những tín đồ Cao Đài hiện nay sống trong quốc nội hay lưu lạc khắp hải ngoại, vẫn đang hết tình phục vụ quê hương mà vẫn không sao nhãng chuyện Đạo.

2. VỀ GIÁO LÝ ĐẠO CAO ĐÀI:

Chương III, tiểu đề Nguồn Gốc Của Đạo Cao Đài, Đào Trinh Nhất viết:

---

1. Đặng Quang Dương. "Tìm Hiểu Đạo Cao Đài". Soạn thảo tại California ngày 12 tháng 7 năm 1992.

"Cao Đài thờ một con mắt vì đó là mắt của Ngọc Hoàng Thượng Đế... sáng như gương, soi khắp thế giới không mảy múng gì ở phàm trần này là ngài không biết đến."

......

Dưới thiên nhãn, đạo Cao Đài thờ Lão Tử, Khổng Tử, Thích Ca, Giê Su, Lý Thái Bạch, Quan Vân Trường, Khương Tử Nha... Bởi thế người Pháp hay gọi chế giễu là 'thứ đạo tạp hóa' (La Réligion de bazar)...[1]

Kinh điển và tài liệu phổ biến của đạo Cao Đài viết:

"HỎI: Tại sao Cao Đài giáo thờ Thiên Nhõn?

"ĐÁP: Nhõn thị chủ Tâm. Lưỡng quan chủ Thể. Thiên thị Thần. Thần thị Thiên. Thiên giả ngã giả.[2] Trong niềm tin chân lý nhất nguyên, Cao Đài giáo dùng hình ảnh Thiên Nhõn để biểu tượng cho đấng Thượng Đế tối thượng và duy nhất, đấng Cha Chung sáng tạo toàn thể hoàn vũ."

(Lời chú thêm của người viết: Cho nên Tam Giáo [Nho, Thích, Lão] quy nguyên [về một nguồn là Thượng Đế], Ngũ chi hiệp nhất [Nhân đạo, Thần đạo, Thánh đạo, Tiên đạo, Phật đạo], chính danh là Đại Đạo Tam Kỳ Phổ Độ.)

......

"HỎI: Tại sao Cao Đài giáo thờ kính Giáo Chủ các tôn giáo?

"ĐÁP: Bảo tồn những giá trị truyền thống nhưng không đóng cửa tâm hồn là cá tính của dân tộc Việt Nam.

Tôn trọng và không chống đối, gièm pha những giá trị cao quý thiêng liêng khác nhau là bản sắc văn hóa Việt Nam.

Do đó, các tôn giáo hay tư tưởng lớn đến với Cao Đài đều có chỗ ngồi cao quý, được lòng người tôn kính và yêu mến..."[3]

1. Nguyễn Văn Trung. "Cao Đài, Đạo Ở Vùng Đất Mới." Tạp chí Triết số 1 (xb tại California). Trang 177.

2. Thánh Ngôn Hiệp Tuyển, quyển I, Tân Luật, Pháp Chánh Truyền, do Tòa Thánh Tây Ninh xuất bản năm Nhâm Tý 1972, trang 11.

3. Đặng Quang Dương. "Tìm Hiểu Đạo Cao Đài". Soạn thảo tại California ngày 12 tháng 7 năm 1992.

*

*   *

Trên đây chỉ là đôi điều tiêu biểu về những bôi bác đạo Cao Đài trong bài viết "Cao Đài, Đạo Của Vùng Đất Mới" của ông Nguyễn Văn Trung. Không biết sau đạo Cao Đài, tôn giáo nào sẽ là nạn nhân kế tiếp trong nhiệm vụ của ông ta? Bởi vì, chắc chắn ông Nguyễn Văn Trung sẽ còn viết những bài về các tôn giáo khác.

Về con người ông Nguyễn Văn Trung, giới trí thức miền Nam hầu như ai cũng biết đến ông. Nhưng những người trí thức biết rõ về một số những hành động oanh liệt của ông Nguyễn Văn Trung có vẻ không được bao nhiêu. Nhân tiện, tôi sẽ giới thiệu ông Nguyễn Văn Trung qua vài thành tích oanh liệt ấy:

Từ thập niên 50, ông Nguyễn Văn Trung sau khi du học từ Bỉ về, đã nổi tiếng nhờ tập "Nhận Định I", một bản văn sao chép toàn bộ và chính hiệu từ cuốn "Les Grands Courants de la Pensée Contemporaine Existentialisme, Marsisme, Personalisme Chrétienne" của tác giả Jean-Marie GREVILLOT, do nhà xuất bản Édition du Vittrail, (Paris), lần đầu phát hành tháng 10/1947, sách dày 305 trang; lần hai có sửa chữa, phát hành tháng 1/1950, sách còn 287 trang.

Cuốn sách nói trên của GREVILLOT đối với giới tư tưởng người Pháp chỉ là một tác phẩm tầm thường. Hiện nay, chỉ tìm thấy "Les Grands Courants de la Pensée..." trong dăm ba thư viện hẻo lánh ở vùng ngoại ô Paris. Tuy nhiên, vào thời khoảng thập niên 50, lúc ông Nguyễn Văn Trung mới đi du học về, thì "Nhận Định I" tức là bản sao dịch "Les Grands Courants de la Pensée..." mà ông Nguyễn Văn Trung đã ký tên làm tác giả, đã là một chấn động cho giới trí thức miềm Nam của ta.

Xét cho cùng, nghề xài bạc giả trong việc đem tư tưởng Tây phương hù dọa người ta, cho đến ngày nay vẫn còn nhiều kẻ truyền thừa, không thể phủ nhận công lao hạn mã khai sơn phá thạch của ông Nguyễn Văn Trung.

Một ông bạn của tôi than:

"Rằng Lâm Thanh với Lâm Truy
Viết sai một chữ kẻo khi có lầm"

Thúy Kiều, cuộc đời trôi nổi, 15 năm "thanh lâu hai lượt, thanh y hai lần" cũng vì tên Mã Giám Sinh:

"Quá niên trạc ngoại tứ tuần
Mày râu nhẵn nhụi, áo quần bảnh bao"
                                    (Nguyễn Du, Kim Vân Kiều)

Lập lờ đánh lận con đen, lộn sòng hai chữ "Thanh" và "Truy".

Ôi cụ Nguyễn Du ơi! Ở thời Thúy Kiều mới chỉ có loại Mã Giám Sinh sống bám gấu quần đàn bà chốn lầu xanh, mà cụ đã bực mình, khinh ghét!

Ở thời nay của chúng tôi, cái thời sắp bước sang thế kỷ 21, Mã Giám Sinh nhan nhản khắp các lãnh vực trong xã hội. Như một loại vi trùng Amibe, chúng sống bám, sinh bệnh từ phạm trù chính trị, kinh tế, ngoại giao, thương mại... Đến phạm trù cao quý là văn học, giáo dục, hậu duệ họ Mã cũng len vào, mập mờ lẫn lộn, nhân cơn "nước đục bụi trong", chúng tìm môi trường tồn tại...

Phần tiểu sử ông Nguyễn Văn Trung ở tạp chí Triết, thấy ghi là ông có tiến sĩ Triết của đại học Louvain (1961), rồi là nguyên khoa trưởng đại học Sài Gòn...

Hiện ở Bỉ còn vài người Việt du học cùng thời với ông Nguyễn Văn Trung, quả quyết là ông chưa từng trình luận án tiến sĩ với đại học Louvain! Từ điểm này, chúng ta thử bước qua cái sự việc ông Nguyễn Văn Trung làm khoa trưởng đại học Sài Gòn, xem sao...

Nhờ những biến động chính trị, những biến động kỳ quặc mà trường đại học Sài Gòn vốn tự trị, ban giảng huấn bỗng đôi khi được thủ tướng chiếu cố, gia phong cấp bậc! Chẳng hạn, thủ tướng ký sắc lệnh phong cho ban giảng huấn lên "lon" một bậc.

Sau vài lần "nâng đỡ giáo dục" như vậy, nhiều ông phụ khảo, giảng viên, tà tà "thăng quan tiến chức" lên hàng giáo sư, mà chẳng cần có công trình văn học hoặc văn bằng tương ứng!

Trường Văn Khoa Sài Gòn, đôi khi không có khoa trưởng. Vì những vị đủ tư cách làm khoa trưởng cần nghỉ ngơi, cần nghiên cứu một công trình gì đó... nên đã có những người chưa đủ điều kiện làm khoa trưởng, được đề nghị làm quyền khoa trưởng như ông Nguyễn Văn Trung.

Lẫn lộn quyền khoa trưởng với khoa trưởng, là một thái độ thiếu liêm sỉ.

Vả lại, từ một đại học tự trị, vậy mà sấp mặt cúi đầu, hớn hở nhận ơn mưa móc thăng trật của thủ tướng, vốn là người chưa đủ kiến thức trung học phổ thông, thì quả là:

"Sĩ khí rụt rè gà phải cáo
Văn chương liều lĩnh đấm ăn xôi!"[1]

Ông Nguyễn Văn Trung là loại "kẻ sĩ, sĩ phu" trật áo, tiếm quyền khoa trưởng đại học rồi còn dịch sách Tây in bán đường hoàng. Chỉ phiền cái là, ông đã in "bé cái lầm" hai chữ "dịch giả" thành "tác giả"... và dĩ nhiên là cuốn sách chỉ có tên Nguyễn Văn Trung chứ không thấy ông Tây GREVILLOT đâu cả! Nhưng làm sao biết được, ông Nguyễn Văn Trung chẳng từng rêu rao với ai đó rằng GREVILLOT đã... "dịch ăn cắp" sách của ông cũng không chừng! Vì sao?

Chẳng vì sao! Ông Nguyễn Văn Trung là người hiên ngang tuyên bố: "Đại Học Văn Khoa không cần Triết Đông, vẫn là Đại Học Văn Khoa".

Có lẽ ông Nguyễn Văn Trung đã nói chưa hết câu! Phải nói đủ và rõ là: "Một Đại Học Văn Khoa không có Triết Đông vốn là một Đại Học Văn Khoa Nửa Mùa Ấu Trĩ". Bởi vì, hiện nay tất cả những Đại Học danh tiếng trên thế giới, Triết Đông là một phân khoa được coi là hết sức quan trọng.

Nhưng dù sao, những người trẻ và trí thức thật sự hiện nay đã

1. Trần Tế Xương.

xem ông như một thây ma mục rữa. Chỉ tội cho những kẻ trí thức học đòi và đáng khinh là bọn làm chính trị hoạt đầu, là họa may còn tôn ngưỡng và theo đuôi ông Nguyễn Văn Trung mà thôi!

Ông Nguyễn Văn Trung vốn xuất thân là người Thiên Chúa Giáo. Ở thời mà lời rao giảng của Chúa không còn đồng vọng trên các mái nhà, ông Nguyễn Văn Trung một mình leo lên cái sân thượng tư tưởng của ông, rồi nhảy múa những vũ điệu tế thần theo nhịp trống da người.

Ở đây, tôi thử làm một cuộc so sánh theo tinh thần Thiên Chúa Giáo:

Juda: Kẻ bán đứng thầy mình là đấng cứu thế, tức Chúa Jesus.

Pilat: Kẻ xử tội Chúa. Viên quan tòa này đã rửa tay sau khi tuyên án Chúa Jesus. (Hành động này mang ý nghĩa: ta vô can trong việc xử người này).

Nguyễn Văn Trung: Tỏ ra trên "chân" cả Juda lẫn Pilat. Juda đã mang 30 đồng tiền thu hoạch nhờ bán Chúa trả lại cho các quan thầy. Còn Nguyễn Văn Trung, những đồng tiền (hay quyền lợi) ông nhận được từ những "công tác" phỉ báng những Đức Tin của người khác, đi về đâu??? Và, như phần mào đầu tôi có viết, Nguyễn Văn Trung rửa tay trước khi tuyên án Đạo Cao Đài.

Cầu xin Chúa ban phép lành cho Nguyễn Văn Trung và các môn đồ mới!

Virginia, Dec 13, 1995.

NGUYỄN HƯNG QUỐC:
RÂU ÔNG KHÔNG THỂ MỌC Ở CẰM BÀ!

LỜI NGỎ: Bài này tôi viết và đăng trên tạp chí Văn Uyển Bộ Mới số mùa Hè năm 1992, dưới bút danh Thông Biện Tiên Sinh. Khi ký Thông Biện Tiên Sinh, tôi luôn viết bằng giọng văn Phiếm Luận. Do đó, hôm nay, khi muốn mang bài này vào cuốn "Phê Bình và Phê Bình Các Nhà Phê Bình", tôi phải chuyển đổi thành thể văn.... nghiêm túc và đôi lúc... nghiêm trọng hơn!

Trong thời gian viết lại bài này, tôi có thêm thắt những suy niệm và nhận xét mới. Tuy nhiên, toàn thể những lý luận, lý lẽ và ý kiến tôi đã đưa ra trước kia, hoàn toàn không có chi thay đổi.

Trân trọng.

TNH

Trong sinh hoạt văn học ở hải ngoại hiện nay, Nguyễn Hưng Quốc được một nhóm người đánh bóng, thổi phồng như một "nhà phê bình văn học có thế giá" nhất nhì! Tôi đã đọc khá nhiều bài và sách của Nguyễn Hưng Quốc.

Theo tôi, có một số điều kiện và yếu tố để làm nên một "nhà phê bình văn học". Tất nhiên, kiến thức văn học, triết học tư tưởng là điều kiện yếu tố đầu tiên. Song le, nếu chỉ có kiến thức văn học, triết học tư tưởng, mà không có được trình độ hoặc khả năng thẩm thấu văn học, triết học tư tưởng, thì chẳng khác nào một cái máy ghi âm. Cái máy ghi âm, chỉ làm công việc tồn giữ những gì "đã có sẵn" từ những "nguồn cơn" bên ngoài, rồi lập lại y khuôn mỗi khi được bật nút xanh cho hoạt động! Trình độ hoặc khả năng thẩm thấu văn học, nhiều khi một phần lớn, không phải do bẩm sinh hay trường ốc, lại nhờ do những trải nghiệm trong đời sống mà đạt được.

Do đó, kiến thức văn học, triết học tư tưởng, cần phải được người thu nhập nó tiêu hóa, luận giải và cô đọng lại thành cái rốt ráo cho riêng mình. Cái rốt ráo đó, có thể hiểu như hành trang và phương tiện thiên xảo cho nhà phê bình đi đến "Chân, Thiện, Mỹ". Đương nhiên là "Chân, Thiện, Mỹ" chủ quan do Nội Lực của từng Nhà Phê Bình. Ngoài ra, muốn làm một "nhà phê bình văn học", điều kiện tất yếu khác cũng quan trọng không kém, là nhà phê bình phải giữ được vị trí khách quan khi làm công việc phê bình. Ở đây, tôi muốn nói nhà phê bình phải dẹp bỏ hoặc "đè nén" được tinh thần bè phái cục bộ và những định kiến với những tác giả mà ông ta đã chọn để phê bình.

Nhà phê bình chỉ nên đối diện với tác phẩm, với văn bản. Ông Nguyễn Hưng Quốc (dường như) có chịu khó đọc và.... học! Nhưng Nguyễn Hưng Quốc hầu như chỉ phê bình bằng những định kiến rập khuôn và theo kiểu truyền thống. Lâu lâu, Nguyễn Hưng Quốc cố gắng "tạo hiện tượng" bằng cách gây shock (cho những ai kém nội lực và dễ tin), mà vụ "Bài thơ Con Cóc" là một thí dụ. Về khả năng cảm thụ thẩm thấu thì theo tôi, ông Nguyễn Hưng Quốc hoàn toàn không có! Nhất là với Thơ.

Mới đây, trong bài "Ba Chức Năng Chính Của Nhà Phê Bình", Nguyễn Hưng Quốc đã "triển khai" và "hệ thống hóa" ngành Phê Bình Văn Học, đại khái cóp nhặt được từ những Nhà Phê Bình, Nhà Tư Tưởng Đông Tây đây đó, như sau:

"Nhưng khi ghi nhận vị trí trung tâm của Truyện Kiều trong các điển phạm Việt Nam, chúng ta không thể không ghi công của Phạm Quỳnh với tư cách là một nhà phê bình, thậm chí có thể xem là nhà phê bình có ý thức nhất về quyền lực phê bình của mình.

Qua các ví dụ vừa nêu trên, có thể khẳng định mục tiêu lớn nhất của các nhà phê bình là cố gắng xác lập danh sách những tác giả lớn, và cùng với họ, những tác phẩm được xem là đỉnh cao của văn học, tiêu biểu cho các phẩm chất nghệ thuật cao quý nhất của văn học. Những tác phẩm ấy hiện hữu không chỉ như những thành tựu hoàn hảo mà còn như những chuẩn mực để căn cứ vào đó người ta có thể hiểu, cảm thụ và đánh giá mọi hiện tượng văn học. Trong ý nghĩa như thế, theo tôi, thực chất của việc điển phạm hóa là quy phạm hóa: qua việc tuyên dương một số tác phẩm nào đó là điển phạm, nhà phê bình, một cách tự giác hay tự phát, xem một vẻ đẹp nào đó cao hơn hẳn các vẻ đẹp khác, biến nó thành một thứ quy phạm (norm), một kiểu mẫu của cái đẹp nói chung.”[1]

"Truyện Kiều", chỉ là điển phạm và quy phạm của "một loại văn học", "một nhánh văn học" hoặc một cách khả dĩ thậm xưng là "một thời đại văn học", đã được một số người (chứ không phải tất cả mọi người) điển phạm hóa và quy phạm hóa thành một "biểu tượng văn học" của Một Thời Đại chứ không phải của Mọi Thời Đại. "Thơ Nôm lục bát thành tựu được từ 'Truyện Kiều' của Nguyễn Du", thí dụ ta có thể nói đại loại những câu như vậy...

Tuy nhiên, điều trên chỉ chứng tỏ Nguyễn Du với "Truyện Kiều" đã tạo được thành tựu là định vị được thơ lục bát vào lãnh địa "thơ bác học", "thơ trí thức"; chứ lục bát không thuần chỉ nằm ở vị thế ca dao đồng dao dân gian. Hành trình của thơ lục bát sau đó, đã vượt qua và vượt xa những cấu trúc ngôn ngữ lục bát Kiều Nguyễn Du. Ví dụ:

Từ ngôn ngữ bình dân ca dao dân gian:

> *"Cái bống là cái bống bang*
> *Khéo sảy khéo sàng cho mẹ nấu cơm*
> *Mẹ bống đi chợ đường trơn*
> *Bống ra gánh đỡ chạy cơn mưa ròng."*

Nguyễn Du đã đem ngôn ngữ "bác học", "trí thức" vào lục bát:

> *"Xót người tựa cửa hôm mai*
> *Quạt nồng ấm lạnh những ai đó giờ.*
> *Sân Lai cách mấy nắng mưa*
> *Có khi gốc tử đã vừa người ôm"*
>
> (Truyện Kiều. Câu 1043-1046)

---

1. Nguyễn Hưng Quốc, "Ba Chức Năng Chính Của Nhà Phê Bình". Tạp chí Văn Học (California, USA) số 226 (tháng 7 & 8/ 2005). Trang 42 & 43.

Và lục bát đã sải một bước dài, với ngôn ngữ tân kỳ, hình ý hiện đại hôm nay:

"Từ em tiếng hát lên trời
Tay xao dòng tóc, tay mời âm thanh
Giọt buồn chẻ xuống lòng anh
Bỗng nghe da thịt tan tành xưa sau"
(Hoàng Trúc Ly. Trong Cơn Yêu Dấu)[1]

Một Nhà Phê Bình hiểu rõ về Quyền Lực Phê Bình, là người biết tìm ra những Cái Đẹp Mới, Cái Đẹp Chưa Từng Có ở những tác phẩm mà ông ta cho là thành tựu. Nhưng công trình của Nhà Phê Bình không phải là thiết lập và tuyên dương những khuôn thước văn học hầu làm một chuẩn mực cho văn học để đánh giá Mọi Hiện Tượng văn học. Văn học không cần những Kiểu Mẫu. Những điển phạm hoặc quy phạm trong văn học, chỉ có giá trị như những cái đẹp đã được hoàn tất, nó đóng vai trò dọa dẫm và răn đe cho những người sáng tác có ý thức: Là nhà ngươi phải tạo ra những cái đẹp khác, nếu vượt trội hơn những cái đẹp đã được định hình, định vị kia thì đó mới là chức năng tối hậu.

Tìm ra những điển phạm, hoặc điển phạm hóa một (hoặc nhiều) những cư trú trong một tác phẩm, để rồi quy phạm hóa thành những biểu trưng hay mẫu mực cho văn học, nói như Nguyễn Hưng Quốc, vậy chẳng khác chi công việc làm appraisal nhà cửa! Thí dụ: Nhà này phòng ngủ, phòng tắm, nhà bếp v.v... đúng tiêu chuẩn A. Nhưng cái restroom chỉ ở tiêu chuẩn B... Làm "appraisal" một tác phẩm văn học, không giống như diễn trình làm appraisal một cái nhà, và cũng hoàn toàn khác biệt khi làm appraisal một bức cổ họa hay viên cổ ngọc.

---

1. Hoàng Trúc Ly. Một trong những nhà thơ hàng đầu của miền Nam trước 1975. Tên thật Đinh Đắt Nghĩa, sinh năm 1933 tại Đà Nẵng. Mất năm 1985 tại Sài Gòn. Ngoài những tập thơ như "Trong Cơn Yêu Dấu" và "Sau Cơn Yêu Dấu", Hoàng Trúc Ly còn là tác giả của "Truyện Truyền Kỳ Việt Nam", "Truyện Cổ Tích Việt Nam"... Ông còn một số tác phẩm chưa xuất bản. Nhất là thơ.

Appraisal một cái nhà, có những quy trình nhất định. Appraisal một viên cổ ngọc hay bức cổ họa, ngoài những quy trình của lãnh vực kỹ thuật hóa học vật lý, còn đòi hỏi những chứng nghiệm và lý lẽ cần thiết về thẩm mỹ. Appraisal một tác phẩm văn học, xem như nhà phê bình bước vào một khoảng chân không. Nhà phê bình phải tự mình tìm lấy những Điểm Tựa, (nói theo Nguyễn Hưng Quốc là những điển phạm) những Điểm Tựa Mới Lạ. Khi gặp gỡ được một tác phẩm thực sự ngoại hạng, nhà phê bình sẽ thấy tất cả những điển phạm, những quy phạm ước lệ có sẵn trở thành không cần thiết và thậm chí chẳng có liên hệ chi tới cái hiện hữu là tác phẩm ngoại hạng mà nhà phê bình đang đi vào Nó. Khả năng này đòi hỏi những thẩm thấu và thẩm định ngoại lệ và hết sức nhiêu khê tế nhị.

Do đó, không thể có *"Những tác phẩm (ấy) hiện hữu không phải chỉ như những thành tựu hoàn hảo mà còn như những chuẩn mực để căn cứ vào đó người ta có thể hiểu, cảm thụ và đánh giá mọi hiện tượng văn học"*.

Không thể dùng "Truyện Kiều" Nguyễn Du để làm chuẩn mực đánh giá "Trong Cơn Yêu Dấu" Hoàng Trúc Ly. Ngay cả không thể dùng Jack Kerouac[1] làm chuẩn mực đánh giá Allen Ginsberg[2], dù rằng đây là hai người bạn thơ văn rất thân và đã cùng nhau làm nên Beat Generation, thay đổi hầu như tất cả những ý niệm về sống và viết của mấy thế hệ Hoa Kỳ từ thời thập niên 1950's. Lấy Nguyễn Du cho giao đấu với Hoàng Trúc Ly. Lấy Jack Kerouac để tỉ giảo (comparative) với Allen Ginsberg! Thế này là thế nào? Mỗi vòm trời có những cảnh thổ và không gian với những cái đẹp nao lòng người

---

1. Jack Kerouac. Jean Louis Kerouac. Sinh ngày 12 tháng 3 năm 1922. Mất ngày 21 tháng 10 năm 1969. Tác phẩm "On The Road" của Kerouac làm dậy lên hiện tượng Beat Generation năm 1957. Ngoài ra, "The Dharma Bums", "The Subterraneans" cùng xuất bản năm 1958 v.v... cũng là những sáng tác quan trọng của ông. Nhưng trên hết, theo Allen Ginsberg, Jack Kerouac là một trong vài nhà thơ quan trọng nhất của thời đại ông.
2. Allen Ginsberg. Irwin Allen Ginsberg. Sinh ngày 3 tháng 6 năm 1926. Mất ngày 5 tháng 4 năm 1997. Nhà thơ hàng đầu hiện đại của thi ca Hoa Kỳ. Allen Ginsberg và Jack Kerouac đã cùng một nhóm bạn văn học dấy lên phong trào thế hệ Beat Generation giữa thập niên 1950's ở Hoa Kỳ. Ông là tác giả bài thơ "Howl" (1955) đã bị cấm và đưa ra tòa án San Francisco. Tác phẩm White Shroud: Poem 1980-1985,vv...

khác nhau. Vấn đề là tác giả có tạo được "một vòm trời của mình" chưa. Và trong "vòm trời của mình" đó, cảnh thổ và không gian v.v... đã đạt được thẩm mỹ ra sao?

Trong tuyển tập Irish Poetry có tựa là "After Yeats", người Editor, Maurice Harmon viết:

"Such distinction did not necessarily make the work of the next gerenations easier. They did establish standards by which younger writers sould measure themselves and they did make it necessary for them to find a personal idiom and a distinctive voice. For the young poet in 1920 or 1930, the question was how not to write like Yeats and how to find areas not already dominated, or exhausted, by him. For the young poet in the fifties and sixties that question was less pressing."[1]

Chúng ta dễ dàng nhận ra rằng, những ước lệ về phê bình văn học, mà Nguyễn Hưng Quốc cố gắng thuyết minh, Maurice Harmon đã giải trình một cách khá cặn kẽ:

"Thành tựu của Yeats là cái mốc đã tạo ra một thời đại YEATS. Điển phạm hóa hay quy phạm hóa này có giá trị như một vùng đất, một thời đại đã bị cắm cờ chiếm lĩnh. Những kẻ hậu sinh nên tìm cách "thoát ra khỏi tầm ảnh hưởng của Yeats". Hoặc, nếu thực sự tài ba, thì phải nên tự tìm cho mình một "lãnh địa riêng"; và tạo "Một Thời Đại Của Mình"."

Theo tôi, có thể chuẩn mực ở Yeats để hiểu, cảm thụ những người đã hay vẫn còn nằm trong ảnh hưởng của Yeats. Nhưng không thể chuẩn mực ở Yeats để đánh giá mọi hiện tượng văn học sau trước hay ngay cả cùng thời với Yeats mà không chút liên can hay liên quan gì đến những chất liệu và hướng sáng tạo của Yeats! Lấy Yeats, hay "Truyện Kiều" của Nguyễn Du làm một cái mốc, để nhà phê bình có thể biện luận về những tác giả khác cùng thời, hoặc

---

1. Maurice Harmon, "Irish Poetry After Yeats". Little, Brown and Company xuất bản 1979. Phần Introdution, trang 9. Trong cuốn sách này, Maurice Harmon đưa ra 7 nhà thơ: Austin Clarke, Richard Murphy, Patrick Kavanagh, Thomas Kinsella, Denis Devlin, John Montague và Seamus Heaney và một số những bài thơ tiêu biểu thành tựu của họ.

trước, sau Yeats, "Truyện Kiều" của Nguyễn Du thì là những quan niệm phê bình văn học (nếu có) đã mòn cũ, khuôn sáo và nên vứt bỏ!

Nhà phê bình, chỉ nên đối diện với tác phẩm, với văn bản. Và rồi, nếu tìm thấy trong tác phẩm, trong văn bản trước mặt mình là một thành tựu với những điều mới lạ đáng công bố, hay những khúc mắc cần lý giải hay lý luận... Và đó, nhà phê bình có công việc để làm!

Tuy nhiên, tôi không thấy Maurice Harmon muốn dùng Yeats "làm chuẩn mực để hiểu, cảm thụ và đánh giá MỌI hiện tượng văn học". Vì đều này, ai cũng thấy là lố bịch.

Nguyễn Hưng Quốc appraisal văn học theo cung cách appraisal nhà đất, nên đã quyết liệt tuyên ngôn:

"Trong hai chức năng phát hiện và quy phạm hóa cái đẹp của phê bình, ở Việt Nam, từ trước đến nay, người ta hay chú ý đến chức năng thứ nhất mà lại thờ ơ với chức năng thứ hai trong khi trên thực tế chính chức năng thứ hai mới có tác động lớn, một cách tích cực hoặc tiêu cực, trong quá trình vận động của văn học. Văn học không thể được chuyên nghiệp hóa và sâu sắc nếu công việc quy phạm hóa các khía cạnh thẩm mỹ và thi pháp trong văn học không được thực hiện một cách nghiêm túc"[1]

"Quá trình vận động của văn học" là cái gì? Tôi nghĩ, hay là Nguyễn Hưng Quốc muốn nói "quá trình chuyển động" của văn học? Văn học, không tự nó "vận động" được cho "sự chuyển động" của chính nó. "Sự chuyển động" của văn học là do tác giả và tác phẩm của thời đại đó. Văn học, tự nó cũng không cần "chuyên nghiệp hóa" gì hết. Văn học là văn học. Nguyễn Hưng Quốc thích dùng những tu từ lòng vòng, đôi khi vô nghĩa lý và không cần thiết. (Xin đọc thêm Thông Biện Tiên Sinh, "Cõi Người Ta")[2]

---

1. Nguyễn Hưng Quốc, "Ba Chức Năng Chính Của Nhà Phê Bình". Như trên. Trang 45.

2. Thông Biện Tiên Sinh, "Cõi Người Ta". Viết xuất bản 2002. Bài 29 Nguyễn Hưng Quốc: Con Đà Điểu và Điệu Múa Của Loài Công. Trang 184-189.

Để xiển dương cho "lập thuyết" của mình, Nguyễn Hưng Quốc đã "nghiêm túc" thực hiện chức năng "phê bình" của mình ra sao? Xin đọc vài thí dụ:

THÍ DỤ MỘT:
Bài "Buổi Sớm" của Trụ Vũ:

"Buổi sớm dang tay ôm vũ trụ
Tức thời tôi hóa cánh hoa mai
Màn che cửa sổ không còn nữa
Tôi nhập hồn hoa ý mãn khai."

Và bài "Thược Dược" của Quách Thoại:

"Đứng im bên hàng giậu
Em mỉm nụ nhiệm mầu
Lặng nhìn em kinh ngạc
Vừa thoáng nghe em hát
Lời em ca thiên thâu
Ta sụp lạy cúi đầu"

Nguyễn Hưng Quốc đã luận về hai bài thơ trên như sau:
"Trụ Vũ nói "nhập hồn hoa", "Tôi hóa cánh hoa mai" nhưng trong bài thơ, ông là ông và hoa vẫn cứ là hoa. Những câu thơ ấy chỉ là những ý nghĩ chứ không chứng hiện một cách cụ thể. Chúng trở thành khoa trương. Ở bài "Thược Dược" thì ngược lại. Có hai nhân vật: người và hoa, nhưng suốt 5 câu đầu, chủ từ chỉ người ("ta" hay "tôi") bị giấu đi. Ngỡ chỉ có hoa. Và hoa cũng không thuần túy là hoa. Hoa là "em", nghĩa là một con người. Nhà thơ nhập hồn vào giữa lòng hoa để nghe "hoa hát": tiếng hát của thiên nhiên, của trời đất và của muôn đời."[1]

---

1. Nguyễn Hưng Quốc, "Tìm Hiểu Nghệ Thuật Thơ Việt Nam". Quê Mẹ xuất bản 1988. Chương "Cảm Xúc Trong Thơ", trang 42 & 43.

Tôi không hiểu Nguyễn Hưng Quốc đã hiểu thơ kiểu gì mà kỳ cục vậy??? Trong bài "Buổi Sớm", chủ thể là tác giả đã bị khách thể là thiên nhiên tác động thành xúc cảm, nên chủ thể muốn hòa nhập vào cái đẹp của khách thể. Lúc ấy, trong vô thức của tác giả tức chủ thể, khách thể là thiên nhiên đã được thu nhỏ lại, biểu tượng thành một cánh hoa mai. "Màn cửa sổ" ở đây là ranh giới giữa con người và thiên nhiên, giữa chủ thể và khách thể - đã được chủ thể cảm nhận, rũ bỏ như không còn nữa để hòa nhập vào cánh hoa mai, biểu tượng của thiên nhiên - tức khách thể - thành Một. Đây là trạng thái tan biến, hòa nhập của cảnh giới Thiền trong Phật giáo. (Khi Trụ Vũ nói "ta hóa..." hay "ta nhập..." có nghĩa là chưa hóa được, chưa nhập gì hết! Trụ Vũ nói về điều mà ông toan với tới, vươn tới. Chứ "đã hóa...", "đã nhập..." được rồi thì ai còn đứng đó làm gì để phải nói năng lôi thôi!!!)

Nguyễn Hưng Quốc muốn Trụ Vũ "chứng hiện cụ thể" cái gì đây? Trụ Vũ làm thơ chứ đâu có công bố phát minh hóa học hay vật lý! Hơn nữa, nếu muốn thưởng ngoạn hay phê bình bài thơ này, Nguyễn Hưng Quốc cần trang bị một số vốn kiến thức Phật Giáo khả dĩ, vì tác giả Trụ Vũ là một nhà thơ Phật Giáo. Nguyễn Hưng Quốc đừng nên bắt chước Kim Định, vẽ "cái đình" thành cái "nhà thờ", chướng lắm!

Về bài "Thược Dược" của Quách Thoại, "em" trong bài thơ là đóa hoa thược dược hàm tiếu, đang "mỉm nụ nhiệm mầu", là đang hé nở. Tác giả bị mê hoặc bởi sự kỳ diệu của nụ hoa đang hé nở, của sự truyền tồn sinh hóa giai ngẫu muôn đời. Tác giả "nhân cách hoá" "hoa" thành "em" "em hoa".Tác giả cảm nhận trong từng chuyển động hầu như không thể thấy được của mỗi cánh hoa trên tiến trình mãn khai, một thứ diệu âm, là lời ca miên viễn bí mật của thiên nhiên... Tất cả những nhiệm mầu mê hoặc này đã khiến tác giả chiêm ngưỡng và phải phủ phục cúi đầu. Quách Thoại đâu có đòi và cũng đâu có nhập tràng nhập môn gì? Và nếu Quách Thoại "nhập hồn vào giữa lòng hoa để nghe hoa hát", và "hoa là một con người" như Nguyễn Hưng Quốc đã "phê", thì lấy ai "sụp lạy cúi đầu"? Nếu "hoa là một con người", thì Quách Thoại đã "nhập vào "hoa là một con người" đó ra làm sao? Bài thơ không dưng thành dung tục qua lời phê luận của Nguyễn Hưng Quốc. Hay là, Quách Thoại đã nhập vào với hoa rồi, chỉ còn Nguyễn Hưng Quốc vì thấy Quách Thoại nhập được vào hoa, ái mộ quá nên sụp lạy cúi đầu chăng?

Dùng "khuôn thước" Quách Thoại, để đo Trụ Vũ là một điều bất khả thi và vô duyên. Nhưng lại dựng "khuôn thước" Quách Thoại bằng kiến năng thẩm thấu sai lệch và giới hạn của mình, Nguyễn Hưng Quốc đã làm điều mà một nhà phê bình có tự trọng và biết động não không bao giờ làm!

THÍ DỤ HAI:

Trong bài viết "Cái Sáo Trong Thơ", Nguyễn Hưng Quốc đã tận tình chê bai những bài thơ có dùng những hình ảnh (quá cổ điển, có thể coi là cliché-ridden style) như "tráng sĩ", "mài gươm" v.v... là sáo. Theo tôi, tuy những hình ảnh như "mài gươm", "tráng sĩ" có sáo, có cũ thật... nhưng nó vẫn là một thứ ngôn ngữ ẩn dụ trong thi ca, để biểu tỏ một điều gì đó. Loại ngôn ngữ cliché này phổ quát hơn điển tích, và tuy là ẩn dụ nhưng hầu hết mọi người đọc, ai cũng hiểu được.

Cực sáo trong thơ như bài "Đêm Thu Nghe Quạ Kêu" của Quách Tấn. Ngược lại, Nguyễn Hưng Quốc đã không tiếc giấy mực để "suy tôn" bài thơ này của Quách Tấn!!!

Để giới thiệu bài "Đêm Thu Nghe Quạ Kêu" của Quách Tấn, Nguyễn Hưng Quốc huê dạng:

"... Một tiếng quạ kêu não nùng trong khuya khoắt lại dẫn về điển tích "Ô y hạng" trong một bài thơ của Lưu Vũ Tích thời xa xăm. Cảnh bến đò An Thái hư ảo trong sương đêm lại dắt đến bài "Phong Kiều Dạ Bạc" của Trương Kế, rồi đến bài "Xích Bích Phú" của Tô Đông Pha lâu lắc thời nào."[1]

Đêm Thu Nghe Quạ Kêu
*"Từ Ô y hạng rủ rê sang
Bóng lẫn đêm thâu tiếng rộn ràng*

---

1. Nguyễn Hưng Quốc, "Tìm Hiểu Nghệ Thuật Thơ Việt Nam". Như trên. Chương "Chất Liệu Thơ", trang 130.

Trời bến Phong Kiều sương thấp thoáng
Thu sông Xích Bích nguyệt mơ màng
Bồn chồn thương kẻ nương sông bạc
Lạnh lẽo sầu ai rụng giếng vàng
Tiếng dội lưng mây đồng vọng mãi
Tình hoang mang gợi tứ hoang mang."

Liền tức thì, Nguyễn Hưng Quốc bèn "ca" rằng:

"... Bài thơ thành công: hàm súc và sang trọng. Người ta có thể không hiểu "Ô y hạng" là gì. "Trời bến Phong Kiều" và "Thu sông Xích Bích" ra sao, song người ta dễ bị mê hoặc ngay bởi cái vẻ giàu sang rực rỡ ở bốn câu giữa hay cái sắc vàng chói lọi cứ đọng lại hoài ở câu thứ 6 như Hoài Thanh nói trong "Thi Nhân Việt Nam"..."[1]

Nguyễn Hưng Quốc đã tỏ ra bất công. Chẳng lẽ Quách Tấn có bà con, hoặc ít ra cũng là chòm xóm cùng quê chi với Nguyễn Hưng Quốc hay sao vậy? Khi Trụ Vũ viết "Ta nhập hồn hoa ý mãn khai", một câu thơ rất thơ, rất bình dị ngang nhiên, thì Nguyễn Hưng Quốc "bắt" tác giả phải "chứng hiện cụ thể". Còn Quách Tấn muốn viết gì thì viết. Nào "Ô y hạng", nào "bến Phong Kiều", nào "sông Xích Bích" Nguyễn Hưng Quốc cho rằng không cần phải hiểu gì sất, bài thơ "vẫn cứ phải" hay! Lạ thật!!!

Quách Tấn vì cảm xúc cảnh đêm trăng ở bến đò An Thái và ám ảnh bởi tiếng quạ kêu trong bóng cây mà làm bài "Đêm Thu Nghe Quạ Kêu". Nhưng nếu thực sự cảnh bến đò An Thái đã làm Quách Tấn xúc cảm tức cảnh thành thơ, thì những "Ô y hạng", "bến Phong Kiều" và "sông Xích Bích" đâu có mắc mớ gì đến bến đò An Thái. Trừ phi Quách Tấn muốn khoa trương kiến thức và làm dáng trong thơ, tức là sáo!

Hãy đọc Hoài Thanh Hoài Chân trong "Thi Nhân Việt Nam" ở đoạn chú thích về bài "Đêm Thu Nghe Quạ Kêu" của Quách Tấn:

"Ô y hạng nghĩa là xóm áo đen, tên một xóm đời xưa bên Tàu. Xóm ấy có hai họ Vương, Tạ là hai họ lớn nhất con cháu thường mặc áo đen.

---

1. Nguyễn Hưng Quốc, "Tìm Hiểu Nghệ Thuật thơ Việt Nam". Như trên. Trang 130 & 131.

Vậy chữ "Ô" ở đây không có nghĩa là con quạ. Quách Tấn dùng điển sai nhưng điều ấy tưởng chẳng quan hệ gì lắm."[1]

Chí ít, Hoài Thanh & Hoài Chân khi làm công việc phê bình văn học đã có trang bị cho mình một kiến thức khả dĩ. Chứ không như Nguyễn Hưng Quốc đã màu mè: "Một tiếng quạ kêu não nùng trong khuya khoắt lại dẫn về điển tích 'Ô y hạng' trong một bài thơ của Lưu Vũ Tích thời xa xăm". Vì theo tôi biết, trong bài "Ô Y Hạng" của Lưu Vũ Tích không có con quạ nào hết, mà chỉ có chim Yến!

Xin mời độc giả thưởng lãm bài "Ô Y Hạng" của Lưu Vũ Tích:

"Chu Tước kiều biên dã thảo hoa
Ô y hạng khẩu tịch dương tà
Cựu thời Vương Tạ đường tiến yến
Phi nhập tầm thường bách tính gia."[2]

Dưới đây là phần dịch thơ, dịch nghĩa và chú thích của Tản Đà:

Ngõ Ô Y
Bên cầu Chu Tước cỏ hoa
Ô Y đầu ngõ, bóng tà tịch dương
Én xưa nhà Tạ, nhà Vương
Lạc loài đến chốn tầm thường dân gia
                                    (Ngày Nay số 94, ngày 16 tháng 1, 1938)

Dịch nghĩa:

Bên cầu Chu Tước cỏ dại mọc nở đầy hoa.
Trong ngõ Ô Y ánh mặt trời chiều tà chiếu vào
Ngày trước ở lâu đài nhà họ Vương, họ Tạ chim yến làm tổ
Nay bay vào những nhà dân tầm thường ẩn trú.

---

1. Hoài Thanh Hoài Chân. "Thi Nhân Việt Nam (1932-1941). NXB Văn Học in lại lần thứ 20 năm 1999 (theo bản in lần đầu 1942). Trang 266.

2. Trích từ "Thơ Đường" Tản Đà dịch. Nguyễn Quảng Tuân biên soạn. NXB Trẻ (Hội Nghiên Cứu Giảng Dạy Văn Học TP Hồ Chí Minh) 1989. Trang 109 & 110.

Chú Thích:

Ô Y nghĩa là áo đen. Xưa đời nhà Tấn trung hưng, họ Vương, họ Tạ là hai nhà quí hiển ở đó, các con em đều mặc áo đen, nhân vậy đặt tên. Bài thơ đây là lời hoài cổ." (Tản Đà)[1]

Xem ra trong bài thơ của Lưu Vũ Tích, chẳng có chút gì liên quan đến đề tài "Đêm Thu Nghe Quạ Kêu" của Quách Tấn. Không gian trong "Ô Y Hạng" là cầu Chu Tước, là ngõ Ô Y. Thời gian là chiều tà... Có chim yến, có lâu đài, có nhà dân gia... Nhưng Quạ thì tuyệt nhiên là KHÔNG CÓ!!! Hai ông Hoài Thanh và Hoài Chân có thể dễ tính, cho rằng Quách Tấn dùng điển sai cũng chẳng quan hệ gì (đến cái hay của bài thơ?). Vì Quách Tấn là nhà thơ. Nhà thơ có quyền liên tưởng... chi chi đó! Nhưng Nguyễn Hưng Quốc là "nhà phê bình", "nhà biên khảo", không thể cũng bắt "CON QUẠ" bỏ ngang xương vào bài thơ "Ô Y Hạng" của Lưu Vũ Tích.[2] Lưu Vũ Tích chết từ năm 842, nếu ông đầu thai qua nhiều kiếp, bây giờ "may mắn" làm người Việt Nam, lỡ đọc "Đêm Thu Nghe Quạ Kêu" của Quách Tấn, rồi lại đọc những lời tán dương "Đêm Thu Nghe Quạ Kêu" bằng sự "không chứng hiện" (chữ "không chứng hiện" của Nguyễn Hưng Quốc, xin hoàn trả cho tài chủ) và thiếu kiến thức của Nguyễn Hưng Quốc, chắc chắn thi sĩ Lưu Vũ Tích sẽ bằng mọi giá xin "bị" biếm đi Bá Châu, Liên Châu, Tô Châu rồi Nhữ Châu như cách đây hơn một ngàn năm ông đã từng bị biếm, bị đày. Bởi vì thà bị biếm, bị đày như thế, Lưu Vũ Tích vẫn đỡ khổ hơn phải bị những người thiếu kiến thức sử dụng tên tuổi và thi ca của mình vào những trường hợp vô duyên, lãng nhách!

Than ôi!

1. Tản Đà dịch. Nguyễn Quảng Tuân biên soạn. "Thơ Đường". Như trên. Trang 110.
2. Lưu Vũ Tích (772-842) tự là Mộng Đắc, người huyện Bành Thành, nay thuộc tỉnh Giang Tô. (Cũng có sách nói ông người tỉnh Quảng Đông), đậu tiến sĩ, làm quan bị thăng giáng nhiều lần và đã từng bị biếm ra Bá Châu, Liên Châu, Tô Châu và Nhữ Châu. Đến thời Hội Xương được phong làm Kiểm Hiệu Lễ Bộ Thượng Thư. Tác phẩm lưu lại có "Lưu Tân Khách" tập 40 quyển.

Ngày xưa Romain Rolland đã nói như thế này:

"Người ta không thể miễn cho mình cái việc phê phán đánh giá: đó là điều cần thiết để mà sống".

Nhưng phê phán đánh giá thì phải phê phán đánh giá cho đúng kìa. Trong "Vân Đài Loại Ngữ" thì Lê Quý Đôn lại ôn hòa nhưng sâu sắc khuyên dè như sau:

"Văn chương là của chung thiên hạ, phân tích thì được chứ không nên chê mắng".

Tuy nhiên, phân tích cũng có nhiều... phương pháp và hình loại ngôn ngữ để "áp dụng" trong lúc phân tích. Đôi khi, có thứ ngôn ngữ phân tích mà đọc không... thông, rất dễ khiến người đọc hiểu lầm ra là chê mắng!

Vả lại, Lê Quý Đôn quên không có lời dạy về thái độ phải nên cư xử ra sao với những "nhà phê bình" "thiếu kiến thức và bè phái"?

Bởi vì, Pushkin, vầng thái dương của thi ca Nga cũng có câu:

"Ở đâu không có tình yêu nghệ thuật thì ở đó không có phê bình".

Tôi hết sức đồng ý với suy nghĩ này của Pushkin. Vì tình yêu nghệ thuật, rất nên làm công việc phê bình. Phê bình trong tinh thần phân tích như lời của Lê Quý Đôn. Và cũng vì tình yêu nghệ thuật, lại rất cần có thái độ phải chăng với những "nhà phê bình" thiếu kiến thức, thiếu khả năng thẩm thấu nhưng hay màu mè "dàn trận" mà lòe thiên hạ.

Mùa Hè 1992 - Mùa Hè 2005.

THƠ PHẢN THƠ
HAY TRẦN MẠNH HẢO
PHẢN TRẦN MẠNH HẢO

Trần Mạnh Hảo là tác giả của truyện dài "Ly Thân", do nhà Thời Văn ở Mỹ in năm 1990. Khi "Ly Thân" xuất hiện, Hảo tức thì được giới văn học hải ngoại tấn phong là cây bút sáng giá nhất giữa hàng ngũ những người cầm bút trong nước "phản kháng" lại chế độ Cộng Sản. Nhưng chẳng bao lâu sau đó, trong khi "Ly Thân" vẫn còn đang được khắp nơi rầm rộ tung hô, thì Trần Mạnh Hảo đã "hối cải" và "quy thuận" lại "triều đình". Hiện nay, Trần Mạnh Hảo là một đại thụ Công An của ngành Văn Học Nghệ Thuật trong nước. Trần Mạnh Hảo hiện cầm cây roi "chính trị" vung vẩy đi giữa nền văn nghệ quốc nội. Trần Mạnh Hảo vốn là một nhà thơ. Hảo là tác giả của rất nhiều thơ và đáng kể theo tôi biết, là ba trường ca xưng tụng chém giết, suy tôn chủ nghĩa Marxism và các lãnh tụ: "Ba Cặp Núi Và Một Hòn Núi Lẻ", "Mặt Trời Trong Lòng Đất" và "Đất Nước Hình Tia Chớp". Dăm bảy năm gần đây, để chứng tỏ sự tích cực trong nhiệm vụ "Công An Văn Nghệ" của mình, Trần Mạnh Hảo đã viết những cuốn "phê bình cầm chịch", trong đó có "Thơ Phản Thơ".

Mở đầu cuốn "Thơ Phản Thơ", với tiểu đề "Nghĩ Về Thơ và Thơ Hôm Nay", Trần Mạnh Hảo viết:

"Trong đạo Thiên chúa giáo có quan niệm này mà người vô thần cách mấy cũng phải công nhận là thoáng, đó là mỗi người tin đạo đều có thể tìm cho mình một cách đến với Chúa, đến với thiên đường. Cũng có thể lấy ví dụ này để nói về thơ. Bởi vì, mỗi người làm thơ đều có thể

tìm ra một cách thơ hay. Và có bao nhiêu người làm thơ thì cũng có
bấy nhiêu cách định nghĩa về thơ vậy."

(Trần Mạnh Hảo, Thơ Phản Thơ,
Văn Học xb 1995, trang 5)

Không thấy Trần Mạnh Hảo chú giải cái quan niệm gọi là
"thoáng" này của Thiên chúa giáo, Hảo đã thấy ở đâu trong Kinh
Thánh. Chỉ thấy sau đó Trần Mạnh Hảo khẳng định tức thì:

"Thơ chính là tuổi thơ của loài người còn sót lại".

(Trần Mạnh Hảo, Thơ Phản Thơ,
Văn Học xb 1995, trang 5)

Như vậy, sau khi khẳng định với Đảng Trần Mạnh Hảo vẫn là
người "vô thần", Thiên Chúa giáo chỉ là cây cột để Trần Mạnh Hảo
vịn vào đó mà đứng lên định nghĩa về thơ, thì câu định nghĩa trên
vẫn hết sức vô duyên và vô lý! Tôi sẽ dẫn ra những điều vô duyên và
vô lý ở phần sau. Xin đọc tiếp Trần Mạnh Hảo quảng diễn:

"Kinh thánh có câu: Nếu ai không hóa thành con trẻ thì nước Trời
không thuộc về kẻ đó". Người Trung Quốc quan niệm trời đất bao giờ
cũng hồn nhiên như trẻ thơ nên mới có chữ "hóa nhi." Người Việt Nam
nói điều này một cách rất thật thà, cụ thể: "Đi hỏi già, về nhà hỏi trẻ".
Xem ra như thế những gì rốt ráo nhất, chân như và thiêng liêng nhất,
đều có chung bản chất với trẻ con. Và như thế, chúng ta vui mừng phát
hiện ra rằng, vẫn còn một đứa trẻ con lon ton chạy qua sa mạc, chạy
qua bao nhiêu thiên niên kỷ của những trận đại hồng thủy đến với loài
người chúng ta từ vườn Êđen xưa, nơi tổ tông chúng ta bị đuổi khỏi địa
đàng. Phải chăng, đứa-trẻ-con-muôn-thuở ấy chính là thơ ca?

Vậy mà đâu đây, trên hành tinh chúng ta, có ai đó trong văn học đã
lạnh lùng tuyên bố: Thưa quý vị, thơ ca đã hết đường tồn tại."

(Trần Mạnh Hảo, Thơ Phản Thơ,
Văn Học xb 1995, trang 5 & 6).

Muốn phát biểu về thơ ca, Trần Mạnh Hảo phải xin lỗi Đảng
mà vịn vào Thiên Chúa Giáo. Muốn định nghĩa thơ ca, Trần Mạnh
Hảo phải đưa ra một "ai đó" đòi khai tử thơ ca để tiện bề lý luận!

Cái câu "Nếu ai không hóa thành trẻ con thì nước Trời không
thuộc về kẻ đó", chỉ là câu răn đe dành riêng cho những con chiên

Thiên Chúa giáo. Những người có tôn giáo khác hay vô thần, thì nước Trời hay thiên đường của Thiên Chúa giáo không phải là nước Trời hay thiên đường mà họ muốn đến. Vậy thì sao? Như Trần Mạnh Hảo đã viết: "Và có bao nhiêu người làm thơ thì cũng có bấy nhiêu định nghĩa về thơ". Thế thì, cái định nghĩa: "Thơ chính là tuổi thơ của loài người còn sót lại" của Trần Mạnh Hảo có còn giá trị gì không cho bất cứ ai khác ngoài nhà thơ Trần Mạnh Hảo??? Định nghĩa này quả tình vô duyên và vô lý!

Vả lại, tôi nhận thấy Trần Mạnh Hảo đã rất khiên cưỡng với những vũ khí mà Hảo đưa ra để dàn trận lý luận về thơ của ông. Người Trung Quốc gọi Tạo Hóa, Ông Trời là Hóa Nhi vì những oái oăm trớ trêu của cuộc đời, mà họ tin tưởng đã do chính cái ông Tạo Hóa, Ông Trời đã dàn xếp nên. Đáng nhẽ xuôi thì bỗng dưng sự việc trở thành ngược, chuyện thấy đã tốt đẹp bỗng chốc nát bét tan hoang... Ông Trời, Tạo Hóa đã tinh quái, nghịch ngợm, trớ trêu cứ như thằng con nít... nên mới có hai chữ Hóa Nhi. Hóa Nhi hay Trẻ Tạo trong trường hợp này chẳng có tí gì liên can tới tính hồn nhiên. Bởi thế người ta mới nói: "trẻ Tạo trêu người" hay "con Tạo trớ trêu". Cũng như hai câu: "Đi hỏi già, về nhà hỏi trẻ" nó mang một hàm ý khác, chứ không phải như cái hàm ý mà Trần Mạnh Hảo đã nài ép nó... phải chịu.

Còn tuyên ngôn: "... vườn Êđen xưa, nơi tổ tông chúng ta bị đuổi ra khỏi địa đàng" là cái vườn xưa của và tổ tông của con chiên Thiên Chúa giáo! Cũng như Lạc Long Quân và Âu Cơ là tổ tiên của người Việt Nam; loài khỉ là tổ tiên của những người theo Marxism.v.v... Những điều trên không có chút gì liên hệ đến thơ ca, bởi thơ ca tự thân đã là một cái Đạo, một cõi Thiên Đàng Riêng của mỗi thi sĩ như Trần Mạnh Hảo đã ấp úng cố gắng muốn đưa ra. Nhưng vì Trần Mạnh Hảo không thực sự sống với những quan niệm mình muốn vươn tới, nên ông đã quảng diễn khái niệm về cái Đạo của Thơ không đến nỗi gì được suôn sẻ lắm. Do đó: "thơ chính là tuổi thơ của loài người còn sót lại" cũng chỉ là quan niệm trong thế giới thơ của riêng Trần Mạnh Hảo, đương nhiên không phải của những người làm thơ khác.

Tuy thế, ngay cả trong quan niệm và định nghĩa này về Thơ: "Thơ chính là tuổi thơ của loài người còn sót lại", Trần Mạnh Hảo cũng đã tự mâu thuẫn với chính ông. Xin đọc:

"Trăng mới hé sau vầng mây sét rỉ
Trăng liềm như vệt máu còn hoen
Đêm lặng lẽ đến tưởng chừng phi lý
Đêm hoang vu sau súng trận sôi rền
Chúng ta bò lăn theo từng hòn đá
Căng mắt soi từng hốc tối quanh đồi
Cuộc hò hẹn đôi tình nhân kỳ lạ
Phải chăng đây là một cách dạo chơi
Anh hồi hộp vì em hay vì nghề trinh sát
Em đấy mà đâu dám sóng thành đôi...

(Trần Mạnh Hảo, Ba Cặp Núi Và Một Hòn Núi Lẻ, trích từ Văn Học - Phê Bình, Nhận Diện phần phụ lục, XB 1999, trang 469).

Trần Mạnh Hảo hãy chỉ cho tôi một chút gì "rốt ráo, chân như, thiêng liêng" mà ông đã khẳng quyết về thơ, trong đoạn thơ trên của Trần Mạnh Hảo. Tôi thấy có máu, có chém giết nhào lăn, có nghề trinh sát.... Dường như, thơ của các "thi sĩ" Việt Cộng bắt buộc phải có máu me mới thành thơ chăng? Xin đọc một bài khác cũng của Trần Mạnh Hảo:

"...Cô vẫn bắn mặc cho máu chảy
Mắt cô sững sờ tìm người yêu
Cô không sợ nỗi đau, không thương vồng ngực mình mất mát...."

(Trần Mạnh Hảo, Đất Nước Hình Tia Chớp, trích từ Văn Học - Phê Bình, Nhận Diện phần phụ lục, xb Văn Học 1999, trang 472).

Những đoạn thơ vừa dẫn cho thấy cái định nghĩa về thơ của Trần Mạnh Hảo quả hết sức vô duyên và vô lý khi đối trọng với thơ Trần Mạnh Hảo!

"Đứa trẻ thơ của loài người còn sót lại" của Trần Mạnh Hảo không bình thường! Nó thích bắn giết và máu me. Nó hay nhân danh này nhân danh nọ để nói những điều mà nó không đủ tự tin để nói lên tiếng nói của con tim, của tấm lòng nó! Trần Mạnh Hảo viết:

"Từ kinh Vệ Đà của Ấn Độ cổ đại đến thi thiên trong Kinh Thánh, từ Hôme đến Khuất Nguyên, từ Rimbô, Vẹclen đến Apôline hay Tago... hầu như mọi hình thức diễn đạt của thơ cho đến nay không thể có gì xuất hiện được gọi là mới nữa... Hãy làm cho trái tim con người rung động thêm một lần nữa đi vì đó là sự sáng tạo, sự mới mẻ đó nhà thơ ạ.

. . . .

Muốn nền thơ phát triển, dĩ nhiên mỗi nhà thơ cần phải tự biến đổi, tự cách tân bằng những thể nghiệm thơ cầm chắc sự thất bại hơn là thành công. Hiện đại hóa thơ để thơ vẫn cứ còn là thơ mới là điều hết sức khó khăn. Nhìn chung, thơ chúng ta còn thực quá, phải hư đi một tí nữa, phải siêu lên một chút nữa. Nhưng nếu chúng ta đi quá giới hạn của cái hư thơ sẽ hỏng đấy. Thơ muốn siêu, trước hết nó phải thực đã, đi tới tận cùng của cái thực, thơ sẽ đạt được cái siêu. Từ một con chim bay đến cái phi cơ hoặc tàu vũ trụ con thoi kia cũng phải tuân thủ quy luật đó huống hồ là thi ca."

(Trần Mạnh Hảo, Thơ Phản Thơ,
Văn Học xb 1995, trang 10 & 11).

Khi Trần Mạnh Hảo từng giây phút bị ám ảnh bởi những kinh Vệ Đà của Ấn Độ cổ đại, thi thiên trong Kinh Thánh, rồi Homère, Khuất Nguyên, Rimbaud, Verlaine, Appolinaire, Tagore...(Tôi xin viết lại cho đúng tên những nhân vật lịch sử văn học thế giới này, vì không muốn sử dụng cái lối phiên âm vừa ngu xuẩn, vừa chậm tiến quê mùa của một số người cầm viết trong nước! TNH) thì thử hỏi cái đầu và con tim Trần Mạnh Hảo làm sao còn có những phút tinh khôi nguyên vẹn cho chính Thơ Trần Mạnh Hảo....?

Thơ có phát triển, có khai phá hay không là từ nỗ lực cô đơn của riêng mỗi người làm thơ. Hành trình của thi sĩ là hành trình của hình với bóng của chính mình vào nơi chốn vô cùng. Là hành trình của kẻ bị khổ sai trong hoan lạc! Hiện đại hóa thơ hay là thơ học đòi? Cần phải biết phân biệt sự sáng tạo và sự bắt chước, và hồn ve xác bướm! Vẫn là những lập lại của các thứ thơ tạp hóa với đủ loại tên gọi thượng vàng hạ cám: bình phương, thơ cầu may, thơ cái dù, thơ khai căn, thơ lập phương, thơ dada, thơ vô chiều, thơ thoát xác...

và cả thơ cắt dán... Thơ "hư" là sao? Thơ "siêu" là sao"? Thơ "thực" rồi "siêu thực" là sao"? Và "hư", "siêu", "thực" rồi "siêu thực" là kỹ thuật hay nội dung?

Chẳng thấy Trần Mạnh Hảo hé lộ chút bí mật gì của những từ này khi áp dụng vào thơ! Hay chỉ là những mỹ từ theo kiểu con nít nó đòi bố mẹ phải mua quần áo có brand name? Nhiều nhà thơ Việt Nam nói chung, trong nước cũng như ở hải ngoại, đã viết lý luận về thơ, đã kêu gào đổi mới thơ.... Nhưng hầu như không một ai thoát khỏi những Khuất Nguyên Ly Tao, thi thiên Kinh Thánh, Tagore, Homère, Mallarmé, Rimbaud, Verlaine, Appolinaire .v.v...

Vậy thì làm sao sáng tạo được ra Thơ, chưa nói đến đổi mới Thơ???

Ở một đoạn khác, chính Trần Mạnh Hảo đã thú nhận:

"Nhưng ở nước ta mấy chục năm vừa qua, người ta đã đồng hóa thơ với các khẩu hiệu tuyên truyền. Người ta đã chất lên cái lưng vốn không lấy gì làm mạnh mẽ của thi ca đến tám mươi phần trăm nhiệm vụ của một nền văn nghệ phục vụ chính trị. Mỗi năm có bao nhiêu ngày lễ lạy, giỗ chạp là có bấy nhiêu lần các tòa báo đến gõ cửa nhà thơ để xin một thức thơ mì ăn liền."

(Trần Mạnh Hảo, Thơ Phản Thơ,
Văn Học xb 1995, trang 8)

Vừa mới "thành thật khai báo", Trần Mạnh Hảo đã giật mình biện hộ:

"Nói như vậy, không có nghĩa là thơ chính trị thời sự không có bài hay, hoặc không thể làm hay..."

(Trần Mạnh Hảo, Thơ Phản Thơ,
Văn Học xb 1995, trang 8).

Thái độ vừa "lỡ miệng" nói thật về những cái thối tha của chế độ Cộng Sản, lại phải hốt hoảng giật mình chống chế biện giải tức thì này vốn là bản chất Trần Mạnh Hảo! Viết "Ly Thân" xong, "Ly Thân" đang được mọi người trầm trồ vì thái độ "dám dứt khoát" với quá khứ... thì Trần Mạnh Hảo trở cờ liền một khi... với những bài chuộc tội để "Tái Kết Hôn" với Đảng. Cổ nhân nói: Văn Là Người. Trong văn chương, Trần Mạnh Hảo đầu đuôi bất nhất. Trần Mạnh

Hảo phản Trần Mạnh Hảo trong từng câu chữ. Thơ không bao giờ phản thơ. Chỉ có Thơ và những thứ mà vài kẻ mặt dày trâng tráo gọi nói là thơ.

Để kết luận "Nghĩ Về Thơ Và Thơ Hôm Nay", Trần Mạnh Hảo viết:

"Có một thời, người ta phong cho nhà thơ bao nhiêu hàm, bao nhiêu tước như nhà thơ là tiếng loa của giai cấp, là lưỡi kiếm của nhân dân, là tiếng sấm của thời đại... đến nỗi những vinh dự quá lớn lao này khiến nhà thơ sung sướng đến phát ngơ ngẩn. Từ một nền thơ hướng ngoại, thơ chúng ta hôm nay đã trưởng thành vì nó đã tìm ra con đường hướng nội vốn dĩ của mình. Thơ vẫn cứ tiếp tục làm sấm sét thời đại nếu nó muốn. Nhưng đồng thời thơ đã biết cất lên một tiếng dế, một tiếng ve sầu và tiếng chim cuốc, chim từ quy. Thơ chúng ta đã, đang và sẽ có nhiều thành tựu. Con gấu ăn một thứ ngọt nhất đời là mật ong để sinh ra một thứ đắng nhất đời là mật gấu. Hành trình của nhà thơ, của thi ca khó khăn thay lại ngược lại với quy trình mật của con gấu."

(Trần Mạnh Hảo, Thơ Phản Thơ,
Văn Học xb 1995, trang 13).

Có phải cái thời mà nhà thơ được "người ta" phong cho bao nhiêu hàm, bao nhiêu tước đó là thời của những trường ca Trần Mạnh Hảo: "Ba Cặp Núi Và Một Hòn Núi Lẻ", "Mặt Trời Trong Lòng Đất" và "Đất Nước Hình Tia Chớp"? Nếu như thế, như Trần Mạnh Hảo cho biết là "cái thời đó nó qua rồi, thời của thi ca "mì ăn liền", của thi ca "hướng ngoại"... Vậy "con đường hướng nội" là con đường nó ra làm sao? Tại sao "con đường hướng nội" lại chỉ biết "cất lên một tiếng dế", "một tiếng ve sầu", "tiếng chim cuốc", "tiếng chim từ quy"... Cất lên mấy thứ tiếng... côn trùng chim chóc này thì có ích lợi gì cho thơ ca? Và chứng tỏ được gì trong sự nghiệp đổi mới thơ ca? Đâu phải hướng nội là phải con trâu cày ruộng, cánh đồng lúa cây đa!!! Đất nước Việt Nam luôn cần sự tiến bộ, về tất cả mọi mặt. Những thứ tiếng dế, tiếng chim, tiếng ve sầu cứ để yên đó. Chúng ta rất cần tiếng máy bay phản lực, tiếng động cơ nhà máy sản xuất.... Và thi ca. Thi ca Việt Nam cũng cần những đổi mới thực sự, chứ không phải những đổi mới bằng cách bắt chước, chắp đầu vá đuôi từ những thứ vứt đi của những nền văn hóa khác trên thế giới.

Tuy nhiên, trong nguyên cả bài viết, tôi lại thấy câu kết của Trần Mạnh Hảo thật thâm thúy:

"Con gấu ăn một thứ ngọt nhất đời là mật ong để sinh ra một thứ đắng nhất đời là mật gấu. Hành trình của nhà thơ, của thi ca khó khăn thay lại ngược lại với quy trình mật của gấu."

Có phải chăng Trần Mạnh Hảo muốn nhắn gửi với mọi người là: Làm "thi sĩ" dưới chế độ và chủ nghĩa Việt Cộng, thì chẳng khác nào phải vừa ăn một thứ đắng như mật gấu, mà lại phải đẻ ra liền, sản xuất ra tức thì một thứ gì đó ngòn ngọt để trả lễ cho chế độ và chủ nghĩa được thiên thu vạn tải???

TRƯỜNG HỢP THỤY KHUÊ:
GIỌNG CA SAI NHỊP VÀ TRẬT SOL-FE

Bài này, tôi viết về một nhà phê bình: Thụy Khuê. Và ba nhà thơ: Lê Đạt, Nguyễn Đức Liêm, Tô Thùy Yên. Cả bốn người tôi đều không quen, nhưng có biết. Biết Thụy Khuê từ một số bài viết, đặc biệt là hai bài về thơ Lê Đạt. Biết Lê Đạt và Nguyễn Đức Liêm qua thi ca. Riêng Tô Thùy Yên, tôi biết qua... lời đồn. Tôi chỉ nhắc tới nhà-thơ dân-tộc Tô Thùy Yên, nhân làm một so sánh về số lượng thơ với Lê Đạt. Nhưng tại sao Thụy Khuê, Lê Đạt lại có Nguyễn Đức Liêm can dự vào? Hẳn là nhiều người đọc tới đây đang đặt câu hỏi này. Câu hỏi sẽ được tôi trả lời một cách nghiêm túc. Trước khi vào chính đề, tôi cần bàn sơ qua về một vài hội chứng Việt Nam, đây là một cần thiết. Tôi sẽ "bàn sơ về một vài", vì tôi sẽ có một bài khác "bàn kỹ" về những hội chứng Việt Nam.

A. HỘI CHỨNG CÁCH MẠNG: Việt Nam là một trong vài dân tộc làm cách mạng (xin hiểu "cách mạng" thuần trong nghĩa "đổi mới") nhiều nhất thế giới. Cách mạng trên mọi bình diện. Từ lịch sử, chính trị, xã hội, tình cảm, văn chương, thi ca v.v... Nguyên do là vì tinh-thần-cách-mạng được sản sinh từ tinh-thần-nhược-tiểu. Những dân tộc thiếu... tinh-thần-nhược-tiểu, chẳng thể nào có tinh-thần-cách-mạng. Những dân tộc không có tinh-thần-cách-mạng này chỉ biết luôn nỗ lực vào sự tiến bộ và vững mạnh của quốc gia mình.

　　Chú thích (1): Cứ đổi mới là được, là xong. Không cần biết sau khi đổi mới, sẽ "tốt hơn" hay "tệ hơn". Thí dụ: Có một nhà thơ nào đó tôi quên tên, trên tạp chí Thơ đã kêu gào đại loại: "Thà làm thơ kiểu mới dở ẹt, hơn làm thơ kiểu cũ hay"! Lý thuyết này được một nhà phê bình khác là Nguyễn Hưng Quốc nhiệt liệt hưởng ứng và bảo vệ.

Chú thích (2): Tôi rất cổ võ những đổi mới (cách mạng?) trong văn học, nhưng phải đổi mới cùng lúc với tiến bộ, tức là phải hay hơn cái cũ. Lối thơ cắt dán chữ hình (tôi gọi là Thơ Thẻ Công) hoặc đánh computer một số chữ lớn chữ nhỏ khác size nhau, ngang dọc không cần nghĩa (Như Hạnh Nguyễn Tự Cường, đặt tên là loại thơ Khí Đánh Computer. Thật ra nhiều thi sĩ Mỹ đã mầy mò từ lâu... cho đỡ buồn, những lúc bế tắc trong sáng tạo. Chưa thấy một thi sĩ nào của Mỹ hoặc Âu Châu hay Phi Châu nổi tiếng và tồn tại nhờ mấy loại thơ này.

B. HỘI CHỨNG CẤP TIẾN: Hơn một thập niên qua, văn học Việt Nam hải ngoại đã hồ hởi mở rộng vòng tay với văn học Việt Nam trong nước. Một số người cầm bút trong nước cũng đã tỏ ra thân thiện, dễ dãi hơn với một số người cầm bút hải ngoại. Điều này, trên một khía cạnh nào đó, là dấu hiệu đáng mừng. Nhưng trên nhiều khía cạnh khác, lại rất đáng ngại. Đáng ngại cho cái gọi là văn-học-hải-ngoại của Việt Nam.

Bởi, sự dễ dãi, thân thiện hơn của giới cầm bút trong nước cũng chỉ nằm trong một khuôn mức, giới hạn rất qui định. Trong khi, một số trong giới cầm bút hải ngoại thì lại hết sức tận tụy trong việc khoa trương sự am hiểu của mình về những khám phá, cách tân của văn học trong nước. Cùng lúc với sự tận tụy này, là cơ hội để họ khoa trương thái độ cởi mở, kiến thức và sự thông thái trong việc thẩm định văn học của mình. Theo tôi, đây là một căn bệnh chung của khá đông trí thức miền Nam trước 75 đã được mang theo trên đường tha phương và được bảo tồn, phát triển ngày càng vững mạnh ở hải ngoại. Căn bệnh này tôi đặt tên là hội-chứng-cấp-tiến. Những người mang hội-chứng-cấp-tiến rất dễ dãi, bao dung và có khi hết sức tôn sùng "phía bên kia". Trước năm 75, những trí thức mang hội-chứng-cấp-tiến gồm nhiều nhà hoạt động chính trị hay văn hóa sống ở miền Nam, nhưng khoái ca ngợi miền Bắc (đừng cho rằng tôi chụp mũ họ là cộng sản, tôi không có ý này). Sau 75, những người mang hội-chứng-cấp-tiến ở hải ngoại luôn chứng tỏ sự hiểu biết và đồng cảm của mình về những biến động chính trị hoặc văn hóa xảy ra trong nước. Ngược lại, họ rất vô tình, lãnh đạm với những gì ở hải ngoại. Và họ hân hoan tự ca ngợi mình là những trí-thức-thời đại đúng nghĩa. Thậm chí, lắm khi họ còn có thái độ phủ nhận những tài năng cùng đang sống ngoài Việt Nam như họ. Thụy Khuê cũng lại là một đại biểu sáng giá cho những người bị hội-chứng-cấp-tiến.

*

*   *

THỤY KHUÊ: GIỌNG CA SAI NHỊP
VÀ TRẬT SOL-FE

Viết về tập thơ "Bóng Chữ" của Lê Đạt, Thụy Khuê mở đầu: *"Tập thơ Bóng Chữ của Lê Đạt do nhà xuất bản Hội Nhà Văn in năm 1994 gồm 138 bài thơ, sáng tác trong khoảng thời gian trên 30 năm. Tác phẩm của một đời người và người đọc cũng không thể một sớm một chiều hiểu hết được."*[1]

Thứ nhất, thi ca là để cảm nhận chứ không phải để hiểu. Và hiểu hay không hiểu thơ của Lê Đạt, thì cũng đâu có đi tới cái thế giới nào khấm khá hơn trái đất này! Thứ hai, 30 năm tận lực lao động, sáng chế ra 138 bài thơ, thì quả tài năng Lê Đạt cũng chẳng hơn được nhà-thơ dân-tộc Tô Thùy Yên miền Nam là bao nhiêu. Tô Thùy Yên làm thơ gần 40 năm, tuyển tới tuyển lui được 37 bài (Nói là Thơ Tuyển, nhưng dường như ngoài 37 bài trong tập, cam đoan ngay tác giả cũng không thể nhớ mình có làm được bài nào khác từ thứ 38 trở lên?) Tuy nhiên, nếu tính từng bài thì, trung bình mỗi bài thơ của nhà-thơ dân-tộc có dài hơn mỗi bài của nhà-thơ-cách-mạng về số lượng câu và chữ.

1. Thụy Khuê, Cấu Trúc Thơ. Văn Nghệ xuất bản. Trang 220.

*

*   *

Nhưng cuối cùng, tôi phát hiện ra vài sự thật đáng giá, chứng minh rằng về số lượng, thơ Lê Đạt hơn thơ Tô Thùy Yên rất nhiều.

Trong bài Đỗ Kh. phỏng vấn Lê Đạt[1], Lê Đạt nói *"Bóng Chữ là một cố gắng lần mò trong gần 20 năm."*

Thụy Khuê nhất định tăng hơn 10 năm để cho công phu tác giả và trọng lượng tập thơ thêm phần vĩ đại!

Gần 20 năm để sáng tác 138 bài thơ! Điều này như có gì không ổn. Tài năng một kiện tướng Nhân Văn Giai Phẩm chỉ vậy thôi sao? Trong "Nhà Văn Hiện Đại", do Hội Nhà Văn Việt Nam ấn hành năm 1992 (có hình ảnh từng nhà văn kèm theo cẩn thận), tôi đọc thấy tiểu sử một ông Lê Đạt: *"Tên thật là Đào Công Đạt, sinh ngày 10-9-1929. Quê ở Á Lữ, Bắc Giang. Công tác ở Hội (tức Hội Nhà Văn) từ 1952-1962. Hiện sống ở Hà Nội.*

Đã xuất bản: Bài Thơ Trên Ghế Đá (in chung với Vĩnh Mai - 1958), 36 Bài Thơ Tình (in chung với Dương Tường 1990), Thơ Lê Đạt Sao Mai (in chung với Sao Mai 1991), Bác Hồ (trường ca - 1990)."[2]

Như vậy, số lượng sáng tác của nhà-thơ-cách-mạng Lê Đạt và nhà -thơ-quốc-gia Tô Thùy Yên chênh lệch khá... trầm trọng! Chỉ riêng tập Bác Hồ, chưa bàn tới nội dung, cái tên tác phẩm kèm theo hai chữ Trường Ca đã thấy Lê Đạt ăn đứt Tô Thùy Yên một bậc! Tô Thùy Yên nổi tiếng làm nhiều bài thơ dài, nhưng chưa nghe nói có bài nào là trường ca cả!

Chú thích: "Cấu Trúc Thơ" có bài Thụy Khuê viết về "Bóng Chữ" Lê Đạt in năm 1995, "Tạp Chí Thơ" có bài Đỗ Kh. phỏng vấn Lê Đạt in năm 1998. Nếu đọc hai bài nói trên và chú ý đến thời gian tính trước sau, chúng ta có thể thấy những câu trả lời phỏng vấn của Lê Đạt "ảnh hưởng" rất nhiều từ bài viết mớm ý của Thụy Khuê.

Thì ra, Thụy Khuê đã cố tình lờ đi những tác phẩm khác của Lê

1. Đỗ Kh. Phỏng Vấn. Tạp chí Thơ số 12, 1998.
2. Hội Nhà Văn Việt Nam, Nhà Văn Hiện Đại 1992. Trang 44 (A-59 Lê Đạt)

Đạt, cũng chỉ với mục đích muốn lấy cái Bóng Chữ mịt mù kia mà đè lên nền thi ca Việt hiện đại và tự thỏa mãn những mục đích thầm kín của mình. "36 Bài Thơ Tình", "Thơ Lê Đạt Sao Mai" và nhất là "Trường Ca Bác Hồ" (mà tôi chắc nhiều người hết sức muốn được đọc), đã xuất hiện trước "Bóng Chữ" và trong thời gian gần 20 năm "mầy mò" đó chứ! Một thi sĩ chịu "mầy mò" làm nguyên cái Trường Thi ca ngợi lãnh tụ, thì hẳn nhiên là phải có tài!

Trường Ca Bác Hồ tôi không có trong tay. Thôi thì, chúng ta thử tìm hiểu cái tài của Lê Đạt qua Thụy Khuê với "Bóng Chữ" và "Ngó Lời", tập thơ theo sau "Bóng Chữ". Đồng thời, tôi cũng sẽ giới thiệu một kiện tướng của dòng thơ Thụy Khuê đặt tên là Thơ Tạo Sinh: Thi sĩ Nguyễn Đức Liêm. Một thi sĩ mà theo tôi, mới đúng là người đầu tiên khởi xướng dòng Thơ Tạo Sinh, một thi sĩ từ lâu bị giới văn học hải ngoại bỏ quên vì tinh thần bè phái và cái Hội-Chứng-Cấp-Tiến.

Tôi sẽ làm công việc đem thơ Nguyễn Đức Liêm để cạnh thơ Lê Đạt.

Chú thích: Nguyễn Đức Liêm là tác giả "Thủy Mặc", 1984; "Của Những Vuông Tròn", 1992; "Sấm Huyền Hồng", 1994 và tập thơ duy nhất mà tôi có trong tay, do mượn từ một người bạn: "Ở Tuổi Không Có Đâu", 1997.

*

*   *

NHỮNG CƠN SAY THƠ LÊ ĐẠT CỦA THỤY KHUÊ

Thụy Khuê viết tiếp, định nghĩa Bóng Chữ: *"Bóng Chữ nằm trong dòng thơ hiện đại của thế kỷ này, mà chúng tôi tạm gọi là Thơ Tạo Sinh, mới trong quan niệm cũ, khác với thơ chữ tự do bị lạm dụng đã nhiều. Tạo trong nghĩa sáng tạo, sinh trong nghĩa sinh ra, sinh sôi, nẩy nở, phức âm, đa tầng, đa nghĩa và đa ngã."*[1]

1. Thụy Khuê, Cấu Trúc Thơ. Văn Nghệ xuất bản 1995. Trang 222.

Ở một phần sau, Thụy Khuê khai triển tan hoang sự thông hiểu của mình về thơ Lê Đạt:

"- Tạo hình bằng tính chất đa ngã của chữ.

- Tạo hình bằng cách ngắt chữ, cắt câu, gián đoạn mạch chữ, mạch văn.

- Tạo hình bằng cách chuyển động mạch văn, chối bỏ sự ngắt câu cố định, chuyển sang cách ngắt câu bất định

- Tạo hình bằng tính cách đối hình, đảo ngữ và nói lái trong ngôn ngữ Việt. Và trên tất cả, Bóng Chữ mang tính chất hồn nhiên, thơ dại, nói đúng ra là ngây ngô, trong ý nghĩa naif hội họa, của một người:

Ngây ngô quên hết lối về già."[1]

Dường như, thỉnh thoảng Thụy Khuê cũng có viết phê bình cả về Hội Họa. (Tội nghiệp thay cho giới nghệ sĩ tạo hình). Nhưng nếu như những gì Thụy Khuê vừa công bố về kỹ thuật thơ của Lê Đạt, thì làm thế nào "Bóng Chữ" có được tính chất hồn nhiên thơ dại, ngây ngô trong ý nghĩa *naif* hội họa được? Những kỹ thuật trên quá cầu kỳ và nhiêu khê. Hồn nhiên, thơ dại và ngây ngô không xuất hiện ở những gì cầu kỳ và nhiêu khê.

Câu thơ "Ngây ngô quên hết lối về già" chỉ gợi cho tôi nhớ câu "Trẻ khôn qua, già lú lại" hoặc "Người quá già sẽ biến thành trẻ thơ" nhưng cũng chỉ là một ông già trẻ thơ. Còn cách làm thơ đối hình, đảo ngữ và nói lái thì trước Lê Đạt, đã có quá nhiều người. Với những kỹ thuật mà Thụy Khuê cho là khám phá mới của Lê Đạt, tôi đã đọc thấy đầy rẫy từ lâu:

- Đối hình, ngay cả đối chữ trong ca dao Việt Nam đã có:

"Loan ôm lấy phụng, phụng bồng lấy loan."

Và trong Đường thi thì nhiều không kể xiết. Với Nguyễn Đức Liêm, chẳng những đối hình, đối chữ, mà còn đối ý, lộng ý một cách rất ngoạn mục:

---

1. Như trên.

"Đột nhiên nàng cầm dao
đâm vào tim tôi tới tấp
Tôi tránh được
Tôi không được tránh"
.....

(Ở Tuổi Không Có Đâu, trang 32)

Nàng đâm tới tấp. Nguyễn Đức Liêm tránh được nhưng không được phép tránh. Hay Nguyễn Đức Liêm được tránh không hay tránh được không? Câu hỏi này sẽ trùng điệp đặt ra nghìn câu hỏi khác cho tới khi mình mẩy đã nát bấy máu me... mà vẫn chưa có câu trả lời!

- Đảo ngữ: Thời lớp nhất, tôi và các bạn đã chơi đùa chữ nghĩa với nhau:

Thày giáo tháo giày vấy đất vất đấy, Biệt thự bự thiệt... v.v...

- Nói lái: Trong "Bóng Chữ", Lê Đạt viết câu:

Chiều Âu Lâu
bóng chữ động chân cầu

(Bóng Chữ, không thấy ghi số trang)

Thụy Khuê run rẩy tán: *"Ở đây, bóng chữ hay bóng em vụt thoáng qua trong chữ động (Cá đâu đớp động dưới chân bèo, Nguyễn Khuyến) và vụt biến đi trong chữ 'bóng'. Nhưng nếu đọc lái hai chữ 'chân cầu' bằng giọng Bắc thành 'câu chần' thì câu thơ trở thành:*

Bóng chữ động câu trần
lại mở ra một thực tại khác vô cùng đắm say và thơ mộng giữa hai thực thể chữ và câu."[1]

---

1. Thụy Khuê, Cấu Trúc Thơ. Văn Nghệ xuất bản 1995. Trang 236.

Thụy Khuê hổn hển kết luận:

"Bóng chữ chao đảo giữa mộng và thực, giữa tục và thanh, giữa người và ảnh, giữa phôi pha và vĩnh cửu."[1]

Điều quan trọng, sau khi nói lái hai chữ 'chân cầu' thành ra 'câu chần' với giọng Bắc là 'câu trần', Thụy Khuê cũng chẳng thông dịch được hai chữ 'câu trần' ý nghĩa ra làm sao mà lại: "... mở ra một thực tại khác vô cùng đắm say và thơ mộng giữa thực thể chữ và câu."

Để giúp Thụy Khuê, tôi dĩ nhiên phải tìm cách giảng hai chữ 'câu trần' vô duyên... Và tôi bắt buộc giảng bằng tâm thức Thụy Khuê để Thụy Khuê có thể hiểu dễ dàng:

Lê Đạt dùng "Bóng Chữ" để "câu"... cá hay gì đó! Động từ "câu" xuất hiện rất thần tình sau khi Thụy Khuê nói lái hai chữ "chân cầu" thành "câu trần". Ở đây cho thấy Lê Đạt là một ngư ông có tài (hơn cái tài làm thơ của ông rất xa), Lê Đạt đã dùng lưỡi câu móc tung hết quần áo, khiến "con cá" bị "lột trần". "Câu trần" là lối dùng chữ "tất" đa ngã, đa nghĩa, đa tình kỳ tuyệt của Lê Đạt mà Thụy Khuê tuyệt đối ngưỡng mộ. Tuy nhiên, vẫn còn một công án cần được giải thích. Loài cá không biết mặc quần áo thì làm sao có sự vụ ở trần? Vậy, xem ra Lê Đạt không câu cá mà câu người, vì chỉ loài người mới biết mặc quần áo. Nhưng cái ẩn mật trong thơ Lê Đạt là ông muốn "câu ai" và đã câu "được ai". Điều ẩn mật này sẽ có đáp án sau khi chúng ta thấy ai đó bị "lột trần" vì thơ Lê Đạt. Và từ đó, từ sau khi thơ Lê Đạt đã "lột trần" được đương sự rồi, thì "lại mở ra một thực tại khác vô cùng đắm say và thơ mộng giữa chữ và câu." Và đó cũng là cái chao đảo giữa mộng và thực của người bị "lột trần".

Tôi đã tự dẹp bỏ trí tuệ của mình để giảng thơ Lê Đạt theo kiểu Thụy Khuê giùm Thụy Khuê. Tôi không đòi hỏi một sự đền ơn đáp nghĩa nào ngoại trừ một yêu cầu: "Thụy Khuê nên ngưng viết phê bình... bá láp."

Với loại thơ nói lái hay chơi chữ này nọ, tôi có thể giới thiệu cho Thụy Khuê một số đại danh gia để Thụy Khuê mở rộng kiến thức:

---

1. Như trên.

Ông Thảo Am Nguyễn Khoa Vi ở thôn Vĩ Dạ là một cao thủ về loại thơ nói lái. Ông để lại nhiều bài rất ngộ nghĩnh, và đối với ông chỉ là "chơi cho vui". Một bài điển hình:

"Cầu đạo nên chi phải cạo đầu,
Dầu lai dưa muối cũng dài lâu.
Na bường bát tới nương bà vãi,
Dầu sãi không tu cũng giải sầu!"[1]

Ngoài ra, Bùi Giáng cũng là thi sĩ cừ khôi về nói lái:

"Thưa rằng gió núi dồn làn..."

Và, tôi xin nhại Bùi Giáng, tiếp:

"Lá hoa cồn có dặm ngàn phôi phai..."

Trong bài viết về "Ngó Lời", một tập thơ khác sau "Bóng Chữ", Thụy Khuê mang từng hai câu thơ của Lê Đạt ra tụng:

"Vườn nắng mắt gió bay mùa hoa cải
Bóng lá răm ngày Phả Lại đắng cay"

(Phả Lại, Ngó Lời, trang 18)

Thụy Khuê: *"Hai câu 8 chữ, tổng cộng 16 chữ. Trong 16 chữ này không có chữ nào bóng bẩy, không có chữ sang, chữ diện, toàn những chữ tầm thường mà ta có thể bắt gặp ở bất cứ ngõ ngách nghèo nàn nào trong chợ chữ. Nhưng nếu thử vài động tác chuyển hoán vị trí của chúng trong câu:*

---

1. Hương Giang Thái Văn Kiểm, Tình Duyên Thôn Dã, trích từ Việt Nam Gấm Hoa. Làng Văn xuất bản 1997. Trang 174.

Vườn lá răm gió bay mùa hoa cải
Bóng ngày phả lại nắng mắt cay"[1]

Bằng cách đọc "tâm thần" của Thụy Khuê, ta thử đọc hai câu thơ Nguyễn Đức Liêm:

nữu ước hoàng hôn liên tưởng
bình minh cựu ước

(Ở Tuổi Không Có Đâu, trang 80)

hoán vị chữ để chuyển nghĩa:

tưởng
nữu ước bình minh
hoàng hôn liên
cựu ước

Chẳng những nói lái từng hai hay ba chữ, hay đảo lộn thứ tự của con chữ trong thơ làm thành những câu thơ khác, tôi xin mở rộng tầm mắt cho Thụy Khuê và những người đang cố gắng làm mới chữ nghĩa bằng lối thơ đọc nhiều cách. Tôi sẽ đưa ra một loại thơ có thể đọc ngược đọc xuôi, đọc ngang đọc dọc thế nào cũng được, mà lại có ý nghĩa đàng hoàng. Kỹ thuật thơ loại này đã có từ rất lâu, theo tôi thì nó được phát minh bởi những ông đồ nho gật gù chơi chữ. Bài thơ tác giả vô danh dưới đây có 8 cách đọc căn bản:

"Ta mến cảnh xuân ánh sáng ngời
Thú vui thơ rượu chén đầy vơi
Hoa cài dậu trúc cành xanh biếc
Lá quyện hương xuân sắc thắm tươi
Qua lại khách chờ sông lặng sóng

---

1. Thụy Khuê, Cấu Trúc Cách Ly Trong Ngó Lời Của Lê Đạt, Tạp chí Thơ số 12. Trang 71.

Ngược xuôi thuyền đậu bến đông người
Xa ngân tiếng hát đàn trầm bổng
Tha thướt bóng ai mắt mỉm cười."[1]

Cách thứ hai đọc: (ở những cách đọc khác này, tôi chỉ chép hai câu làm thí dụ)

"Cười mỉm mắt ai bóng thiết tha
Bổng trầm đàn hát tiếng ngân xa..."

Cách đọc thứ ba là bỏ hai chữ đầu ở mỗi câu, vẫn đọc xuôi thành thơ 5 chữ:

"Cảnh xuân ánh sáng ngời
Thơ rượu chén đầy vơi..."

Cách thứ 4 bỏ hai chữ cuối ở mỗi câu, và đọc ngược thành thơ 5 chữ:

"Mắt ai bóng thướt tha
Đàn hát tiếng ngân xa..."

Cách thứ 5, bỏ 3 chữ đầu ở mỗi câu, vẫn đọc ngược, thành thơ 4 chữ:

"Cười mỉm mắt ai
Bổng trầm đàn hát..."

Cách thứ 6 bỏ 3 chữ cuối ở mỗi câu, đọc xuôi:

"Ta mến cảnh xuân
Thú vui thơ rượu..."

---

1. Phù Dung, Cảnh Xuân, Bài Thơ Lạ Từ Trong Nước, Tạp chí Văn Uyển Hè 1992. Trang 41.

Cách thứ 7 bỏ 4 chữ đầu mỗi câu, đọc xuôi:

"Ánh sáng ngời
Chén đầy vơi..."

Cách thứ 8 bỏ 4 chữ cuối mỗi câu, đọc ngược:

"Bóng thướt tha
Tiếng ngân xa..."

Cách đọc thứ 9 của Phù Dung, tác giả bài viết là góp nhặt hai câu chính với các biến thái:

"Khách chờ sông lặng sóng
Thuyền đợi bến đông người"

Dường như đây là loại thơ với nhiều cách đọc mà những nhà thơ tự nhận là "hiện đại" và "cách mạng" đang cố truyền bá khuếch trương! Cách này cũ mèm rồi. Bài thơ trên tôi chép tặng, để mấy nhà thơ "hiện đại" và "cách mạng" lấy làm tiêu chuẩn học tập.

*
*   *

Để nói về chữ Dê trong thơ Lê Đạt, Thụy Khuê lắc lư viết:
"Chữ dê gợi những âm đồng nghĩa: dê, dâm, dương, mà còn gợi những âm khác nghĩa: như dương trong thái dương, như dần trong canh dần, như dân trong quốc dân, hay Quốc và dân... Ông cụ chăn dê hình như còn là người chăn chữ:

"Ơ những con A con B con C
con Dê
bản trong trắng thảo thơm"

(Bóng Chữ, trang 60)

Với cái đà xoay mòng này, Thụy Khuê sẽ còn dẫn người ta đi tới đâu bằng Bóng Chữ Lê Đạt?

Bằng những con chữ A, B, C, D... Thảo Am Nguyễn Khoa Vi đã chơi giỡn dí dỏm hơn Lê Đạt biết bao nhiêu:

"A Di Đà Phật muốn qui thuyền,
B bết lòng tham hãy cứ nguyên,
C xích cho gần nơi cửa tịnh,
Đ đầu nguyện dứt mối trần duyên." [1]

Chữ Đ trong thơ Nguyễn Đức Liêm lại bay lộng lên một vùng trời khác:

"Người bước vào
ôm con chó nhỏ
Trong mõm chó không có ngà voi
người và chó
vẫn tâm đầu ý hợp

Người bước ra
bỏ người ở lại
sau khi hình như đã
để em mờ nhau
Cứ loạn cả lên."

(Ở Tuổi Không Có Đâu, trang 68)

Con chó bỗng chốc nhắc tới con voi. "Trong mõm chó, sao mọc được ngà voi". Tuy nhiên, người và chó vẫn ý hợp tâm đầu mặc dầu mõm chó không mọc được ngà voi. Người bước vào là thế. Vậy khi người bước ra, Người bước ra bỏ người ở lại hay người ở lại bỏ người

---

1. Hương Giang Thái Văn Kiểm, Tình Duyên Thôn Dã, trích từ Việt Nam Gấm Hoa. Làng Văn xuất bản 1997. Trang 174.

bước ra. Nào ai biết chắc! Có điều, mọi chuyện đã "y du hi" sau khi cả hai kẻ ở người đi đều đã "đê em mờ" nhau loạn cả lên rồi! Chữ "Đê" để mở ra, mở ra "em" và chữ "mờ" hư ảo khép lại!

*

*   *

THƠ TẠO SINH:
NGUYỄN ĐỨC LIÊM GIẢI ĐỘC LÊ ĐẠT

Trở lại với "Ngõ Lời", Thụy Khuê đọc hai câu thơ của Lê Đạt:

"Trang thiên thanh ấp xanh mùa cốm biếc
Thư ủ tình thu ép biếc hơi hương"

(Thư Xưa, trang 49)

rồi ngâm nga cung cách rất Thụy Khuê:

"không chỉ có một kiếp sống, mà chúng có thể có những kiếp sống khác, tùy theo sức tạo sinh của người đọc:
Trang thư ủ tình xanh mùa cốm biếc
Áo thiên thanh xanh ép biếc hơi hương
hay
Biếc trang tình ép thu xanh mùa cốm
Tiếc hơi hương ủ ấp thu thiên thanh"

Bằng cách của Thụy Khuê, tôi lại đọc hai câu thơ trích Nguyễn Đức Liêm, chúng ta sẽ thấy tính chất Tạo Sinh trong thơ họ Nguyễn mãnh liệt và sâu sắc hơn thơ họ Lê:

"Như hạnh phúc bắt nguồn từ so sánh
tôi đêm nay bày đặt uống hơn tôi"

(Ở Tuổi Không Có Đâu, trang 72)

có thể đọc:

> *"uống hơn tôi bắt nguồn từ so sánh*
> *như đêm nay, bày đặt hạnh phúc tôi"*

hoặc:

> *"tôi hạnh phúc như đêm nay so sánh*
> *bắt nguồn từ bày đặt uống hơn tôi"*

Nhận định một cách công bình, thơ Lê Đạt trước khi bị Thụy Khuê cưỡng bức thô bạo, cũng có vài câu ngộ nghĩnh, đọc vui vui. Chính Thụy Khuê đã dày vò thơ Lê Đạt. Thụy Khuê viết:

"Về mặt ngữ căn và triết lý, ba bài thơ trên có sự tư thông giữa người và vật như người và ngựa, ngựa và mộc; chúng là chân dung phác thảo những kiếp người-ngựa, ngựa-người, mà cũng là chân dung gỗ, chân dung ngựa gỗ, đánh số hoặc không đánh số..."[1]

Tôi có thể tưởng tượng ra hoạt cảnh lúc Lê Đạt đọc bài viết của Thụy Khuê về thơ của ông, tới đoạn trên, Lê Đạt bỗng râu tóc dựng ngược la lớn:

"Mẹ kiếp, cái thằng cha Thụy Khuê bố láo! (Thụy Khuê đã từng được Dương Thu Hương gọi bằng Ông!) Thơ của tôi mà hắn ta giảng thế nào đọc một lúc tôi rối cả đầu. Hóa ra hắn còn hiểu thơ tôi hơn cả tôi nữa... Làm gì có mấy cái sự cố bệnh hoạn kỳ cục tư thông giữa người và vật... Cái bọn Việt kiều ở ngoại quốc nó vô luân thật!"

Chưa hết, Thụy Khuê còn là một thứ bệnh cấp tính nguy hiểm, nếu luận theo giọng mấy anh bác sĩ cộng sản thì phải như sau: *"Con bệnh này, theo tôi thì rất có nhiều khả năng chết lắm!"* Tôi dù có muốn lý lẽ với mấy anh bác sĩ cộng sản tí chút, cũng đành gật gù theo: *"Tôi... thôi thì nhất trí với các ông!"*...

Không nhất trí cũng chẳng xong, khi Thụy Khuê thản nhiên cho người dân *"đốt pháo ăn mừng đê vỡ"*:

---

1. Thụy Khuê, Cấu Trúc Thơ. Văn Nghệ xuất bản 1995. Trang 225.

"Đê Đồng Lão vỡ, nước vỡ bờ, người ta đốt pháo mừng tuổi nước, mừng ngôi sao mới ra đời, huyền thoại kéo dài cho tới điểm Đại Mùa Thắng Xuân:

"Mười chín... tám
Thì reo
Rồi ùng ục
Rễ nước đại thụ
từ sơ địa
mịt mù dã sử
phun sáng ngần
Đêm pháo hoa mừng tuổi nước
Một ngôi sao mới lớn"

(Lê Đạt, "Bóng Chữ", không ghi số trang)

Thụy Khuê đã nảy ở đâu ra hình ảnh người ta đốt pháo mừng đê vỡ và đưa tới điểm Đại Mùa Thắng Xuân? Đại Mùa Thắng Xuân hay Đại Thắng Mùa Xuân... Thụy Khuê muốn nói gì bằng thơ Lê Đạt? Tới đây thì tôi chịu... là không thể hạ thấp trí thông minh theo tầm cỡ Thụy Khuê để hiểu thơ Lê Đạt. Xin mời quý bạn cùng đọc thơ Nguyễn Đức Liêm để chúng ta lấy lại thăng bằng:

"Gió
công kênh biển lên ngang hàng quán rượu
Bụi nước mặn
phất vào mặt phơi vào lòng
xin những bước chân hãy khoan dung
cho sỏi nói sõi giọng đời lạo xạo
Duyên hải ì ầm phương tây trắng
hợp thức hóa vàng đen đỏ
thành một thứ hai trăm năm
muốn ăn trọn đông đoài"

(Ở Tuổi Không Có Đâu, trang 62)

Trong khi Thụy Khuê đè Lê Đạt ra bắt tư thông với súc vật, Nguyễn Đức Liêm vô cùng thơ mộng và nhân bản với những thấp thoáng của triết lý Phật giáo:

xin những bước chân hãy khoan dung
cho sỏi nói sõi giọng đời lạo xạo

để:

hợp thức hóa vàng đen đỏ
thành một thứ hai trăm năm
muốn ăn trọn đông đoài

Thụy Khuê say thơ Lê Đạt cùng lúc với ngây chữ: *"Mà cũng có thể là chân dung anh Cả, anh Kế, anh Ké, có công cải cỏ nương Voi (xem thơ Voi của Tố Hữu, Voi là đại bác) thích món... giả hùm "phập phồng một vị riềng quê", ưa trò đồ mi, nói như Xuân Hương gọi là "cắm giếng":*

Ông cắm giếng
Cồn đất múp
Sừng gái mười bảy
Đào lút hai vầu cột cờ

Mà cũng có thể chỉ là một chuyện bạch đàn. Một lịch sử mười năm trồng cây. Trăm năm trồng người."

Chuyện gái mười bảy bẻ gãy sừng trâu, sao dưng lại dính dáng tới chuyện mười năm trồng người, trăm năm trồng cây? Nếu không phải là Thụy Khuê đã dùng thơ Lê Đạt để ngợi ca chủ trương của họ Hồ... Trường Ca Bác Hồ của Lê Đạt xem như mất điểm... thơ, và bị thêm cái điểm oan ương Thụy Khuê đã đem vào thơ Tạo Sinh Lê Đạt... Đâu tinh thần Nhân Văn Giai Phẩm? Đâu người trí thức bị chế độ bỏ tù vì tội đòi tự do tư tưởng và sáng tạo... Chỉ thấy đây là kẻ ca ngợi Đại Thắng Mùa Xuân, cho con người đốt pháo mừng thiên tai và vinh

danh thuyết trồng cây trồng người một cách ngang nhiên ngu xuẩn...
để kết đời trong Trường Ca xưng tụng Bác.

Thơ Nguyễn Đức Liêm đành phải ra tay hiệp sĩ, sống với câu:

"Kiến nghĩa bất vi vô dõng giả,
Lâm nguy bất cứu mạc anh hùng".

Thơ Nguyễn Đức Liêm cố giải cứu thơ Lê Đạt, người bạn đồng
môn của phái Tạo Sinh:

"Tôi đáng nhẽ
vẫn nằm nguyên trong gió
nhân thế gọi là
yên giấc nghìn thu
vì đã hiểu được đàn bà
là hiểu được
không thể nào hiểu được"

(Ở Tuổi Không Có Đâu, trang 33)

Đã là nữ nhân thì dù con gái hay đàn bà, mười bảy bẻ gãy sừng
trâu thì hai mươi bảy bẻ gãy sừng tê giác, ba mươi bảy bẻ gãy sừng...
khủng long... Vì thế, cho nên hiểu được đàn bà là hiểu được không
thể nào hiểu được...

Tôi có bài thơ nhỏ, xin chia sẻ cùng Nguyễn Đức Liêm:

"em đàn bà cũng đẹp như con gái
đàn bà con gái hiền như trái cây
trái cây chua, ngọt, tím, vàng, xanh, đỏ
có trái ăn ngon ngộ độc không hay"
(Trần Nghi Hoàng, Anh Có Thực Sự Muốn Thành Một Bồ Tát?
Văn Uyển xuất bản 1990)

Thụy Khuê không còn có thể ngừng được trong thơ Lê Đạt:
"Bóng Chữ còn tạo hình nhờ cận ảnh (gros plan) bằng cách đẩy vào

giữa mạch câu thơ một âm thanh xa lạ, khác hẳn với nhịp câu:

> *Từng thớ thịt anh sống em trọn hẹn*
> *chỉ bóng anh*
> *ò e*
> *xe Văn Điển"*

(Lê Đạt, Bóng Chữ, trang 23)

lại Thụy Khuê: "...chiếu gros plan lên âm thanh "ơ hô" gợi hình ảnh khỏa thân:

> *Ơi em rất ô*
> *Ơi em rất hồ*
> *Trắng vỗ ồ hô trúc bạch*
> *Bước động ngày thon róc rách"*

(Bóng Chữ, trang 28)

Nguyễn Đức Liêm vẫn nhàn nhã một cách mãnh liệt với thơ, với Em tên gì đó, với đam mê cạn cùng hơi thở:

> *"Đố loan biết*
> *điệu tôi xuân gì đó*
> *Tôi đang buồn mưa đấy*
>
> *uyên ơi*
> *Thơ không chấm hết*
> *giữa đường chim cánh mỏi*
>
> *Hốt hoảng yêu*
> *Bình tĩnh đếm xong đời"*

(Ở Tuổi Không Có Đâu, trang 14)

Nguyễn Đức Liêm cà tửng với thi ca, với cuộc đời:

"Cầm chiếc đầu lâu mân mó mãi
Mà tu bi o nót tu bi
Uy Liêm hỏi Đức Liêm không hỏi
Thánh Thán cho rằng hãy sống đi"

(Ở Tuổi Không Có Đâu, trang 15)

Uy Liêm nào đây? Có phải William Shakespeare hay Uy Liêm Hỏi? Dù cớ sự gì thì Đức Liêm cũng không thèm hỏi. Đâu cần ò e hay ồ hô, vì tu bi hay nót tu bi cũng là bí ẩn không nói được của hiểu đàn bà là hiểu được không thể nào hiểu được.

Thụy Khuê còn cho từ: *"... đôi mắt xanh, Lê Đạt tạo những biến cố khác nhau trong nồng độ, âm độ và sắc độ, pha trộn hội họa, thi ca và âm nhạc:*

Mắt xưa xanh
mưa mành
sương liễu song
Mùa sang may
thu đánh ngải lông mày"

(Bóng Chữ, trang 94)

Có gì đâu, hãy nghe Nguyễn Đức Liêm múa cổ tích và hát huyền thoại. Nhưng lại là cổ tích và huyền thoại của một tương lai nhìn thấy:

"Ở phương nao có một người xanh tên thẳm
múa kỳ lân
buồn lung linh thú
hát phượng hề
sặc sỡ cô đơn
......
Gió trong mắt
Bụi trên môi
Đêm còn trẻ quá

Này
tôi đi chân đất đá chân trời
Bất quá ngủ
Kệ

Suối vàng không quán trọ"

(Ở Tuổi Không Có Đâu, trang 12, 13)

Trong cơn ngây ngất, Thụy Khuê từ thơ Lê Đạt bước lóng ngóng: *"Bóng chữ còn làm mới cổ tích, đem cô Tấm lồng vào hồn thơ hiện đại:*

Anh rình | trắng nghìn trăng/ nghiêng ngỡ mộng
Bước thị thơm chân/ chữ động em về

(Bóng Chữ, trang 82)

Anh rình chỉ để thấy trắng nghìn trăng rồi về nghiêng ngỡ mộng thôi, thì dù chữ có động em cũng bỏ về là phải lắm!

Nguyễn Đức Liêm không trần tục, chẳng làm dáng cao siêu mà chỉ ngông ngạo ngang nhiên:

"Thiên thu biết có còn mai mốt
Cưỡi ngựa lên từng thế kỷ chơi"

(Ở Tuổi Không Có Đâu, trang 16)

Thiên thu là hai chữ rất cũ, cũ đến nỗi sáo. Nhưng Nguyễn Đức Liêm cho đi sau thiên thu năm chữ biết có còn mai mốt thì câu thơ đột nhiên mới cả lời lẫn ý. Cưỡi ngựa, thế kỷ... là những chữ rất thường, chơi là chữ dung tục... Chen vào những chữ thường và dung tục đó, Nguyễn Đức Liêm cho lên từng... Lên từng, hai chữ đứng chen giữa đột nhiên sáng lên và làm sáng cả câu thơ... Từng là mỗi thế kỷ mà cũng là trăm triệu vô số những tầng lớp thế kỷ chồng chất lên nhau.

Thơ Tạo Sinh là như vậy! Là làm mới tư tưởng trong chữ và chữ trong tư tưởng. Tôi tin là Nguyễn Đức Liêm đã làm Thơ Tạo Sinh như một Bẩm Sinh. Không gượng ép, không mất... hai, ba mươi năm mầy mò và cũng không cần ngay cả người ta đặt tên cho trường phái thơ của mình là Thơ Tạo Sinh. Thôi thì, tôi xin trả ba chữ Thơ Tạo Sinh lại Thụy Khuê để dành cho Lê Đạt. Thơ Nguyễn Đức Liêm đã Tạo Sinh trước khi Thơ Tạo Sinh ra đời...

Và cứ để cho Thụy Khuê trong cơn sướng ngất với thơ Lê Đạt, kết luận về Thơ Tạo Sinh:

"Thơ Lê Đạt khó và tối. Tác giả niêm phong tác phẩm của mình bằng sự cô đọng chữ nghĩa. Nhưng đó là cái khó của sự tìm tòi khoa học, cái tối là ẩn số của bình minh, là sự niêm phong gạn lọc tư tưởng. Cho đến nay chúng ta chưa có một tác phẩm nào thể hiện sự thay đổi toàn diện trong phong cách thơ, từ bản sắc triết học, đến cấu trúc hình thức và nội dung như thế. Với Bóng Chữ thơ mới đã thực sự nhường ngôi cho một dòng thơ khác, Thơ Tạo Sinh hiện đại trong tinh thần khuynh đảo và tái sinh những giá trị cổ điển".

Thụy Khuê từng viết Bóng Chữ Lê Đạt mang tính chất *naif* của hội họa. Bây giờ, cũng lại Thụy Khuê kêu lên thơ Lê Đạt khó và tối! Tôi chỉ thấy thơ Lê Đạt ngây ngô ngọng nghịu! Bóng Chữ bắt đầu mịt mù khó và tối từ khi bị Thụy Khuê truyền cho chứng tâm thần, để mầy mò truy tìm cái bản sắc triết học vốn không có trong thơ Lê Đạt.

Lần này, là một đề nghị chứ không còn là yêu cầu, của tôi, với Thụy Khuê: Thụy Khuê nên "về nguồn" bên Lê Đạt... Mua một căn nhà hay căn chòi bên cái nguồn nước của Lê Đạt. Thế là tiện cả đôi bề: Mỗi khi Lê Đạt hoàn tất một bài Thơ Tạo Sinh, hay chỉ cần ném ra một đống chữ, Thụy Khuê lại viết một cái manual cho bài thơ hay đống chữ đó, như kiểu manual cho người ta sử dụng nồi cơm điện National, để bảo đảm là những ai đọc thơ Lê Đạt sẽ hiểu được đúng ý Thụy Khuê. Đồng thời, để Thụy Khuê tiếp tục hưởng những cơn sướng ngất bằng Thơ Tạo Sinh của nhà-thơ-cách-mạng, tác giả Trường Ca Bác Hồ Lê Đạt.

Virginia, Sept 13, 1998.

TỪ HẢI NÓI TIẾNG TÂY
VÀ THÚY KIỀU HÚT THUỐC LÁ...

Từ ngày Nguyễn Du cho ra đời Truyện Kiều đến nay đã hơn hai trăm năm. Tuy vốn sinh quán là ở Trung Quốc, nhưng qua hơn hai trăm năm dâu biển, cuộc đời Thúy Kiều và Từ Hải lại theo đó mà bèo giạt mây trôi, thăng trầm theo mệnh nước Việt Nam ta.

Bỏ đi thời gian học trung học, được mấy ông thầy giới thiệu cho nào Thúy Kiều hoa ghen thua thắm, liễu hờn kém xanh. Thúy Vân khuôn trăng đầy đặn nét ngài nở nang. Kim Trọng học dốt nên là bạn đồng song của Vương Quan, em út Thúy Kiều. Từ Hải râu hùm hàm én mày ngài, vai năm tấc rộng, thân mười thước cao và một lô những Tú Bà, Hoạn Thư, Bạc Bà, Bạc Hạnh, Sở Khanh v.v... Ba mươi mấy năm trước, tôi có lần gặp Từ Hải và Thúy Kiều với mỗi người một phong tư khác biệt hẳn thời tôi đã gặp ở trung học.

Tôi gặp lại Từ Hải và Thúy Kiều sau thời trung học trong tập truyện "Nhan Sắc" của Dương Nghiễm Mậu...

Dương Nghiễm Mậu viết "Từ Hải Và Cuộc Phiêu Lưu Của Đời Chàng". Đọc Dương Nghiễm Mậu, tôi mới biết ngày đó Từ Hải đã không chết đứng giữa trận tiền.

Hơn ba mươi năm trước, Dương Nghiễm Mậu đã làm người tiên phong trong việc vẽ lại huyền thoại và lịch sử theo một phóng tưởng của riêng ông.

Ông đã gói ghém những gì trong "Người Tình Của Trương Quỳnh Như", với nhà sư Chiêu Lỳ Phạm Thái? Và Vương tiên sinh, Đặng tiên sinh, Cao tiên sinh, và Nguyễn lão là ai? Là những nho gia ẩn dật dưới một thời loạn lạc? Họ gặp nhau làm gì trên ngọn núi

Hồng Lĩnh. Và Nguyễn lão có phải là Hồng Sơn Liệp Hộ Tố Như Tiên Điền Nguyễn Du, người đã ngâm nga:

"Thiên lý ly gia lữ mộng trì,
Dạ tú vinh hoa thân ngoại huyễn
Triều vân danh lợi nhãn tiền phi..."
....

(thơ Nguyễn Du)

Và cái người áo lam bạc màu lên núi một mình, hắn là ai mà gây nên cuộc tranh co giữa những người bạn rượu thơ gặp nhau trên ngọn Hồng Lĩnh? Hắn chính là "Một Người Lên Núi".

Rồi Khóa Nhâm, người đi tìm cái đẹp, đi tìm cái đích thực gọi là "Nhan Sắc"... Khóa Nhâm đã nói về Cao Bá Quát và về "Nhan Sắc" như sau:

"... một người bỗng hỏi:

- Anh không biết gì về chuyện cử Quát? Làm việc lớn là để bị tru di ba họ sao?

Anh Khóa rợn người, cảm giác một lưỡi gươm vô hình vừa đua ngang cổ.

- Hắn là một cuồng sĩ. Không hành động như thế được. Làm việc lớn đâu phải là làm loạn. Tôi đã nói mà, bây giờ là thời tìm gặp giai nhân. Tôi muốn nói về giai nhân tôi đã gặp cho các anh nghe... nhưng thật khó quá...

- Không có ai để so sánh được sao?

- Nếu có một người thứ hai để so sánh thì đó không còn là một giai nhân nữa... Chúng ta cũng không có ngôn ngữ để diễn tả. Đó là một vẻ đẹp của trời đất. Tóc như mây trời, da như sương mù ngưng đọng... Cũng không phải như thế nữa... Không thể nói ra, không thể tả lại. Phải gặp mới biết thế nào là đẹp...

Tới đó anh Khóa thôi không nói gì nữa. Bạn hữu đứng dậy xốc áo sửa khăn ra về. Nửa đêm hôm đó, cụ Tú vào đối diện người trưởng nam:

-Con có dự gì vào chuyện Cao Bá Quát không? Con nói thật cho thầy yên lòng?

Khóa Nhâm nhìn vào đôi mắt nghiêm khắc của cha già:

Thưa cha không. Con chỉ là một tài tử. Con đã thất hiếu ra đi vì một vẻ đẹp...

Cụ Tú không hỏi thêm gì trở ra ngay." (Dương Nghiễm Mậu, Nhan Sắc, tập truyện, truyện Nhan Sắc. Văn Nghệ tái bản tại Hoa Kỳ năm 2000, trang 52 & 53)

Khóa Nhâm trả lời bạn như thế, trả lời cha như thế. Nhưng sự thực là sao? Hai năm bỏ nhà đi biền biệt, đến khi Cao Bá Quát bị bắt, ba ngày sau Khóa Nhâm âm thầm trở về nhà vào lúc nhá nhem tối. Cao Bá Quát bị tru di tam tộc. Khóa Nhâm lâm trọng bệnh, từng đêm mê sảng khóc đến chảy cả máu mắt. Trong cơn mê thường gọi tên một người, rồi Khóa Nhâm qua đời. Dương Nghiễm Mậu không cho biết tên người mà Khóa Nhâm thường gọi trong cơn mê sảng. Nhưng đến ngày tang ma Khóa Nhâm:

"Ngày đưa đám, bạn hữu Khóa Nhâm đều đủ mặt. Ngoài những kẻ quen còn rất nhiều người lạ. Trước mặt cụ Tú ai cũng tự giới thiệu là bạn của Nhâm, mặt mày họ gớm ghiếc, trông nhiều kẻ không phải là người có học. Đặc biệt trong đám khách lạ có một người to lớn, vạm vỡ mặt đen, đôi lông mày rậm nói là ở Cao Bằng vừa xuống có ý thăm anh Khóa, không ngờ anh Khóa đã ra người thiên cổ thì vẻ tiếc hận buồn rầu lộ ra nét mặt. Người khách nói:

- Thế là công việc lỡ cả...

Cụ Tú sinh nghi liền hỏi tại sao. Người khách thưa:

- Vì chúng con có hẹn sẽ uống với nhau một bữa rượu cho say túy lúy. Tiếc rằng không kịp...

Chiều hôm đó quan tài anh Khóa được bạn hữu chuyển ra sườn đồi an táng. Vừa hạ huyệt xong thì tiếng người ngựa ở đâu huyên náo tứ phía. Quân lính triều đình vây khắp cả chung quanh. Mọi người xôn xao không hiểu chuyện gì. Gươm đã tuốt trần, giáo mác dựng đứng, ai nấy lo âu. Cụ Tú vội ra, một viên tướng phóng ngựa tới.

- Bản chức được lệnh truy bắt một người...

- Thưa cho biết tên.

- Một người vừa ở xa tới.

- Tên gì?

- Một dư đảng của Cao Bá Quát.

. . . .

- Tôi là người ông tìm kiếm.

Từ giữa đám đông tiếng nói cất lên như một mũi tên nhọn bay cao, đám người rẽ ra, cụ Tú nhìn thấy chính đó là người khách ở Cao Bằng. Người đó tiến lên nét mặt cương cường dũng mãnh, dáng đi khỏe mạnh. Mọi người trố mắt ngạc nhiên. Viên tướng xuống ngựa đứng trước mặt người đó. Nhanh như chớp người kia đã đâm vào bụng lưỡi đoản kiếm và ngã sấp xuống, mũi kiếm xuyên lên lưng, máu vọt cao như những lưỡi kiếm lửa...

Người sau có bài hát rằng: nên ra tay kiếm tay cờ, không nên thì..."
(Như trên, trang 55 & 56)

Dương Nghiễm Mậu kết thúc truyện "Nhan Sắc" như vậy. Người khách vạm vỡ mày rậm mặt đen ở Cao Bằng đến trong đám tang Khóa Nhâm là ai? Khóa Nhâm mất, làm người khách Cao Bằng lỡ một cuộc rượu hay là một cuộc chơi thế sự. Và chắc hẳn phải là một cuộc chơi lớn. Đến nỗi, lỡ cuộc chơi với Khóa Nhâm, vì không còn Khóa Nhâm, người khách Cao Bằng tự đâm mình một kiếm thấu lưng khi bị quân triều đình truy bắt. Người khách mày rậm mặt đen đến từ Cao Bằng và Khóa Nhâm nữa, đã đóng những vai trò gì trong công cuộc đi tìm "Nhan Sắc" của Cao Bá Quát?

Sau "Nhan Sắc" là truyện "Từ Hải Và Cuộc Phiêu Lưu Của Đời Chàng", mà tôi sẽ bàn đến sau. Truyện chót trong tập mang tựa "Kinh Kha, Con Chủy Thủ Và Đất Tần Bất Trắc". Theo ý riêng của tôi, đây là truyện ngắn hay nhất trong tập "Nhan Sắc".

Kinh Kha, con dao chủy thủ, đất Tần... chỉ là những biểu tượng, chỉ là những cái cớ... Trong truyện, hai người bạn, trên con đường rừng vượt thoát cả Việt minh lẫn Tây, nhân vật "người lớn tuổi" kể lại một câu chuyện đã nghe chính từ người anh ruột của ông ta. Người anh ruột này đã có thời lưu lạc sang Tàu trong cuộc đời phong ba của kẻ làm cách mạng, làm chuyện lớn. Ông anh ruột "người lớn tuổi" tình cờ đọc được một cuốn "ký sự lịch sử" mang tên "Ba Lần Gặp Kinh Kha".

Trong cuốn ký sự, Kinh Kha không chết (cũng như Từ Hải đã không chết đứng!) Dương Nghiễm Mậu đã từ khước huyền thoại lịch sử cũ để phóng họa lên những vision huyền thoại lịch sử theo ý của ông. Người bạn mà Kinh Kha từng chờ đợi để cùng vào đất Tần không phải là Cát Nhiếp, chỉ là một tay kiếm khách vô danh. Sau ngày Kinh Kha qua sông Dịch, Tay Kiếm Vô Danh tới và gặp Cao Tiệm Ly. Trong lúc Tay Kiếm Vô Danh và Cao Tiệm Ly hằng ngày uống rượu, ngậm ngùi hoài niệm và chờ tin Kinh Kha, thì bỗng:

"Chợt một đêm kia chúng tôi nghe tiếng gọi cửa, khi ra tới nơi thì thấy Kha, tôi (Tay Kiếm Vô Danh) rợn người hỏi:

- Anh thác rồi sao?

- Không đâu, sao anh tới muộn thế, nhưng không sao.

Kha đưa tay cho tôi cầm và biết Kha còn sống. Kha nói:

Tôi về đây để gặp Thái Tử Đan. Tôi bắt sống được Tần Thủy Hoàng rồi." (Dương Nghiễm Mậu, Nhan Sắc, tập truyện, truyện Kinh Kha, Con Dao Chủy Thủ Và Đất Tần Bất Trắc. Văn Nghệ tái bản tại Hoa Kỳ năm 2000, trang 144 & 145).

Kinh Kha không chết, mà Kinh Kha cũng không giết Tần Thủy Hoàng, chỉ bắt sống mang về Yên. Tại sao? Kinh Kha kể:

"... tôi kề mũi nhọn vào cổ vua Tần, ý muốn bắt sống mang về Yên làm thịt cho hả lòng Thái tử Đan, sau là moi gan hắn ra tế Phàn Ô Kỳ...

. . . .

Vua Tần gằn giọng: thôi ta chịu chết, nhưng ta hỏi nhà ngươi: giết được ta rồi nhà ngươi làm gì với nước Trung Hoa này?" (Như trên, trang 146)

Câu hỏi này không phải Tần Thủy Hoàng đặt ra cho riêng Kinh Kha... Nhưng chính Kinh Kha cũng tự đặt ra cho mình và cho tất cả mọi người: Thái tử Đan, Tay Kiếm Vô Danh, Cao Tiệm Ly .v.v...

Kinh Kha đã mang Tần Thủy Hoàng về Yên. Đã đến hỏi Thái tử Đan cái kế sách về một nước Trung Hoa sau khi đã giết Tần Đế. Câu trả lời của Thái tử Đan làm Kinh Kha thất vọng: Trả thiên hạ về cho những lãnh chúa của họ, mỗi người vẫn cát cứ một phương. Tần Thủy Hoàng đã thuyết phục được Kinh Kha về viễn tưởng một nước Trung Hoa thống nhất, vì viễn tưởng này cũng là mơ ước, khát vọng của Kinh Kha:

"Tôi không muốn thấy mãi một tình trạng tranh chấp liên miên,

không muốn thấy một thời liệt quốc mới. Tôi muốn có một nước Trung Hoa thống nhất, một nền cai trị mạnh, hữu hiệu, sáng suốt." (Như trên, trang 157)

Lật đổ một chế độ là để tạo dựng một chế độ mới tốt hơn. Kế sách của Thái tử Đan vị kỷ và chẳng có gì đặc biệt. Thế là Kinh Kha tha chết cho Tần Thủy Hoàng, lại bí mật cùng Tần Đế hợp tác, dựng lên kế sách cho một Trung Hoa thống nhất. Để giải thích về những chuyện đốt sách, chôn học trò, xây Vạn Lý Trường Thành .v.v... Kinh Kha nói xây Vạn Lý Trường Thành là để ngăn rợ Hồ phía Bắc. Và phải chỉnh lại văn hóa, thiên hạ chỉ yên vui khi sống với một tư tưởng, một cuốn sách, một chân lý và một sức mạnh chỉ đạo. Không chôn sống học trò, nhưng phải chôn sống những khuyển nho, những kẻ có học mà sống trái nghĩa sách, học ba chữ thánh hiền chưa vỡ mà tưởng mình đội đá vá trời... Muốn nước hùng mạnh, xã hội trật tự cuộc sống hạnh phúc thì phải chôn đi những kẻ không chấp nhận sự tiến bộ, chôn đi những kẻ mãi muốn duy trì địa vị quyền lợi của mình...

Nhưng cuối cùng thì Kinh Kha bị Tần Thủy Hoàng phản bội sau khi đã hầu như hoàn thành kế sách về một nước Trung Hoa thống nhất... Kinh Kha gặp lại Tay Kiếm Vô Danh sau khi Cao Tiệm Ly đã chết. Kinh Kha vẫn còn giữ thanh đao chủy thủ của Từ phu nhân... Và Kinh Kha muốn cùng Tay Kiếm Vô Danh lại bắt đầu một cuộc chơi lớn, giết một Tần Thủy Hoàng đã gồm thâu thiên hạ...

Chuyện về Kinh Kha chấm dứt ở đó.

Nhưng còn chuyện của hai người bạn đang cùng nhau vượt thoát trên đường sơn cước? Người trẻ tuổi nói:

"... Bây giờ có nhiều đất Tần bất trắc, nhiều Tần Thủy Hoàng, nhiều sông Dịch phải vượt qua... Chiến sĩ một đi không trở lại, tôi không chấp nhận quan niệm ấy, lên đường là phải nghĩ đến ngày trở về..."

Còn người lớn tuổi, kẻ đã kể lại câu chuyện mới về Kinh Kha:

"Tôi từ chối lựa chọn cả hai con đường ấy. Ai buộc chúng ta phải chấp nhận con đường có sẵn?..." (Như trên, trang 161).

Câu chuyện chấm hết. Con dao chủy thủ giờ chẳng biết lưu lạc về đâu? Và Con Đường Thứ Ba ngoài hai con đường đã có sẵn, mà nhân vật người lớn tuổi chọn ra sao?...

Dương Nghiễm Mậu thả người đọc giữa một ngã ba đường đầy trí tuệ.

Đến đây, tôi sẽ trở lại với nhân vật Từ Hải và cuộc phiêu lưu của đời chàng.

Trong truyện của Dương Nghiễm Mậu, Từ Hải là một tên thuyền chài du côn ở bến Việt Đông, có máu anh hùng cứu khốn phò nguy. Vì sự tàn ác của quan địa phương, Từ Hải dấy lên làm loạn. Bắt đầu là một bọn thảo khấu nhỏ, Từ ngày càng làm nên thanh thế, chiếm thành lấy đất dựng một biên cương. Dưới trướng Từ Hải, ngoài những tay giang hồ lạc phách thảo mãng, còn có Từ Nguyệt Minh tự là Văn Trường, người Sơn Âm vốn là kẻ có học, văn hay chữ tốt, không sách gì là không đọc, tiếng tăm lừng lẫy thiên hạ. Văn Trường từng là môn khách của Hồ Tôn Hiến, nhưng vì nạn bè phái Văn Trường không được Hồ Tôn Hiến trọng dụng, nên sinh bất mãn bỏ đi du sơn du thủy. Cái học không được đất dung nên Văn Trường thành kẻ trụy lạc, lấy thú vui rượu chè đĩ điếm làm hứng cho văn chương. Chính Văn Trường trong thời gian làm môn khách của Hồ Tôn Hiến đã có một lần vì trọng tài sắc nên đã cứu Thúy Kiều. Văn Trường từng khuyên Từ Hải xưng đế để dựng nghiệp, nhưng Từ Hải chưa chịu.

"- Tôi nghĩ rằng đã đến lúc tướng quân phải xưng đế hiệu để lấy danh nghĩa cho dân chúng theo. Chứ chẳng lẽ mãi mãi chúng ta chỉ là một phường cướp biển.

- Ông muốn được làm quan lắm sao? Ngó bộ mình làm như thế này không có chính nghĩa sao? Ta thấy ta chẳng xứng để mà xưng đế, làm một tên thuyền chài mà sánh với Lưu Bị, Lưu Bang e không chính danh? Và có lẽ ta chỉ hợp là một tên du côn rong chơi..." (Dương Nghiễm Mậu, Nhan Sắc, tập truyện, truyện Từ Hải... Văn Nghệ tái bản tại Hoa Kỳ năm 2000, trang 74)

Như vậy, trong truyện của Dương Nghiễm Mậu, Từ Hải chẳng những không phải là một người côn quyền hơn sức, lược thao gồm tài, mà chỉ là một anh đánh cá du côn và chưa hề có hoài bão lớn. Dưới ngòi bút của Dương Nghiễm Mậu, Từ Hải cũng không có cái

nhân dáng và khí thế "vai năm tấc rộng, thân mười thước cao"... mà
thậm chí còn là một anh lùn:

"Trương Nguyên Hiện (thái thú Liêu Đông) cũng dàn quân rồi ra
trước trận chỉ gươm vào mặt Từ Hải mà mắng:

- Thằng giặc lùn kia muốn sống hãy xuống ngựa đầu hàng ta sẽ tha
chết cho..." (Như trên, trang 87)

hay ở đoạn cuối:

"Những năm về sau, từ miền duyên hải Việt Đông mãi tới Giang
Nam nhiều vụ dấy loạn nổi lên, người ta bàn tán về một đám giặc lùn nhận
là Từ Hải..." (Như trên, trang 127)

Cái dụng ý của Dương Nghiễm Mậu khi dựng lại Từ Hải không
phải là một trang hảo hán oai phong cao lớn, phong độ bức người mà
chỉ là một anh lùn xấu xí, là sao?

Đến khi Văn Trường dẫn kiến cho Từ Hải gặp Thúy Kiều, họ Từ
vừa say mê vừa cảm thương thân phận của Kiều và ngay của chính
mình, nên bỗng hạ quyết tâm muốn làm nên một cặp chồng "vua du
côn" vợ là "hoàng hậu đĩ".

Thế là từ đấy, Từ Hải đánh Nam dẹp Bắc, chiếm thành dựng
đất thế như chẻ tre. Sau thất bại của nhiều vị tướng tham nhũng bất
tài không đối chọi được với Từ Hải, triều đình nhà Minh sai cử Hồ
Tôn Hiến thống lãnh đại quân đi dẹp loạn Từ Hải.

Hồ Tôn Hiến biết nếu dụng binh chưa chắc đã là đối thủ của
Từ Hải, nên đã dụng mưu mua chuộc Thúy Kiều. Thúy Kiều vì chán
ngán cảnh luân lạc binh đao; vả, muốn được yên thân hưởng vinh
hoa phú quý cùng Từ Hải, nên đã khuyên Từ Hải quy hàng triều
đình. Từ Hải nghe lời Kiều, đã định ngày xếp giáo quy hàng với Hồ
Tôn Hiến. Nhưng một ngày trước định ước ra hàng để nhận phẩm
trật của nhà Minh, một cuộc đối thoại đã diễn ra giữa một chàng
thanh niên khí phách, vốn là tên tiểu tốt dưới màn trướng của Từ
Hải với họ Từ:

"- Thưa tướng quân, tướng quân chưa đi nghỉ.

Từ giật mình quay lại, rồi lại lặng yên đưa mắt nhìn ra xa.

- Nếu tiểu tốt không lầm, tướng quân đang buồn vì sớm mai này
tướng quân sẽ ra hàng giặc.

- Hàng giặc, sao lại là hàng giặc? Ngươi là ai?

- Tiểu tốt là ai? Thưa tướng quân, tiểu tốt là bộ hạ của tướng quân, kẻ đã nghĩ triều đình là giặc, tướng quân là bậc đế vương. Thế mà mai này, khi mà mặt trời lên bậc đế vương đó sẽ dẫn tất cả đoàn quân dưới trướng này ra khỏi thành, quỳ gối, khom lưng, nhận giặc là minh chúa để nguyện trung thành tận tụy suốt đời..." (Như trên, trang 98 & 99)

Cuộc đối thoại này chúng ta có thể hiểu một cách thâm sâu hơn, đó chính là sự giằng co của tâm thức Từ Hải. Cuộc đối thoại tiếp tục được khai triển. Khai triển như một cuộc hành hương của tâm thức đối kháng Từ Hải, đưa Từ Hải từng bước quật lại những mồ mả chiến tích, gọi lại những hồn vía khí phách đã vô hình chung dần dà thất tán bởi cái giây phút tao ngộ Thúy Kiều qua môi giới của Từ Văn Trường:

"- Tôi nhớ lại lúc còn sống tại quê nhà ở Giang Nam nghe tin tướng quân nổi dậy, đốt thuyền bè, chống quan lại... Tôi đã lặn lội từ đó lên Việt Đông. Tự xung vào làm sĩ tốt... Tướng quân còn nhớ những ngày đó." (như trên, trang 102)

"Người thanh niên buồn bã:

- Trong nghìn vạn quân tướng ấy đã có bao nhiêu người ngã xuống chiến trường, trải thây trên con đường hành quân, những người xông pha ở Việt Đông, Triết Giang, hạ năm thành ở cõi Nam, cướp Châu Thai, lấy Vô Tích, chiếm Lâm Truy... để cho tới lúc tướng quân có một giang sơn như ngày nay, có thành quách như ngày nay... Và tôi đã sống sót để mai này chứng kiến cái công lao của những ngày gây dựng không còn nữa...

. . . .

- Lúc còn sống tại quê nhà, cha tôi nói: bây giờ là thời loạn. Kỷ cương của nước không còn nữa, lòng người ly tán, kẻ sĩ mất truyền thống trở thành hèn hạ, con còn dùng bút nghiên làm gì nữa, ta muốn thấy con hành động như một tên du côn còn hơn..." (như trên, trang 107)

Và cuối cùng, khi Từ Hải hỏi chàng thanh niên khí phách, hay là tự hỏi chính mình:

"... Mai này anh có chịu ra quy hàng, nhận lãnh bổng lộc của triều đình ban cho không?

- Không, canh ba đêm nay tôi sẽ mạo muội tướng quân mà trốn đi.

. . . .

- Anh có bằng lòng cho ta trốn đi làm du côn trở lại được không?

- Tại sao không?" (như trên, trang 107 & 108).

Nhờ bỏ trốn để trở lại con đường thong dong tự tại, con đường làm du côn mà Từ Hải thoát chết bởi âm mưu phục kích để diệt "giặc Từ Hải" của Hồ Tôn Hiến trong kế hoạch giả vờ chiêu hàng "lũ giặc lùn họ Từ".

Từ Hải đã xin phép chàng thanh niên khí phách, xin phép chính Từ Hải của hào khí can vân thuở nào mà trở lại con đường du côn.

Từ Hải của Dương Nghiễm Mậu không râu hùm hàm én, không vai năm tấc rộng thân mười thước cao bụng chứa kinh luân gồm thâu thao lược. Từ Hải của Dương Nghiễm Mậu lùn tịt và xấu xí. Và Từ Hải của Dương Nghiễm Mậu đã lý luận như sau, để làm cái cớ quy hàng rồi đổi ý bỏ trốn để tiếp tục làm du côn, làm kẻ ngoài vòng cương tỏa:

"- Còn cái bọn chung quanh ta, cái bọn Từ Văn Trường, cái bọn văn hay chữ tốt, khoa bảng ta đâu có coi bằng một con chó ta nuôi. Bọn họ đâu sánh được nàng Kiều. Ta nuôi bọn nó để bọn nó nịnh bợ, ca tụng, xu phụng ta. Ai cũng muốn có kẻ nịnh bợ mình, muốn có kẻ đóng kịch làm hề cho mình coi... Bọn nó theo ta chẳng phải như anh, như quân sĩ của ta. Bọn nó theo ta vì chúng không làm được đầy tớ yêu của chủ chúng như Hồ Tôn Hiến chẳng hạn. Chúng bất mãn bỏ đi, và bây giờ anh thấy đó, chúng muốn ta hàng để chúng được sống yên ấm với nhung lụa, địa vị... Bọn nó không theo đuổi một lý tưởng và sống chết với nó, bọn nó nay theo thằng này mai theo thằng khác, cứ bỏ tiền ra là mua được hết. Bọn nó làm ô danh kẻ sĩ." (Như trên, trang 107 & 108)

Để hỗ trợ cho lý luận này của Từ Hải, trước đó, Dương Nghiễm Mậu đã để Hồ Tôn Hiến huấn dụ thuộc hạ khi bàn kế hoạch diệt Từ Hải:

"- Những kẻ đó cũng nhiều kẻ có tài, nhưng không có đức, không có chí, theo Từ là vì bất mãn, muốn có địa vị. Theo Từ mà vẫn khinh Từ không có học, nên không thể cùng Từ, giúp Từ lập nghiệp lớn..." (Như trên, trang 94).

Dương Nghiễm Mậu cho Từ Hải chê bọn thuộc hạ "văn nhược"

hèn nhát, nịnh bợ cầu an cầu danh là thua Thúy Kiều. Nhưng Từ Hải của Dương Nghiễm Mậu cũng chẳng đưa ra được điểm nào đặc sắc của Thúy Kiều để chứng minh là Thúy Kiều hơn bọn văn nhược ham lợi ham danh đó! Nếu không phải Thúy Kiều vì bị Hồ Tôn Hiến mua chuộc bằng tiền bạc lụa là châu ngọc, rồi từng đêm thỏ thẻ nhu tình làm mềm lòng Từ Hải, thì với cái khí thế đang thắng, đang mạnh và hùng binh trong tay, sao họ Từ lại đồng ý quy hàng? Dương Nghiễm Mậu đã tạo ra một Từ Hải lùn tịt xấu xí, nghe lời Thúy Kiều đồng ý ra hàng Hồ Tôn Hiến. Vậy Thúy Kiều là nguyên nhân đầu tiên của cuộc quy hàng này. Từ Hải xỉ vả đám thuộc hạ dưới trướng, trong đó chẳng thiếu những kẻ đã cùng vào sinh ra tử với họ Từ để tạo ra sự nghiệp một góc sơn hà... Rồi đổ thừa vì bọn họ nên Từ Hải nản chí phải quy hàng... Còn bao vạn quân sĩ của Từ thì sao? Những quân sĩ mà chính Từ đã khen là: "... Bọn nó theo ta chẳng phải như anh, như quân sĩ của ta"; tức phải là những con người có hùng tâm đởm lược, lòng son dạ sắt trước sau như một.

Nhân vật Từ Hải của Dương Nghiễm Mậu chẳng những "lùn tịt, xấu xí" mà còn bất nhất và rất dễ bị lung lạc. Vì sao? Bởi chính Từ Hải lúc đang xỉ vả bọn thuộc hạ là không dám sống chết vì một lý tưởng (xem phần đã trích), vậy thì lý tưởng của họ Từ ở đâu? Từ Hải của Dương Nghiễm Mậu có lý tưởng không và nếu có, đã sống chết với lý tưởng đó ra sao? Hay là chỉ vài lời ôn nhã của Thúy Kiều đã làm cho một chiến tướng, một tay giặc lớn tung hoành "dọc ngang nào biết trên đầu có ai" đang nắm một đoàn quân lừng lẫy trong tay bỗng chốc èo xìu rắp tâm xếp giáp quy hàng!!!???

Dương Nghiễm Mậu đã cứu Từ Hải, đã cho Từ Hải còn sống để tiếp tục làm "giặc lùn". Nhưng cũng chính Dương Nghiễm Mậu đã thực sự giết chết Từ Hải thêm một lần cay đắng: Từ đã bỏ Thúy Kiều ở lại trong bàn tay của Hồ Tôn Hiến mà trốn đi cùng vài thuộc hạ. Cũng chính Dương Nghiễm Mậu cho thấy mối tình của Từ Hải với Thúy Kiều hết sức là sâu đậm. Vậy sự việc họ Từ bỏ Thúy Kiều lại bơ vơ giữa ba quân mà trốn đi trước ngày ước định quy hàng, chỉ dắt theo vài tâm phúc theo tôi là không hợp tình và tất nhiên cũng không hợp lý!

Từ có thể "dọc ngang nào biết trên đầu có ai" nhưng sẽ vì Thúy Kiều mà làm hàng thần lơ láo về với triều đình. Từ Hải của Nguyễn Du có thể bất trí, có thể thiếu lý tưởng hay nếu có lý tưởng chỉ là một thứ lý tưởng nhất thời. Nhưng Từ Hải của Nguyễn Du nhất định đúng là đấng chung tình, một bậc tình Thánh... dám vì tình mà bỏ tất cả. Bỏ sự nghiệp đang lẫy lừng trúc chẻ ngói tan, vì nghe lời người yêu người vợ là Thúy Kiều mà bị lừa đến nỗi chết đứng giữa trận tiền... Chí ít, Từ Hải của Nguyễn Du cũng có được một thành tựu! Chàng không lén bỏ Thúy Kiều để trốn đi không kèn không trống, không hát lên một câu tạ từ; dù Dương Nghiễm Mậu đã dựng lên một Từ Hải tuy lùn và xấu, nhưng khi uống rượu vào lại rất sính ôm đàn mà hát nghêu ngao...

Hãy nghe Hồ Tôn Hiến nói sau khi khám phá Từ Hải đã bỏ trốn, và kẻ bị giết trong đám loạn quân chỉ là một Từ Hải giả mang râu giả...:

"- Từ còn sống nhưng cũng coi như Từ đã chết. Hãy dán râu vào cho hắn, sóc lên đầu giáo trương cao cho quân sĩ an lòng rồi cho chôn đi. Một mình hắn còn sống cũng không làm được gì. Tướng không có quân không còn là tướng nữa. Một Từ Hải còn sống sẽ là một "Từ Hải giả." (Như trên, trang 109)

Câu kết của Hồ Tôn Hiến vừa trên cũng là kết thúc của cuộc đời Từ Hải của Dương Nghiễm Mậu. Một Từ Hải còn sống sẽ là một "Từ Hải giả".

Trong Kinh Kha, Con Dao Chủy Thủ Và Đất Tần Bất Trắc, Dương Nghiễm Mậu tỏ ra sâu sắc và vững vàng chặt chẽ biết bao! Nhưng Từ Hải Và Cuộc Phiêu Lưu Của Đời Chàng thì họ Dương dường như lúng túng, không định hình được cái concept của ông. Có nhiều đoạn văn lập thuyết "chửi đời" được đặt vào miệng Từ Hải như chỉ để bung xả những dồn nén từ trong lòng, từ trong những suy tư của tác giả với xã hội mà ông đang sống. Dương Nghiễm Mậu vì không định hình được cái concept cho cuộc phiêu lưu của Từ Hải của ông, nên tất nhiên ông cũng không định hình được nhân vật Từ Hải mà ông vẽ ra.

Do đó, cuộc tái hồi của Từ Hải với Thúy Kiều ở phần cuối

truyện, rồi Từ Hải đưa Thúy Kiều về Việt Đông bắt đầu dấy lại sự nghiệp, hay tiếp tục đi làm giặc chỉ tạo cho nhân vật họ Từ của Dương Nghiễm Mậu thêm tội nghiệp!!!

Dương Nghiễm Mậu là một tác giả mà thời trẻ khi bắt đầu say mê rồi dan díu với chữ nghĩa văn chương tôi đã từng yêu thích và bây giờ vẫn còn yêu thích. "Nhan Sắc" là một tập truyện ngắn xuất sắc trong không nhiều lắm những tập truyện ngắn hay thời trước 1975. Nhưng theo tôi, Từ Hải là một nhân vật không thành công trong truyện ngắn chưa được hoàn tất của Dương Nghiễm Mậu.

Phải chi, Dương Nghiễm Mậu ngày hôm nay đọc lại truyện ngắn Từ Hải Và Cuộc Phiêu Lưu Của Đời Chàng, rồi viết lại truyện này... nếu ông đồng ý với những điều tôi nhận xét.

Nhân vật Từ Hải và cuộc phiêu lưu của đời chàng trong "Nhan Sắc" chưa chín. Thậm chí, có những sơ sót rất buồn cười: Ông Dương đã cho nhân vật Từ Hải sinh quán ở Liêu Đông bên Tàu của ông nói... tiếng Tây giữa thời Gia Tĩnh Triều Minh:

"Tửu bảo mang rượu ra, Từ Hải mở vò ngửi ngửi rồi nhấc lên tu một hơi. Một hơi rượu làm Từ Hải tỉnh táo, Từ đưa tay áo quệt ngang miệng nhìn người khách vẫn ngồi im.

- Quan lớn, nhậu đi quan lớn, mấy khi tên cu ly này được hầu rượu quan lớn! Tửu bảo, cho ta nửa con heo béo ra đây." (Như trên, trang 64)

Ai cũng biết, chữ cu ly nhập cảng vào Việt Nam trong thời Pháp đô hộ nước ta. Cu ly tức coulie của tiếng Pháp và Anh ngữ là coolie, nghĩa là người lao động, hèn kém. Không nên để cho một nhân vật thời Gia Tĩnh triều Minh (thế kỷ XV) bên Tàu nói tiếng Việt Nam lại chêm tiếng Tây.

Sau khi Đoạn Trường Tân Thanh hay Truyện Kiều của Nguyễn Du ra đời cách đây hơn hai trăm năm, trước Dương Nghiễm Mậu thì tôi chưa biết; vậy theo tôi, Dương Nghiễm Mậu là tác giả đầu tiên muốn làm mới lại nhân vật Từ Hải và Thúy Kiều.

Sau Dương Nghiễm Mậu, tôi có gặp lại Từ Hải và Thúy Kiều một lần nữa vào năm 1977, với truyện ngắn "Ẩn Sĩ" trong tập truyện cùng tên. "Ẩn Sĩ" và một tập truyện nữa, "Lộn Nhào" là bộ Văn Chương Hà Nội hai tập, do Văn Thanh ở San Francisco Hoa Kỳ ấn hành, mà tôi Nam kỳ được hân hạnh viết Lời Tựa và có lọt vào một truyện ngắn tựa đề "Kẻ Sĩ" in chung.

Truyện ngắn "Ẩn Sĩ" trong Văn Chương Hà Nội tên tác giả là Người Hà Nội. Sau này, năm 1999, Hội Nhà Văn ở Việt Nam xuất bản tuyển tập "101 Truyện Ngắn Hay Việt Nam, tập III", truyện "Ẩn Sĩ" đã in lại với tựa "Từ Hải Và Người Ẩn Sĩ", tên tác giả là Hiếu Tân. Hai truyện là một.

Trong truyện "Ẩn Sĩ" hay "Từ Hải Và Người Ẩn Sĩ", hai nhân vật Từ Hải và Thúy Kiều chỉ là hai nhân vật phụ. Nhân vật chính là ẩn sĩ Phàn Cự tự Bỉnh Cung. Người này là kẻ đã "dạy" cho Từ Hải con đường dựng nghiệp và lấy thiên hạ. Nhưng khi Từ Hải gặp Thúy Kiều thì Phàn Bỉnh Cung đã biết sự nghiệp Từ Hải đến đây là dứt.

Nhân dáng Từ Hải trong "Ẩn Sĩ" này rất đẹp. Trong khi, nhân vật chính Phàn Bỉnh Cung, kẻ đã tạo ra Từ Hải, và theo tác giả Người Hà Nội tức Hiếu Tân:

"Nếu không có Phàn kia thì chắc gì Từ đã thành Từ, ngay đến thành người còn khó, huống hồ..." (Người Hà Nội, tuyển tập văn chương Hà Nội Ẩn Sĩ, truyện Ẩn Sĩ. Văn Thanh ấn hành 1997, trang 7)

thì lại rất xấu. Xin dẫn:

"Phàn, người thấp bé loắn choắn, dáng đi lật bật, trông hình dong chẳng có gì "tao nhân mặc khách" cả. Tới ngoài hai mươi tuổi, không còn sách gì trong thiên hạ mà Phàn chưa từng đọc qua. Với Phàn, Khổng - Mạnh - Trình - Chu - Lão - Trang... chỉ như người quen biết cũ. Đỗ - Lý - Đào - Tô - Vương - Bạch... chỉ như bạn tâm giao thù tạc mà thôi. Cao ngạo, không màng lợi danh, nhưng Phàn không giống các ẩn sĩ cứ phải chạy trốn lợi danh, xa lánh cõi tục, Phàn chỉ nhởn nhơ bầu rượu túi thơ, cười cợt, đàn đúm với đủ hạng người trong thiên hạ. Sáng sớm cùng bọn vương tôn công tử cưới ngựa lên chơi non cao, hít thở hơi sương loãng, ngắm nhìn thế núi, hình sông; chiều ngồi đánh cờ với vị thượng thư bị "biếm" về vùng này từ lâu, ấy thế mà đêm khuya còn thấy Phàn ngồi uống rượu, đánh bài với đám phu khiêng kiệu và chăn ngựa ở nhà dưới, rồi say sưa ôm vai mấy con người tục tằn, lầm lũi ấy, nghiêng ngả, lắc lư mà ê a hát những bài hát của kẻ trồng dâu, của người đánh cá.

Có người bảo:

Giao du kiểu ấy, trong thiên hạ chỉ có thể là kẻ điên hay bậc chí thánh. Các bậc quyền quý trong vùng ngấm ngầm bảo nhau chớ dại mà động vào gã ấy, cái hư danh của gã lớn lắm, mình dễ mất mặt như chơi." (Như trên, trang 8)

Phàn Cự chỉ có hư danh lớn hay là một thực tài ẩn dấu khôn lường? Còn Từ Hải:

"Một hôm có người khách khác thường tìm đến thăm Phàn. Người khách cao lớn, đẹp một cách hào hùng, vừa có cái oai phong của một dũng tướng, lại vừa mang cốt cách phong nhã hào hoa. Khách tên Hải họ Từ, một cái tên không xa lạ gì với dân chúng vùng này. Hai bên đàm đạo từ chuyện thế sự nhiễu nhương, đến binh pháp, mưu lược cùng lấy làm tâm đắc. Những chuyến viếng thăm của Từ càng dày, tình giao hảo hai bên càng thân. Trong nhà Phàn, Từ đi đứng, nằm ngồi thoải mái như ở nhà, còn Phàn đã tự cho phép mình nói năng với Từ bằng khẩu khí của người chăn ngựa. Đó là cách đặc biệt Phàn dùng để tỏ biệt nhỡn với bạn như kiểu Nguyễn Tịch xưa dùng mắt xanh tiếp khách tâm giao." (Như trên, trang 12).

Người Hà Nội hay Hiếu Tân đã đưa ra hai nhân vật đối trọng như vậy. Và hai nhân vật này sẽ dắt người đọc đi vào một thế giới Từ Hải Thúy Kiều khác. Khác với Nguyễn Du và cũng khác với Dương Nghiễm Mậu.

Hiếu Tân hay Người Hà Nội đã dựng nên một ẩn sĩ họ Phàn vô cùng kỳ bí. Họ Phàn ẩn mà không ẩn. Tuy có biệt nhãn với Từ Hải, nhưng dù họ Từ trân trọng khẩn thiết mời thỉnh, Phàn vẫn nhất quyết không nhận lời xuất sơn làm quân sư cho Từ. Cuối cùng, vì để tạ tấm lòng tri ngộ của Từ Hải, Phàn Cự chỉ cho một học trò của Phàn vốn là người đánh xe, mà Phàn phong cho biệt danh là "Khổng Minh thời nay" đi theo giúp giập cho Từ.

Phải chăng, nhờ có một trí lự của bậc Thánh, nên Phàn tuy thấy Từ có khác người, có hơn người nhưng sự nghiệp rồi cũng chỉ bọt bèo vân cẩu?

Cho đến khi người học trò "Khổng Minh thời nay" của Phàn trong một lần về thăm thầy, đã tường tận trình cho Phàn nghe về mọi sự dưới quân trướng của Từ Hải:

"Thầy trò nhìn nhau, lắc đầu ngao ngán. Trong quân, mọi việc đều có sự can thiệp của người đẹp Thúy Kiều; con người mà nhân hậu thì rõ ràng, nhưng vì quá thành công trong việc làm cho đấng phu quân tin vào cái "Tài" của mình mà khiến cho mọi sự trở nên rối bét". (Như trên, trang17)

Người Hà Nội hay Hiếu Tân bỏ lửng Từ Hải và Thúy Kiều ở đây, sau khi cho Phàn trầm ngâm nói với tên đệ tử "Khổng Minh thời nay":

"Xưa nay không phải không có những người đàn bà kiệt xuất, nhưng chữ "bụng dạ đàn bà" vẫn là để chỉ cái thói thường nhỏ nhen, làm hỏng việc lớn. Ác thay cái bụng dạ ấy không chỉ ở đàn bà. Đem binh mã đi bắt mấy mụ đàn bà về trả thù riêng thì quả là chỉ có bụng đàn bà mới nghĩ ra nổi. Ta tiếc thay cho Từ, không tự hiểu mình. Tài sức Từ lay thành, nhổ núi, và cái kỳ vọng ta đặt vào Từ ngàn lần lớn hơn cái mộng bá vương của y. Buồn thay, ngay từ lúc này, ta đã nhìn thấy trước cái kết cục không hay rồi. Nhưng thôi, dù hay dù dở, sự nghiệp của Từ chẳng còn đáng để ta bận tâm nữa.

Và cũng từ đấy, người ta không thấy nói gì đến Phàn nữa." (Như trên, trang 18).

Chuyện của Phàn đến đó là hết! Nhưng chuyện của Thúy Kiều thì vẫn còn, và xem chừng sẽ còn dài dài chẳng biết đến bao giờ.

Bởi vì, cho đến tháng bảy vừa qua của năm 2003, tôi tình cờ lại tái ngộ Thúy Kiều. Lần này, nhân vật chính xuất hiện với Kiều là Nguyễn. Kim Trọng Thúy Vân Tú Bà... chỉ là những đào kép phụ mỗi người nháng qua nháng lại trên sân khấu khoảng mươi giây một phút rồi thôi!

Lần này Kiều xuất hiện thời gian là những năm 2000. Không gian là một cái am (hay apartment?) nhỏ, trong khuôn viên nhà vợ chồng Kim Trọng và Thúy Vân.

"Đàn bà con gái, chừng này tuổi mà ở một mình thì chỉ nên gõ mõ tụng kinh. Mượn nước cành dương tưới xèo cái tâm sự ngùn ngụt lúc đêm về.

- Em đã nói hết nhẽ rồi. Anh đừng đến nữa.

- Thì mình có làm gì đâu. Chơi một ván cờ thôi mà.

- Vợ anh không thích thế đâu.

- Kệ nó chứ. Chính nó xướng lên việc này cơ mà.

Từ ngày Kiều về đây, Kim Trọng đâm ra nghiện cờ..... Hôm nào mà không làm được ván cờ với bà chị vợ, mặt Kim Trọng thần thờ thấy rõ...

Hai trăm năm ở chung một mái nhà mà chỉ có rủ cố nhân đánh cờ. Hôm qua Thúy Vân sang thăm Kiều, bảo:

- Chị đi mười lăm năm. Thời gian với anh Thúc, anh Từ chị cũng sung sướng, trừ ra vị chi còn lại chỉ hơn mười năm khổ. Thế mà chị hưởng thú đánh cờ với chồng tôi hơn hai trăm năm nay. Quá lãi. Chỉ có tôi dạo đó ngu dại..." (Phạm Hải Anh, Tìm Trăng Đáy Nước, truyện Tri Âm. Văn Mới xuất bản 2003, tr.21&22)

Hơn hai trăm năm chị vợ em rể mỗi ngày đánh ít ra là một ván cờ trở lên. Cứ tính chẵn là hai trăm năm đi, thì chí ít Thúy Kiều Kim Trọng cũng đã đánh với nhau phải trên bảy mươi ba nghìn (73,000) ván cờ! Mỗi ngày gặp nhau chỉ để đánh cờ suông thì Kim Trọng cù lần có thể không chán; nhưng Thúy Kiều dân chơi thì nhất định là chán lắm rồi. Chán, nhưng vẫn cứ phải tiếp tục cùng Kim Trọng mỗi ngày... ngồi đánh cờ qua hơn hai thế kỷ, tại sao?

"Nhưng mà sự thể không thay đổi được nữa rồi. Kiều rơm rớm nước mắt:

- Không phải em đâu. Tại chị....

Chuyện này thì Vân không biết thật. Kim Trọng cũng không biết. Mà Kiều thì ngậm đắng nuốt cay, mình làm mình chịu." (Như trên, trang 23)

Kiều đã làm gì mà hơn hai trăm năm qua ngậm đắng nuốt cay, mình làm mình chịu mỗi ngày cứ phải cày cục ngồi đánh cờ chiếu tướng khơi khơi với lại Kim Trọng? Cái nỗi đoạn trường này đâu phải Kiều không hiểu cho mình và cho Thúy Vân. Kiều đã ngậm ngùi:

"Con bé kể ra cũng tốt nhịn. Bọn nhân vật thời nay ở hoàn cảnh nó là đã hăm he tạt axít, mèng nhất cũng đâm đơn ra tòa rồi. Có đâu lại để chồng với bà chị cờ quạt ung dung trước mũi suốt mấy trăm năm như thế." (Như trên, trang 22&23)

Một người đàn bà tài sắc thông minh vẹn toàn như Thúy Kiều, tất nhiên là thấy hết những điều không ổn trong sự vụ chị vợ với em rể ngày ngày cùng nhau đánh cờ. Nhưng cớ sự tại sao hơn hai trăm năm qua không thể nào thay đổi, mà thậm chí còn có thể kéo dài đến cả nghìn năm sau và không biết đến bao giờ...

Bao giờ cho đến bao giờ...?

Không phải đốt lò hương cũ so tơ phiếm chùng! Mà là đốt bàn cờ ấy, tiêu trừ cái điều oan nghiệt kia đi. Cái điều oan nghiệt mà chỉ một mình Thúy Kiều biết...

Phạm Hải Anh đến đây lại cho flash back về thời gian truân chuyên của Kiều ở lầu Ngưng Bích hay một lầu xanh nào đó. Và đây chính là phần cốt lõi duyên do của mọi chuyện mấy trăm năm qua:

"Hôm ấy trời dở mưa dở nắng rất khó chịu. Kiều cáo ốm không tiếp khách. Tú Bà bảo:

- Dậy trang điểm đi con. Khách đang chờ.

- Mẹ cáo lỗi giúp con. Con thấy mệt trong người lắm. Cả chàng Thúc hôm nay con có tiếp được đâu.

- Đám này không tiếp không được con ạ. Mà mình lại chẳng được xu nào đâu." (Như trên, trang 23)

Tay cường hào ác bá hay tên quan lại hung thần nào mà gớm thế? Tuy nhiên, lại không phải là bất cứ loại nào trong các thứ ôn thần. Đây là một ông khách cực kỳ đặc biệt, cực kỳ hệ trọng cho cuộc đời của Thúy Kiều:

"Ông khách tới bằng cửa sau. Không lòe loẹt sang trọng, không quan dạng hống hách, lại có vẻ lén lút sợ người ta bắt gặp. Kiều chắc chắn mình chưa gặp ông ta bao giờ, nhưng mới nhìn đã cảm thấy vô cùng thân thuộc. Môi ông ta run lên khi gọi tên Kiều:

- Nàng, Nàng Kiều!

Tha thiết như cố nhân bao lâu không gặp. Lại thương như cha gọi con." (Như trên, trang 23 & 24)

Ông khách dị kỳ này là ai mà mới gặp lần đầu đã như vô cùng thân thiết với Thúy Kiều? Phạm Hải Anh phải là một cô nương vô cùng tinh nghịch nên mới dàn xếp nên được cuộc gặp gỡ vô tiền khoáng hậu này.

"- Quan nhân là ai mà...?

- Đừng gọi ta như vậy. Nàng có thể tin ta. Ta biết nàng từ buổi nàng khóc lóc bên mộ Đạm Tiên... Ta luôn ở bên nàng, dù nàng không thấy. Nàng ngồi xuống đi. Thế. Hãy để cho ta được ngắm nàng. Trời ơi, ta đâu

ngờ nàng lại đẹp đến nhường này." (Như trên, trang 24).

Tôi có thể cam đoan đây là người đàn ông duy nhất, hơn cả Từ Hải mà Kiều có thể đặt trọn niềm tin. Phạm Hải Anh đã tả cho chúng ta thấy sự nâng niu trân trọng của ông ta sau khi được Kiều cho nghe cung đàn Bạc Mệnh...

"Chưa bao giờ Kiều đàn như vậy. Đàn từ lúc mặt trời đang nắng vụt tối đen, đàn đến khi trăng lên đỏ như máu. Gió ngừng thở. Tiếng đàn nức vạn lời ai oán. Những đóa trà mi ngoài sân nhất loạt nở bung rồi héo quắt. Ông khách nâng mười ngón tay rớm máu của Kiều, khóc:

- Ta đã làm khổ nàng.

- Chàng có làm gì đâu?

- Nàng không biết. Nhưng ta biết. Biết rằng nàng đã khổ, mà còn khổ nữa. Ta biết mà không làm gì được.

- Chuyện gì sẽ xảy đến với thiếp nữa?

- Nàng sẽ bị lửa ghen đày đọa cho dở sống dở chết. Nàng sẽ phải làm tôi mọi cho người ta. Nàng còn bị đem bán trao tay nhiều nữa. Sẽ bị sỉ nhục, đánh đập, lừa lọc. Và chết thê thảm trên sông. Ta sẽ cho nàng số phận khổ nhục như thế đấy. Mà ta còn yêu nàng hơn chính bản thân ta nữa.

Những giọt nước mắt đàn ông xuyên buốt mười ngón tay Kiều. Chàng ơi, tại sao yêu nhau lại phải đày đọa nhau dường ấy?" (Như trên, trang 25 & 26)

Câu hỏi của Kiều cũng là câu hỏi của nhân gian suốt hơn hai trăm năm qua về thân phận của Thúy Kiều, và về thân phận của những kẻ yêu nhau trong những mối tình đau đớn. Nhưng xét cho cùng, chưa có mối tình nào bi thảm, khốc liệt mà vô cùng đằm thắm thiết tha như mối tình của ông khách này với Thúy Kiều! Ai tri âm đó mặn mà với ai???? Vì sao? Vì sao yêu nhau lại phải đọa đày nhau??? Phạm Hải Anh đã cho Kiều mặc cả cùng ông khách. Không phải mặc cả về cái giá của một đêm kỳ ngộ, mà là mặc cả về đời nàng:

"Đến gần sáng thì Kiều biết ông khách là ai. Kiều tỉ tê bắt đền:

- Thiếu gì nghề mà chàng bắt thiếp làm cái nghề ô nhục này?

- Nàng phải đi đến tận cùng sự sỉ nhục thì mới thấm thía lẽ đời. Ta muốn nàng là biểu tượng của cái đẹp bị dập vùi. Có thế người ta mới cảm thương, nhắc nhớ tới nàng đời đời.

- Đành là thế. Nhưng chàng để thiếp chết khổ chết sở. Chết là hết rồi..... Hay là mình thay đổi đi?

- Cốt truyện của Thanh Tâm Tài Nhân đã thế rồi. Cô Kiều phải chết.

- Kệ ông ấy. Chàng đã tạo ra thiếp thì cũng có thể cứu sống thiếp. Thiếp xin chàng... chàng có thể vì thiếp sửa tí tẹo. Cái ông Thanh Tâm ấy chết rồi, chẳng làm gì mình được đâu.

Ông khách nhìn Kiều âu yếm:

- Vì một đêm nay, ta có thể cho nàng tất cả. Thế nàng muốn kết cục thế nào?

Kiều tính toán:

- Thiếp sẽ không chết chứ? Nhảy xuống sông Tiền Đường giữa lúc đêm hôm, nguy hiểm lắm.

- Ta sẽ bảo vãi Giác Duyên đợi sẵn ở đấy, tính giờ thật trúng, nàng nhảy xuống là vớt liền. Đảm bảo chỉ hơi lạnh tí thôi chứ không chết.

- Cho thiếp gặp lại bố mẹ.

- Nàng thật có hiếu. Nàng sẽ được gặp cả song thân. Ta sẽ để hai cụ vừa khỏe, vừa minh mẫn y như hồi nàng đi.

- Thiếp nghề ngỗng chẳng có. Gặp rồi biết lấy gì nuôi các cụ? Chả nhẽ lại hành nghề lại?

- Nàng không phải đi làm. Vất vả chừng ấy năm là đủ rồi. Ta sẽ chọn người chăm sóc cho cả nàng lẫn song thân. Hay là cho Vương Quan em nàng đỗ làm quan nhé. Nàng còn muốn gì nữa không?

Kiều bẽn lẽn:

- Thiếp chỉ còn một ước nguyện. Hồi ấy đã trót thề bồi...

Ông khách chau mày:

- Nàng vẫn nặng tình với Kim Trọng thế sao?

- Thì thiếp cũng muốn gặp, xem người ta có còn giữ lời với mình không. Bao nhiêu năm toàn gặp phường lừa đảo, thiếp mất lòng tin...

- Nàng quên là đã lạy lục nhờ Thúy Vân chắp mối tơ thừa hay sao? Từ bấy đến nay, vợ chồng người ta đã mấy mặt con...

Kiều khóc:

- Ra là người ta cũng chóng quên nhỉ. ....

- Thôi đừng khóc nữa. Nước mắt nàng làm ta rối cả ruột. Thế bây giờ cho nàng gặp lại Kim Trọng nhé... Kim Trọng sống với Thúy Vân nhưng *lòng chỉ có nàng thôi... Ta sẽ để cho nàng làm bạn tri âm với Kim Trọng. Vẫn yêu nhau, gần bên nhau... nhưng mãi không có được nhau... Thú đau thương. Thế mới gọi là lãng mạn. Nàng có chịu được không?*

Kiều quỳ xuống:

- Thiếp xin đa tạ tri âm.

Ông khách ra về. Để lại tấm danh thiếp. Họ Nguyễn. Đấy là lần duy nhất hai người gặp nhau. Kiều vĩnh viễn chôn sâu bí mật ấy, sợ ông khách mang tiếng hủ hóa với nhân vật." (Như trên, trang 27, 28 & 29).

Bắt nhịp cầu cho Hồng Sơn Liệp Hộ Tiên Điền Nguyễn Du vào lầu xanh gặp Thúy Kiều, để cùng Kiều định cuộc nghìn năm hậu sự cho đời Kiều, quả tình, Phạm Hải Anh đã làm nên một chuyện lớn! Như vậy, hóa ra ngày đó Kiều đã đánh nhầm một con bài trong ván bạc vạn đại chung thân của đời nàng. Bằng một giọng văn dí dỏm và lôi cuốn, thông minh, Phạm Hải Anh đã cho Kiều làm ông Nguyễn tài hoa đã mê đắm Kiều lại lúc càng mê đắm hơn. Ông Nguyễn sẽ vì Kiều mà làm tất cả, tất cả... Nhưng là một tất cả có giới hạn: Kiều có thể sống sót, nhưng cuộc đời nàng nhất định là phải đủ mười lăm năm đọa đày luân lạc. Bởi vì, ông Nguyễn muốn cho muôn đời người ta phải nhớ đến Thúy Kiều, đến một cái đẹp toàn bích bị vùi dập, chà đạp và hành hạ đủ điều. Ông Nguyễn là người mắc bệnh sadism chăng? Không phải! Đừng đổ tiếng oan cho ông. Ông Nguyễn muốn người ta phải nhớ Thúy Kiều mãi mãi. Và bao giờ con người ta còn nhớ đến Thúy Kiều, tất nhiên là phải nhớ đến ông Nguyễn. Phải nhớ đến cái người đã viết nên cung đàn Bạc Mệnh cho Thúy Kiều đàn. Đã xúi Thằng Bán Tơ giở trò ma mãnh bức hại gia đình Vương Ông. Rồi đẩy Thúy Kiều vào lầu xanh ngay liền sau khi đã cho Kiều gặp gỡ Kim Trọng rồi chui rào mà trao tín vật định tình... Rồi cũng chính ông Nguyễn cầm tay mà dắt Thúy Kiều cho gặp Thúc Sinh, một anh chàng con nhà giàu học hành dở dang mê chơi nhưng cực kỳ sợ cô vợ ghen tuông đáo để là Hoạn Thư. Và rồi cũng chính ông Nguyễn bày ra nông nỗi đoạn trường cho Hoạn Thư bắt Kiều làm con ở con sen, bắt Kiều gõ mõ tụng kinh làm ni cô áo tím. Trăm tội cũng đều do ông Nguyễn mà Thúy Kiều thanh lâu hồng lâu mấy lượt và am không mấy lần!

Khi ông Nguyễn kéo Từ Hải từ Liêu Đông đứng lên với vai năm tấc rộng, thân mười thước cao, đường đường một đấng anh hào... Ông Nguyễn đã chơi khăm Thúy Kiều một phen hết vốn nữa... Nhưng lần này, ông Nguyễn lại dàn xếp cho thấy chính Thúy Kiều là nguyên nhân, là tác giả của nỗi oan khiên của đời nàng. Ông bắt Thúy Kiều tự mình ra tay đập nát tấm bè hay cái phao Từ Hải mà Thúy Kiều đã tưởng chừng như vô cùng may mắn vớ được giữa lúc đang trồi lên, ngụp xuống trên sông Tiền Đường. Chính vì nghe lời Kiều mà Từ Hải đang tung hoành một cõi sơn hà, bỗng khoanh tay cúi đầu chịu ra làm hàng thần lơ láo với tay bạc bịp Hồ Tôn Hiến!

Từ mấy trăm năm nay, nhân gian há chẳng đã nhiều người nhiều phen oán trách ông Nguyễn đã quá nặng tay với Thúy Kiều? Phạm Hải Anh đã đưa ra ánh sáng một bí mật khó lường là nhân quả cuộc đời của Thúy Kiều không nhất thiết chỉ có ông Nguyễn chịu trách nhiệm. Mà chính Thúy Kiều cũng có đôi phần trách nhiệm trong đó.

Đáng lý nàng phải chết. Chết là hết!!! Nhưng Kiều đã làm nũng với ông Nguyễn trong cái đêm kỳ ngộ độc nhất của nàng với ông Nguyễn, vòi vĩnh, cò kè trả giá với ông Nguyễn về cái kết quả cuộc đời của nàng.

Ông Nguyễn đã chìu nàng tất cả, hẳn nhiên là ngoại trừ sự vụ cuộc đời Kiều tất yếu là phải bầm dập. Ông Nguyễn đã để cho Kiều sống. Cho Kiều gặp lại song thân gia đình. Cho Kiều gặp lại cố nhân Kim Trọng. Cho Kiều và Kim Trọng biến tình lan xạ thành tình tri âm để ngày ngày cùng nhau đánh cờ... Đánh cờ suốt mấy trăm năm!

"Kết cục là Kiều cứ phải đánh cờ mãi với Kim Trọng. Suốt hơn hai thế kỷ, mà sẽ còn đánh nữa. Ông khách đã mất từ lâu. Bây giờ Kiều phải sống đời mình đã chọn. Chẳng nì nèo thay đổi gì được. Nhìn sang đời các nhân vật nữ xung quanh mà phát thèm. Chúng nó đi nhảy, đi tắm hơi, hôn hít, làm tình, bồ bịch, đánh ghen loạn xạ, khóc lóc tự tử mùi mẫn. Đã đành là chúng nó chẳng nổi tiếng thục nữ chí cao, nhưng mà giá Kiều có thể chọn lại.

Chuông cửa reo. Kiều thong thả châm điếu thuốc. Chẳng làm gì mà

vội. Còn ai vào đây nữa. Chắc chắn là Kim Trọng lù khù sang rủ đánh cờ..."
(Như trên, trang 29)

Phải chi, có người nào, có cách nào thay đổi được cái kết cục của đời Kiều. Tôi nghĩ là nàng Kiều sẽ kết cỏ ngậm vành mà tạc dạ ghi ơn... Nhưng ngoài ông Nguyễn ra, đâu ai có thẩm quyền, có khả năng thay đổi được cuộc đời oan khổ gian truân và cái chung cuộc chán phèo của Kiều mấy trăm năm qua?

Cách duy nhất, chắc là phải có một người liều lĩnh hy sinh, xuất hồn đi tìm gặp ông Hồng Sơn Liệp Hộ Tiên Điền Nguyễn Du, để tranh luận với ông về cuộc đời của Thúy Kiều, bắt ông Nguyễn phải làm sao mà sắp xếp lại....

Còn Thúy Kiều, hôm nay nếu có vị hào khách nào động lòng thương hoa, tiếc ngọc... thì cứ ghé chơi cái "am mây" hay cái "apartment" của nàng nằm trong gia trang của Kim Trọng Thúy Vân, cùng nàng đánh một ván cờ thay cho Kim Trọng mà nàng đã quá chán. Phải nhớ, khi tới thăm nàng nên ghé Shopping Center. Bạn chẳng cần mua hoa đâu, chỉ nên mua một cây thuốc Cartier của Tây loại đầu bạc mang đến làm quà tiếp kiến. Cam đoan là Thúy Kiều sẽ vô cùng cảm động; biết đâu nàng sẽ bỏ lời thề, so giây nấn phím mà đàn cho nghe một khúc Bạc Mệnh ngày xưa...

Địa chỉ của Thúy Kiều, tức gia trang của Kim Trọng Thúy Vân, cứ hỏi cô Phạm Hải Anh là tất biết.

TRẦN MẠNH HẢO VS' NGUYỄN HUY THIỆP

KHAI TỪ

Văn học Việt Nam sau gần ba thập niên phân ranh quốc nội và lưu vong, hiện đang ở trong một tình trạng thập phần can qua căng thẳng mà giữa hai lằn ranh "quốc nội", "lưu vong" lại sản sinh ra không ít những lằn ranh tế nhị khác. Những lằn ranh giữa văn học "quốc nội" với "quốc nội". Những lằn ranh giữa "lưu vong" và "lưu vong".

Cách đây vài hôm, tôi tình cờ nhận được hai bài viết từ trong nước:

Một: của Nguyễn Huy Thiệp với tựa: Trò Chuyện Với Hoa Thủy Tiên Và Những Nhầm Lẫn Của Nhà Văn (Gồm 3 bài được gom thành 1).

Hai: Bài của Trần Mạnh Hảo đáp lễ Nguyễn Huy Thiệp, được đặt một cái tựa dài ngoằng: Có Thật Đa Số Các Nhà Văn Việt Nam Đều Vô Học, Các Nhà Thơ Đều Lưu Manh - Hay Là 'Hội Chứng Chửi Có Thưởng' Thời Nay. (Cả hai bài sẽ lần lượt được đăng lại trên tuần báo Lẽ Phải tuần này, số 247 ngày 2 tháng 4, 2004 và 248 ngày 9 tháng 4, 2004. Xin mời đọc để tham khảo và để tiện bề thông tỏ hơn khi đọc những bài Văn Học Việt Nam Thời "Nhầm Lẫn" Và Trò Chơi Chữ Nghĩa này của tôi trong mục Bên Tách Cà Phê Buổi Sáng báo Văn Nghệ).

Hai bài viết của hai cây bút đương đại tên tuổi nhất nhì trong nước có vẻ như rất tận tình phản bác đối đầu nhau. Nhưng sự thật nội tình là như thế nào mà ra nông nỗi? Nguyễn Huy Thiệp đúng hay Trần Mạnh Hảo hợp lý hơn? Tôi sẽ làm những công việc như sau:

BÀI MỘT: Phân tích bài "Trò Chuyện Với Hoa Thủy Tiên Và Những Nhầm Lẫn Của Nhà Văn" của Nguyễn Huy Thiệp.

BÀI HAI: Phân tích bài đáp lễ Nguyễn Huy Thiệp của Trần Mạnh Hảo, "Có Thật Đa Số Các Nhà Văn Việt Nam Đều Vô Học, Và Các Nhà Thơ Đều Lưu Manh - Hay Là Hội Chứng Chửi Có Thưởng' Thời Nay".

BÀI BA: Tổng luận về hiện tình Văn Học Quốc Nội.

VĂN HỌC VIỆT NAM THỜI "NHẦM LẪN" VÀ TRÒ CHƠI CHỮ NGHĨA

BÀI MỘT

Mở đầu với tiểu đề: "Cái Khó Của Nghề Văn Thời Nay", Nguyễn Huy Thiệp (NHT) bằng giọng văn nghe qua rất là tích cực như sau:

"Trong khoảng hơn một thập kỷ đổi mới, xã hội Việt Nam đã tiến những bước nhảy vọt. Về nhiều mặt, VN đã hòa nhập được với nhiều nước ở trong khu vực và trên thế giới. Quá trình toàn cầu hóa đang diễn ra trên nhiều lĩnh vực như chính trị, kinh tế và tri thức bất chấp những tư tưởng cục bộ và "sô vanh" bất hợp tác. Về văn học, những cố gắng trong và ngoài nước đã làm cho nhiều nhà văn "thức thời" ở ta nhận ra được con đường gian khó nhưng cũng nhiều triển vọng ở trong nghề nghiệp của mình. Khi xã hội phát triển, nhu cầu hưởng thụ và làm ra những sản phẩm văn học nghệ thuật có phần nào tưởng như dễ dàng nhưng lại khó vô cùng. Tôi rất ngạc nhiên và không thích thái độ kỳ thị và xem thường việc xây dựng nên những công nghệ ở trong lĩnh vực giải trí, trình diễn như ca nhạc, tạp kỹ v.v.. Việc đào tạo, đánh bóng nhằm tạo ra những ngôi sao ca múa nhạc tạp kỹ hoặc thể dục thể thao v.v... là cần thiết. Ngay trong lĩnh vực văn học, đáng lẽ cần phải khuếch trương, xây dựng thành một công nghệ đào tạo nhà văn mới thì vài năm trở lại đây lại có ý kiến bỏ đi trường Viết văn Nguyễn Du. Bỏ thì dễ nhưng xây thì khó."

Chẳng biết NHT khi viết là "VN đã tiến những bước nhảy vọt. Về nhiều mặt, VN đã hòa nhập được với nhiều nước v.v...", ông đã vì thói quen "rào dậu" để "phân ưu" hay do chỉ tiếp cận được với những thông tin sai lạc từ Nhà Nước của ông? NHT lại không phân biệt được sự khác nhau (một cách rất trầm trọng) giữa "những công nghệ ở trong lĩnh vực giải trí, trình diễn như ca nhạc, tạp kỹ v.v..", (nằm trong lãnh vực Văn Hóa) và Văn Học (nên hiểu là văn chương thi ca nghiên cứu...). Tôi cũng không thể hiểu NHT muốn biểu hiện hai chữ "công nghệ" trên ý nghĩa như thế nào? Những hình thái nghệ thuật như "ca múa nhạc tạp kỹ hoặc thể dục thể thao" tôi chưa từng bao giờ nghĩ đó là thuộc về "công nghệ".

"Ca múa nhạc tạp kỹ thể dục thể thao" rất cần những trường ốc chuyên môn để đào tạo những tài năng hay chuyên viên, tôi đồng ý với NHT về điều này. Nhưng về cái trường viết văn Nguyễn Du thì theo tôi nên bỏ đi là phải!

Lý do? Tôi xin nêu những lý do từ những suy nghĩ của tôi: "Ai là những thầy dạy, những giảng viên của cái trường viết văn Nguyễn Du? Những nhà văn hay những cán bộ văn hóa nào? Mục đích của trường là dạy cho học viên Viết Văn hay chỉ dạy cho học viên cái Đường Lối để viết văn như thế nào cho vừa lòng Nhà Nước và hợp với chủ trương của Đảng?" Và trên tất cả, Viết Văn không phải là một hình thái "công nghệ", có thể đào tạo hàng loạt những tay chuyên môn chuyên viên ưu tú theo kiểu đào tạo kỹ sư cầu cống kỹ sư chế tạo vũ khí hay thợ tiện thợ hàn!

Ở phần tiếp sau đó, NHT bất ngờ đưa ra một thực trạng về cái lực lượng chủ đạo nòng cốt của nền "văn học" Việt Nam hiện đại:

Nhìn vào danh sách hơn 1000 hội viên Hội Nhà Văn VN người ta thấy đa số đều chỉ là những người già nua không có khả năng sáng tạo và hầu hết đều... "vô học", tự phát mà thành danh. Trong số này có hơn 80% là nhà thơ tức là những người chỉ dựa vào "cảm hứng" để tùy tiện viết ra những lời lẽ du dương phù phiếm vô nghĩa nhìn chung là lăng nhăng, trừ có dăm ba thi sĩ tài năng thực sự (số này đếm trên đầu ngón tay) là còn ghi được dấu ấn ở trong trí nhớ người đời còn toàn bộ có thể nói là vứt đi cả. Giai thoại có một nhà thơ nói về tình cảnh thơ ở trong bài thơ sau đây (tôi đã đưa truyện này vào trong tiểu thuyết của tôi vì nó quá hay) khá tiêu biểu cho thực tế đó: "Vợ tôi nửa tỉnh nửa mơ / Hôm qua nó bảo: Dí thơ vào lồ... / Vợ tôi nửa dại nửa khôn / Hôm nay lại bảo: Dí lồ... vào thơ!" Mặc dù đã có "Ngày Thơ VN", tôi cũng không phủ nhận cảm tình của nhân dân đối với thơ nhưng quả thực ở trên thực tế cái danh nhà thơ là một thứ nhìn chung chỉ là nhăng nhít, hữu danh vô thực, chẳng ai muốn dây vào nó: nhà thơ đồng nghĩa với sự chập cheng, hâm hấp, quá khích, vớ vẩn, thậm chí còn lưu manh nữa."

NHT có thể đã nhìn ra từ lâu hiện trạng bi đát và khôi hài của Hội Nhà Văn, của "bè nhóm đại diện" cho nền văn học đương thời dưới sự chỉ đạo của Nhà Nước mà ông đang sống, trong một xã hội băng rã và tan nát từ trong ra ngoài. Nhưng vấn đề là nguyên do nào xui khiến NHT đã cho nổ trái bom sự thật ngay giây phút này mà không trước không sau đó.

Tuy nhiên, những điều NHT vừa tiết lộ bên trên không phải là những bí mật quốc phòng hay thâm cung bí sử chi của chế độ Cộng Sản VN, vì dường như ngoài NHT, có rất nhiều những người khác cũng đã nhìn ra "vấn đề" từ lâu lắm. Nhưng mọi người hầu như không hẹn mà cùng nhau chọn cái thái độ "ngậm tăm" mũ ni che tai cho phải đạo. Nhắm mắt làm ngơ trước một nền "văn học phải đạo" thì hẳn nhiên là vô cùng phải đạo!!!

"Tôi biết sẽ có nhiều phản ứng lại điều tôi nói "trắng phớ" ra như thế nhưng ở đây nó là thực tế. Tôi chỉ nói ra một thực tế "tàn nhẫn" mà mọi người vẫn tránh né hoặc "không nỡ" nói ra mà thôi. Đã đến lúc người ta phải nhìn vào thực tế để thúc đẩy văn học cũng như thúc đẩy xã hội phát triển."

Mọi người vẫn tránh né hoặc không nỡ nói ra vì sao? Điều này tưởng không cần thiết phải lý giải gì thêm, người ta chỉ cần hồi ức lại vụ án Nhân Văn & Giai Phẩm như là một thí dụ vừa ghê gớm vừa ghê tởm.

Hội Nhà Văn của một quốc gia, của một cái Đảng chủ nghĩa với hơn 1000 hội viên mà hầu hết đều... "vô học"!!! Với hơn 80% là bọn nhà thơ, tức là cái lũ "đồng nghĩa với sự chập cheng, hâm hấp, quá khích, vớ vẩn, thậm chí còn lưu manh nữa."...

NHT, người mà trong một cuộc phỏng vấn ở hải ngoại đã tự nhận là mình "khôn ngoan" hơn Dương Thu Hương, nhưng "ít can đảm" hơn Dương Thu Hương, và ông còn nổi tiếng là một nhà văn "cẩn trọng", chỉ hay dùng "ẩn dụ xa gần" lại đi nghiêm túc hạ bút viết xuống, lật ra cái "lá bài tẩy" bất khả tư nghì kia thì quả là một cái gì kinh khủng!!! Nhưng nguyên do hà căn vì đâu mà ra cớ sự thì tôi vẫn chưa có một dữ kiện chứng cớ nào để lý luận.

Từ bao lâu nay tôi vẫn thấy có sự "ngu dốt", "một chiều" hoặc "nhai lại thuộc bài" của đa số những cây bút trong nước. Nhưng tôi vẫn cho đó là bởi do sự chỉ đạo, gò ép của Đảng và Nhà Nước. Bây giờ, qua NHT tôi vừa biết ra căn bản là do sự "vô học" của các nhà văn nhà viết này!

Ngoài nguyện vọng muốn bảo tồn trường viết văn Nguyễn Du, NHT tỏ ra hết sức lưu tâm đến ngành viết lách của đất nước Việt Nam, ông xem viết văn và đào tạo nhà văn giống như làm ruộng hay chăn nuôi lợn bò, một thứ "công nghệ" sản xuất dựa trên những trường sở hay những công xưởng... đào tạo:

"Trên kia tôi đã nói đến việc xây dựng một công nghệ đào tạo nhà văn, tôi ủng hộ ý kiến nên xây dựng một vài khoa viết văn ở các trường Đại Học ở ta. Viết văn phải trở thành một nghề nghiệp, một nghề nghiệp chuyên nghiệp chứ không thể nghiệp dư, tùy hứng được. Những nhà văn được đào tạo trong nền công nghệ đó phải có những tiêu chuẩn và trình độ chuyên môn nhất định..."

Tôi không biết NHT muốn "đào tạo sản xuất" công nghệ nhà văn theo những tiêu chuẩn "hàn lâm" kiểu như thế nào? Nhưng kế hoạch của NHT làm tôi lo sợ nếu nó thành sự thật sẽ là một thứ công thức văn phiệt robot Đức quốc xã thập phần nguy hiểm và rất đáng lưu tâm...

Tuy nhiên, những quan ngại của NHT cho một nền giáo dục về văn học của VN chẳng phải là hoàn toàn vô nghĩa lý:

"Trong xã hội phát triển, văn học rất thường nhưng để vượt lên, trở thành một cái gì đó ngoại hạng là rất khó. Hình mẫu thiên tài văn học ngày nay khác trước rất nhiều. Trong SGK (sách giáo khoa?) văn học người ta thấy rõ văn học đã bị đông cứng lại, cũ kỹ và "phản động", nó cứ ê a mãi

những "song viết" (?) và "song kiết", học sinh chỉ nghiên cứu và học tập "những thầy ma cũ" hoàn toàn không được "tiếp máu" bởi những sinh lực văn học cường tráng và lành mạnh.

Nếu như khoảng 20 năm đến 30 năm nữa danh sách Hội Nhà Văn ở ta có tới hơn 80% nhà văn (chứ không phải nhà thơ) ở khoảng độ tuổi từ 25 đến 50 tuổi thì đấy mới là việc hợp quy luật. Ở ta vẫn có câu: "Ốm tha, già thải". Văn học, đối tượng của nó là những người trẻ tuổi. Nó không phải là sân chơi của "đám giặc già lăng nhăng thơ phú". Trước Tết Nguyên Đán tôi có ngồi dự một bữa tiệc tất niên ở nhà kỹ sư Đào Phan Long với nhiều tên tuổi văn nghệ sĩ khá lừng danh trên đất kinh kỳ. Nhà thơ Trần Ninh Hồ đọc một bài thơ phóng dật trong đó có câu: "Ông lão lục tuần đi trong sương gió/ Sương gió không biết ông lão lục tuần". Hay thì hay thật nhưng tôi cũng hơi sờ sợ những ông lão lục tuần... gân quá!"

Tôi từng viết bài có nêu lên vấn nạn là theo một luật tắc tự nhiên và hợp lý, thì giới viết lách đúng ra càng lớn tuổi, càng về già thì phải viết càng hay hơn. Ba Kim của Trung Quốc 93 tuổi viết Tùy Tưởng Lục, Alberto Movaria của Ý hơn 80 vẫn viết khỏe và sâu sắc... Rất nhiều những nhà văn nhà thơ trên thế giới ngoại trừ Việt Nam, càng về sau tác phẩm đầu tiên, càng có những sáng tác giá trị và những nhận thức về đời sống, về con người tinh tế thâm trầm hơn nhờ kinh nghiệm sống, sự cẩn trọng gạn lọc và sự nhuần nhuyễn của bút pháp chữ nghĩa...

Chỉ đặc biệt văn học Việt Nam chẳng những ở trong nước, mà ngay cả ở cộng đồng Việt lưu vong hải ngoại, hầu như và hầu hết các người cầm bút càng lớn tuổi, càng về già thì lại càng cùn mằn mòn hao và chỉ "đẻ" ra những đứa con, những tác phẩm èo uột, ngắc ngoải thiếu chất sống và đúng là .... "thiếu máu" (theo NHT).

Với nhiều quốc gia trên thế giới, lục tuần chưa thể gọi là ông lão! Nhưng với Việt Nam, chỉ ngũ tuần là người ta đã biến thành một bô lão khả kính và khả nghi để có thể tham dự những Hội Nghị Diên Hồng!!!

NHT bước qua tiểu đề "Trên Con Đường Văn Học" với ít nhiều bi quan, mặc dù ông vốn là người khá thành công và dường như có vài thành tựu trên con đường đó:

"Thực ra, trên con đường văn học thì có rất nhiều lối đi khác nhau "mọi con đường đều dẫn đến thành Roma", có người đến trước, người đến sau, người đứt gánh giữa đường, người đến đích hăm hở, người đến đích thân tàn ma dại, có người đến đích vinh quang, có người đến đích với cả bầu đoàn thê tử v.v... Tạo hóa tuyệt vời và rộng lượng sẵn lòng mở ra cơ hội cho tất cả mọi người không trừ ai cả. Những cảnh giới văn học ở mỗi hạng cũng khác nhau và sự phong phú có vẻ như vừa dân chủ vừa mất dân chủ ấy đã làm nên sự hấp dẫn chết người của văn học. Tôi không hề coi những ý kiến của tôi là chân lý, tôi chỉ nêu ra những suy nghĩ "nhầm lẫn" để mọi người trong giới văn học xem xét mà thôi. Văn học tác động đến xã hội bằng con đường ngầm, "phi chính phủ" và rất trực tiếp. Khi một nhà văn "phát sóng", những độc giả có cùng tần số "bắt sóng" ấy, tiềm năng trong họ được đánh thức và giời mới biết họ làm gì."

Trước đây NHT từng có viết một tiểu luận với tựa là "Nhà Văn Và Bốn Trùm Mafia" đưa ra hình ảnh nhà văn luôn bị bao vây bởi những kẻ tử thủ và tử thù chung quanh. Tôi không còn nhớ rõ Bốn Trùm Mafia của nhà văn theo NHT là những ai. Nhưng với riêng tôi, những kẻ tử thủ hay những tay bảo thủ sẽ xét nét rình rập nhà văn xem có giữ đúng khuôn sáo "nhân, nghĩa, lễ, trí, tín" hay những gia huấn ca của cửa Khổng sân Trình. Còn những kẻ tử thù là những bạn đồng nghiệp luôn lấm lét so đo tài năng danh tiếng với nhau, và rất ít khi những tay này bận tâm về những thành quả sáng tạo của nhau.

Sự "hấp dẫn chết người" của văn học chính là cánh cửa "tử sinh" của những người cầm bút. NHT đã nhìn ra và đưa ra được sự "hấp dẫn tử sinh" này, nhưng lại nông cạn hay sao đó khi muốn dựng ra cái mà ông gọi là "công nghiệp" để đào tạo hàng loạt những nhà văn, những người cầm bút (đồng dạng và đồng phục?) cho tương lai văn học Việt Nam.

Những lý lẽ tham luận mà NHT tự gọi là những suy nghĩ "nhầm lẫn" quả tình có những điểm hết sức "nhầm lẫn". Cái nhầm lẫn cũng "chết người" chẳng kém chi sức "hấp dẫn chết người" của văn học mà NHT đã ngộ ra.

Tôi hoàn toàn đồng ý với NHT con đường văn học chân chính tất nhiên là "phi chính phủ". Như vậy NHT nghĩ sao về "con đường văn học" của Xã Hội Chủ Nghĩa Cộng Sản trong hơn ba phần tư thế kỷ qua? Đó là một nền văn học (nếu miễn cưỡng gọi "cương" như vậy!) mà ai cũng thấy là tùy thuộc lệ thuộc và phục vụ cho "Nhà Nước và Đảng Cộng Sản Việt Nam" và chẳng bao giờ trực tiếp đến được với độc giả. Tất cả những sản phẩm văn học dưới chế độ Cộng Sản Việt Nam đều đã qua những quá trình kiểm soát và kiểm duyệt cũng như chỉ đạo của Nhà Nước và Đảng Việt Cộng!

Những "phát sóng" của nhà văn trong chủ nghĩa Việt Cộng đương nhiên mang mệnh nhiệm vụ "phát sóng" cho Nhà Nước và Chủ Nghĩa Đảng. Độc giả cũng có nhiệm vụ tiếp nhận và tiếp cận những "phát sóng" với một tần số mà Nhà Nước và Đảng đã đề ra cho hợp với khẩu vị của Chính Trị Bộ. Như thế, còn trách cứ gì đôi vai còm cõi của một nền văn học thiếu "dưỡng khí", thiếu "dinh dưỡng" thì hệ luận tất nhiên phải là... "thiếu máu"!

NHT lại than vãn:

"*Trong Hội Nghị Lý Luận Văn Học ở Tam Đảo năm 2003, chẳng thấy có một tham luận nào dành cho văn học thực sự. Không còn ai cứu trẻ con nữa. Tất cả những người "hành nghề văn học" ở ta đều muốn "dĩ hòa di quý", đều muốn có những cuộc chơi đẹp đẹp, chơi có thưởng, không ai muốn "hy sinh" nữa. Trong chuyến đi về nước năm ngoái, nhà văn Phạm Thị Hoài nhận xét:"Ở trong nước, những người viết văn hiện nay sống sướng quá, nhà nước, xã hội yêu chiều, cưng chiều họ quá. Ở nước ngoài khó khăn khổ sở hơn nhiều." Tôi nhận ra sự ngậm ngùi trong nhận xét của Phạm Thị Hoài. Nhận xét đó không hẳn đã đúng nhưng cũng là một ý kiến đáng để cho những nhà văn có lương tâm ở ta xem lại.*"

NHT phải chăng đã xem lại và rốt ráo ông đành hạ bút "lật lá bài tẩy" mà thực ra chẳng lấy gì làm bí mật tôn nghiêm cho lắm của nền văn học "nô lệ" Nhà Nước và Đảng Việt Cộng bấy lâu nay! Rồi cuối cùng, NHT lại gỡ gạc bằng chiêu thức rất Việt Nam Việt Cộng:

"*Trong truyền thống, văn học đồng nghĩa với sự thanh đạm.*"

Xin hiểu nghĩa hai chữ "thanh đạm" ở đây là "nghèo khổ"! Cái truyền thống của "năm nghìn năm văn hiến văn hóa" nô lệ và tan nát từ trong phế phủ mà xem ra chưa có món thần dược nào khả dĩ có thể "cứu tử hoàn sinh". NHT lại quảng diễn tiếp:

"Văn điêu, văn ma, phò nịnh, "nên thơ" .v.v... là thứ rất dễ ngộ nhận. Có nhiều tác phẩm, người ta vẫn phải đọc, vẫn phải chấp nhận mặc dầu ai nấy đều cũng có "cảm giác" là nó thối tha, song - như tôi đã nói, thời đương đại bao giờ cũng có "không khí" suy đồi, cần phải có một thời gian rất dài thì những cái xác suy đồi mục nát ấy mới mất hết đi cái mùi ô uế của nó.

Biết làm sao được?"

Biết làm sao được? Cái xác nặng mùi ô uế nhất, tiêu biểu nhất đang nằm ở quảng trường Ba Đình trong tình huống bất khả lay chuyển cho đến chẳng biết bao giờ!

Ngày Tết, NHT đi mua giò hoa thủy tiên và về ngã ngửa ra rằng tất cả giống hoa thủy tiên đều được nhập từ Trung Quốc. Ông chua chát viết:

"Trong văn học, không còn cần những cuộc thí nghiệm giống như chuyện làm ra máy bay trực thăng. Để biết văn học đổi mới, chỉ cần dịch sách Trung Hoa xem là đủ. Nó cũng giống như giò hoa thủy tiên kia, nhập vào với giá rẻ như bèo chẳng phức tạp gì, thả sức chơi "te tua" trong thời gian Tết.

Này hoa thủy tiên, ước chi đây là giống hoa của người VN trồng ra trên đất VN. Vệ Tuệ, Miên Miên, Cửu Đan... ước gì đấy sẽ là những tên tuổi của các nhà văn VN?

Xã hội VN đang ngày càng phát triển phong phú và đa dạng. Luôn có những cơ hội dành cho tuổi trẻ (và cả những người tuổi không còn trẻ nữa. TNH). Trong lĩnh vực văn học cũng vậy. Vấn đề là phải có tình yêu với nó. Không có tình yêu thì chẳng làm gì được cả.

Và với "một mẩu bánh mì con con" nữa chứ?

Tất nhiên rồi!"

NHT đang làm công việc "gọt" một giò hoa thủy tiên VN theo tuyệt kỹ của riêng của VN chăng? Chẳng biết giò hoa thủy tiên VN ấy tìm thấy ở đầu ghềnh cuối bãi VN nào và cách gọt tuyệt kỹ đã lưu truyền qua "truyền thống" của nền văn hóa nào của Lạc Việt?...

Virginia Mar, 30, 2004.

BÀI HAI

LẠI LỤC SÚC TRANH CÔNG HAY LÀ
"HỘI CHỨNG CHỬI CÓ THƯỞNG"

Cuộc "trò chuyện với hoa thủy tiên" của Nguyễn Huy Thiệp (NHT), thật sự có làm không ít những người đọc và viết ở hải ngoại giật mình. Giật mình không phải vì những điều NHT tiết lộ hay nhận định trong ba bài viết! Vì hầu như những tiết lộ hay nhận định của NHT chẳng có gì là lạ lùng bí mật đáng ngạc nhiên. Rất nhiều những người ở hải ngoại đã "biết" và cũng đã có những nhận định ít nhiều tương đồng với NHT qua các lăng kính và ngôn ngữ tất nhiên khác với NHT.

Người ta ngạc nhiên là vì những tiết lộ và nhận định "nổi loạn, gây hấn", mà cách dùng chữ ngắn gọn của chế độ Việt Cộng gọi là "phản động" như thế kia, lại từ NHT, nhà văn tên tuổi cả trong lãnh vực viết văn lẫn sự e dè cẩn trọng trong đời sống và hành xử văn chương hằng ngày.

Cuộc "trò chuyện với hoa thủy tiên" của NHT là một cú lật bài "vô tiền khoáng hậu" phe ta "hại" phe mình, chắc chắn đang đặt HNVVN trong tình thế "dầu sôi lửa bỏng". Và người lên tiếng tiên phong tất nhiên phải là Trần Mạnh Hảo (TMH).

Chẳng phải TMH từ bấy nay và vẫn hiện đang giữ "nhiệm vụ" một tay cầm còi, một tay cầm sổ phạt - chuyên kiểm soát và viết ticket cho những tên khách lữ hành trên con đường văn học nghệ thuật của Xã Hội Chủ Nghĩa VN sao? Xem chừng TMH hết sức hằn học và nổi giận, nên sau cái tựa "Có Thật Đa Số Các Nhà Văn VN Đều Vô Học, Các Nhà Thơ Đều Lưu Manh - Hay Là Hội Chứng Chửi Có Thưởng Thời Nay?" TMH đã tức thì nhập đề như sau:

"Những đặc tính có vẻ kém hay kia được gán cho hầu hết các nhà văn, nhà thơ thuộc HNVVN và gán cho những nhà thơ VN kể từ thời Nguyễn Trãi, Nguyễn Du trở xuống... không phải của người viết bài này, mà chính là lời của nhà văn Nguyễn Huy Thiệp (cũng là một hội viên của HNVVN) trong bài "Trò Chuyện Với Hoa Thủy Tiên Và Những Nhầm Lẫn Của Nhà Văn" in liên tục trên ba số báo Ngày Nay (cơ quan ngôn luận của Hiệp hội UNESCO Việt Nam) gồm các số: số 4 ngày 15/2/2004, số 5 ngày 1/3/2004

và số 6 ngày 15/3/2004. Chúng tôi sẽ lần lượt trích dẫn cụ thể những lời nói ngang ngược của nhà văn NHT, sau khi trình bày vài cảm nghĩ của mình về nhà văn này."

Vốn là tay "bạc bịp" chuyên nghiệp, mới vào cuộc TMH đã ra tay... ăn gian tức thì! Đọc toàn bộ ba bài viết của NHT, tôi chỉ thấy NHT bình luận, thẩm định về cái gọi là HNVVN và đặc biệt là những nhà thơ trong HNVVN này. NHT chẳng hề đả động đến những Nguyễn Trãi, Nguyễn Du... Cách "động thủ" ra chiêu này của TMH, tôi suy nghĩ và thấy rằng có ba cách để lý giải như sau:

1. Thoạt đầu, dường như TMH được biết đến như là một Nhà Thơ nhiều hơn là một Nhà Văn hay một Nhà Lý Luận... TMH đã từng viết hai, ba cái trường thi ca ngợi lãnh tụ, ca ngợi chiến tranh và dĩ nhiên, ca ngợi "chủ nghĩa" thánh thần Cộng Sản! NHT miệt thị những "nhà thơ của HNVVN", làm chạm nọc TMH!

2. TMH dùng "gậy ông đập lưng ông", giả vờ "nhầm lẫn", kiểu nhầm lẫm "chết người" là gán cho NHT cái "tội tày đình" ... dám "đội lên đầu" những nhà thơ VN kể từ Nguyễn Trãi, Nguyễn Du trở xuống, tức là bao gồm cả "thi sĩ" Hồ Chí Minh - những "điều kém hay"... là chập cheng, hâm hấp, quá khích, vớ vẩn, và đặc biệt, lưu manh.

3. TMH "mượn dao... giết người", mượn cớ NHT miệt thị HNVVN rồi mập mờ đánh lận, viết bài như để "tranh luận" công khai và công bình với NHT để bênh vực HNVVN. Nhưng thực chất là TMH đã cố tình "bóp méo" những câu nhận định của NHT để chửi Đảng và Nhà Nước một cách đậm đà và tích cực. TMH mượn lời NHT rồi vung tán càn ra chửi. TMH chửi, nhưng "kẻ chịu tội" sẽ là NHT. Cái cách "vừa ăn cướp, vừa la làng" của TMH tuy rất gian và chẳng khó khăn gì để nhận ra được, nhưng lại cũng hết sức hiệu quả với tình huống văn học trong nước hiện nay.

Sau khi "nhập đề" một cách khơi khơi nhưng đã tuyệt chiêu gài tội NHT một cách tận tình, TMH bắt đầu từ tốn tiếp tục đâm trên, chém dưới lý giải về hiện tượng NHT:

"Bản thân người viết bài này vốn từng rất quý trọng văn tài của nhà văn NHT. Nhà văn này đã góp cho nền văn học nước nhà ngót 10 cái truyện ngắn thật hay. Văn của anh Thiệp tuy là lối văn cũ nhất thế giới kiểu truyện Tàu xưa, nhưng cái quý là ở chỗ anh biết dồn nén dung lượng đời sống vào nhân vật, vào ngôn ngữ như nén thuốc lào, lại theo một góc nhìn lật mặt trái tấm huân chương... nên phần nào có thể làm mới được lối văn rất cũ này. Trước NHT, nhiều nhà văn VN đã viết theo lối văn xưa của Tàu, mà người thành công nhất là ông Vũ Hạnh. Hãy đọc lại truyện ngắn "Bút Máu", một tuyệt tác của Vũ Hạnh viết trước NHT gần 30 năm, ta sẽ thấy những "Kiếm Sắc', "Vàng Lửa', Phẩm Tiết"... của anh Thiệp có vẻ như là mô phỏng lối viết, lối nhìn, lối suy nghĩ, lối dùng ngôn từ cộc, gằn, chát, đắng, đau... với vẻ lạnh lùng khá tàn nhẫn mà Vũ Hạnh đã dùng trong "Bút Máu", in năm 1958 thời Ngô Đình Diệm..."

Những nhận xét về văn NHT của TMH chẳng phải không căn cứ. Tôi vẫn nói TMH có ít nhiều khả năng văn học nhưng chỉ phải cái tội "sớm đầu tối đánh", thay đổi "màu da" quan điểm chính trị văn học như loài tắc kè, rất gần gũi với một nhân vật của Kim Dung: "Du Tấm Nê Thu, Hoạt Bất Lưu Thủ"... Tuy nhiên, TMH không phải là người đầu tiên trong nước có những nhận xét "đi ngược" quần chúng đám đông về văn tài NHT. Trước TMH, Nguyễn Hoàng Đức đã có lên tiếng về NHT. Và cá nhân tôi cũng đã từng dẫn ra là văn NHT chẳng có gì khác với "Lĩnh Nam Chích Quái" hay "Nam Hải Dị Nhân"... với lối dùng ngôn từ mà TMH gọi là: cộc, gằn, chát, đắng, đau....

Khám phá của TMH về trường hợp văn Vũ Hạnh và văn NHT là một thích thú! Cái ý kiến ngộ nghĩnh gọi văn NHT là "văn học gãi ngứa vết thương chiến tranh đang ăn da non" là một thích thú khác! Tuy nhiên, sau khi khen: "Anh Thiệp đã xuất hiện đúng lúc để gãi ngứa cho giai đoạn ăn da non của vết thương chiến tranh thời hậu chiến", TMH lại đưa ra một nhận xét tinh tế khác (tôi đã từng bảo là TMH có ít nhiều văn tài và nội lực!):

"Khi bạn đọc trong nước đã cảm thấy có phần bội thực văn NHT, thì một loạt các đài báo, các NXB của người Việt ở nước ngoài bắt đầu biểu diễn hội chứng đói Thiệp đến mức nhá hết cả thượng vàng lẫn hạ cám của nhà

văn này, mà vẫn thấy kiến còn bò trong bụng.

Khi đời sống xã hội trong nước đã khá lên nhờ cơ chế thị trường, các loại vết thương chiến tranh thời hậu chiến đã qua giai đoạn ăn da non, không còn cần công nghệ gãi ngứa vật chất và gãi ngứa tinh thần nữa. Nhưng NHT không nhận ra điều đó. Anh vẫn tiếp tục sản xuất văn chương gãi ngứa vết thương. Nhà văn này chừng như cố tình không nghe lời ta thán của độc giả: rằng cái ông này đùa dai, người ta đã hết ngứa từ lâu, mà sao cứ nhìn thấy vết sẹo nào lộ thiên là ông lại lao vào gãi mãi thế? Những vết sẹo không còn ngứa nữa thì mình gãi làm gì, chỉ tổ cào rách miệng vết thương xưa thôi! Hay là ông nhà văn này bị bệnh đói các vết thương? Đây chính là bi kịch của văn tài NHT: khi cái thiên tài gãi ngứa của mình không còn hợp thời nữa, không còn đắc dụng nữa, anh bèn sinh ra nghề lập thuyết, viết lý luận dạy đời và chơi cả tiểu thuyết trên mạng internet..."

Cái mà TMH gọi là "hội chứng đói Thiệp" của hải ngoại, tôi đã từng gọi là "hội chứng thời thượng của trí thức miền Nam". Hội chứng này một số khá đông các nhà "trí thức" của miền Nam trước 1975 đã thiết lập và tận tình mang mệnh lưu vong sang tận các chân trời ở hải ngoại. Họ, một số trí thức hải ngoại đang phát triển hội chứng này, bây giờ chẳng những "đói Thiệp", mà còn "đói Lê Đạt", "đói... bất cứ món văn chương" nào từ trong nước "xuất khẩu ra", để họ có dịp thắp hương chiêm bái và cùng nhau hát đồng ca suy tôn cật lực không mệt mỏi! Họ suy tôn những "văn tài" trong nước, để chứng tỏ mình là người "trí thức thời thượng", thông hiểu văn hóa không phân biệt ranh giới và gì gì đó! Nhưng điều đáng ngại và đáng trách là họ luôn cố tình "lờ" đi những văn tài đang cùng sống ở hải ngoại, thậm chí lắm nhà "trí thức thời thượng" còn tỏ ra "tị hiềm" với một số những cây viết ở hải ngoại ra mặt.

Điều cần lưu ý ở đây, những nhà văn "nhà trí thức hải ngoại" suy tôn khấn vái những "văn tài" trong nước ì sèo ra đó thì chẳng sao. Cùng lắm và lần đầu tiên mới bị một nhà văn trong nước là TMH mắng là "đói Thiệp". Nhưng cứ thử tưởng tượng bất kỳ một nhà văn nhà thơ nào ở hải ngoại được giới "trí thức" trong nước suy tôn khấn vái thì sự thể sẽ ra sao? Trước hết là đối với cộng đồng văn học và không văn học ở hải ngoại. Sau đó là những phản ứng của giới văn học và giới cầm quyền tại VN. Sự thể sẽ chẳng đơn giản tí nào nếu không nói là vô cùng phức tạp khó lường!

Vết thương chiến tranh VN đã ăn da non và đang trên đà lành lặn? Tôi nhận ra vết thương này vẫn còn mưng mủ nhức nhối không phải do người ở hải ngoại vẫn nuôi dưỡng sự căm thù thua mất sau biến cố 1975! Vết thương vẫn mưng mủ nhức nhối vì nhan nhản trên các báo của Đảng và Nhà Nước Việt Cộng vẫn đầy rẫy những truyện ngắn, những bài viết nhắc nhở đến "cuộc chiến thắng đánh Mỹ đuổi Ngụy" với những bà "mẹ chiến sĩ đói nghèo" và những "liệt sĩ thân tàn ma dại".

Người Cộng Sản VN chưa thể quên cuộc chiến tranh, vì cái mà họ gọi là "chiến thắng" dường như không có thực! Người Cộng Sản VN sau khi "chiếm được đất", họ đã "không dành được dân" miền Nam. Mà sự thể ngày càng rõ ra là tập đoàn Cộng Sản VN luôn loay hoay biến chất và họ đánh mất dần dà một con số lớn rất đáng ngại những đảng viên và nhất là người dân miền Bắc. Những người dân đã từng nuôi dưỡng Đảng Cộng Sản và Quân Đội Bắc Việt trong suốt thời kỳ máu lửa.

Tôi thấy khi NHT mắng "nguyên cả một cái HNVVN" có 80% vô học là NHT đã cố tình nhân nhượng! Một chế độ mà lãnh tụ chóp bu từng có tay vô học kiểu như Đỗ Mười .v.v... thì những nhà văn, nhà thơ cung đình có được đi học mới là điều không hợp lý!

Những kẻ nắm quyền lực mà vô học, chẳng thể nào sử dụng những tay chân có học một cách bình thường! Tận cùng trong đáy lòng những kẻ quyền lực vô học, sự khiếp sợ kiến thức học vấn là điều tất nhiên. Những người có học dưới tay những kẻ quyền lực vô học, chỉ là những công cụ nhất thời cần thiết không thể tồn tại lâu dài!

Bi kịch văn tài NHT cũng là bi kịch văn tài của hầu hết những nhà văn có chút "tài" khác của VN. Tôi đã rất nhiều lần viết về điều này: Các nhà văn trên thế giới, thường theo một định luật hợp lý là càng viết nhiều, càng có tuổi thì càng viết hay hơn, sâu sắc hơn, dễ có tác phẩm lớn hơn... Nhờ viết nhiều nên ngòi bút càng nhuần nhuyễn, nhờ sống nhiều nên càng phong phú chất liệu và kinh nghiệm...

Nhưng định luật này hầu như là một nghịch lý với đa số nhà văn Việt Nam! Đa số các nhà văn VN chỉ xuất hiện đình đám với một hai tác phẩm đầu, rồi sau đó là bế tắc, là chìm... xuống và chỉ còn tự tồn tại qua các loại sinh hoạt văn chương nghệ thuật kiểu "quan, hôn, tang, tế".

Qua tiểu đề 2, "Văn Hóa Không Dung Nạp Thói Vô Ơn Và Trò Chơi 'Chửi Có Thưởng' ", TMH sau khi màu mè lý luận, vẫn không bào chữa hóa giải được gì hết cái sự: "... người ta đều thấy đa số chỉ là những người già nua không có khả năng sáng tạo và hầu hết đều... "vô học", tự phát mà thành danh" của NHT đã đưa ra về HNVVN. Cái định nghĩa mà TMH trích dẫn từ trang 1826, Đại Tự Điển Tiếng Việt do Bộ GD & ĐT - Trung Tâm Ngôn Ngữ & Văn Hóa VN xuất bản 1998 không cần thiết! Vì ai nấy, những người VN từ già đến trẻ, từ có học đến... vô học đều hiểu hai chữ "vô học" có nghĩa như thế nào. Chữ "vô học" có bỏ trong ngoặc kép (mà TMH và các cây bút trong nước gọi là 'nháy nháy') hay chỉ viết khơi khơi, ý nghĩa của nó chẳng có chi thay đổi!

TMH sau khi "rao" đoạn nói lối (như trong cải lương, trước khi xuống câu mùi để phụt đèn màu!) nào là: *"Anh Thiệp nỡ lòng nào mắng cả HNVVN là đồ vô giáo dục, mắng các nhà thơ là phù phiếm, vô nghĩa, lăng nhăng, lưu manh, vứt đi cả..."*, bèn dở ngón "tố tụng ăn gian":

"NHT tiếp tục nâng cấp "bài ca" trên lên hàng thượng thừa, dám "dí" cả con chuột vi tính vào các thần linh thơ, kể từ Nguyễn Trãi, Nguyễn Du, Hồ Xuân Hương trở xuống, như sau: "Giai thoại có một nhà thơ nói về tình cảnh thơ trong bài thơ sau đây (tôi đã đưa truyện này vào trong tiểu thuyết của tôi vì nó quá hay) khá tiêu biểu cho thực tế đó: "Vợ tôi nửa tỉnh nửa mơ / Hôm qua nó bảo: Dí thơ vào lồ.../ Vợ tôi nửa dại nửa khôn / Hôm nay lại bảo: Dí lồ... vào thơ!"... Mặc dầu đã có "Ngày Thơ VN", tôi cũng không phủ nhận cảm tình của nhân dân đối với thơ nhưng quả thực ở trên thực tế CÁI DANH NHÀ THƠ...

....

VN là một dân tộc, một đất nước Thơ. Dân tộc ta vốn có hai truyền thống chính để tự hào: Một là ĐÁNH GIẶC, hai là LÀM THƠ. Nếu ta chỉ có những Bạch Đằng, Chi Lăng, Đống Đa mà thiếu Nguyễn Trãi, Nguyễn Du, Hồ Xuân Hương thì coi như dân tộc chỉ biết cơ bắp, biết có thanh gươm mà thiếu tâm hồn, thiếu vẻ đẹp tinh thần, thiếu lãng mạn, thiếu thẩm mỹ. Những lời thóa mạ, nguyền rủa THƠ CA một cách vô tiền khoáng hậu trên của NHT dành cho không chỉ các nhà thơ thời nay, mà còn cho cả các nhà thơ trong quá khứ... Hồn Thơ của ca dao, của thơ Lý Trần, Nguyễn Trãi, Tản Đà, Chế Lan Viên, Xuân Diệu, Huy Cận, Nguyễn Bính... kia có thể ví như BÀ MẸ TINH THẦN CỦA DÂN TỘC. Việc làm trên của một người tự nhận là nhà văn, một nhà văn hóa, một nhà nghiên cứu như NHT, có thể ví như hành vi của đứa con dám hắt nước vào chính mặt mẹ mình (!)...."

Ngón ruột của TMH và cũng của "đại đa số" người Việt Nam Cộng Sản và Không Cộng Sản đã được giở ra: VN là một đất nước Thơ!!!! Rồi lại Truyền Thống: Truyền Thống Đánh Giặc và Truyền Thống Làm Thơ!!! Một dân tộc mà chỉ biết có Đánh Giặc với Làm Thơ và chẳng biết gì khác cả, thử hỏi tương lai dân tộc đó sẽ đi về đâu chả cần phải suy nghĩ đắn đo nhiều chúng ta đã biết: Tụt Hậu, Chậm Tiến, Ngu Dốt, U Mê v.v... TMH đã cố tránh né không chỉ danh nhà thơ Hồ Chí Minh ra là có mục đích: Cái mục đích rất thâm độc đánh xoáy vào "Điều Cấm Duy Nhất", "Điều Bất Khả Xâm Phạm" của Đảng và Nhà Nước Việt Cộng: Thần Tượng Huyền Thoại Hồ Chí Minh. TMH không kê khai tới tên "NGƯỜI", nhưng ai ai cũng biết Hồ Chí Minh từng được suy tôn là một nhà thơ Lớn của dân tộc? Ngón đòn này của TMH giáng xuống NHT quả nhiên kỳ tuyệt!

NHT mà qua những dòng viết, tôi chỉ thấy là nhắm vào cái HNVVN và thực tại văn học VN: "... *Trong số này có tới hơn 80% là nhà thơ tức là những người chỉ dựa vào những "cảm hứng" để tùy tiện viết ra những lời lẽ du dương phù phiếm vô nghĩa nhìn chung là lăng nhăng, trừ có dăm ba thi sĩ tài năng thực sự (số này đếm trên đầu ngón tay) là còn ghi được dấu ấn ở trong trí nhớ người đời còn toàn bộ có thể nói là vứt đi cả...*" thì có mắc mớ gì đến những Nguyễn Trãi, Nguyễn Du hay nền Thi Ca của Dân Tộc? NHT đã minh xác là trong hầu hết những "nhà thơ" lăng nhăng chuyên viết những lời du dương phù phiếm, có "trừ ra dăm ba thi sĩ có tài năng thực sự (số này ghi trên đầu ngón tay) là còn ghi được dấu ấn ở trong trí nhớ người đời...". Như vậy, NHT đâu có phủ nhận Thơ Ca, phủ nhận những "tài năng thực sự"... và rốt ráo là NHT chỉ đang nói, đang viết về cái HNVVN, và rộng hơn một chút là tình hình văn học VN hiện đại. TMH đã chơi ăn gian, vo tròn bóp méo, thay mận đổi đào ý nghĩa câu văn của NHT. TMH viết:

"NHT đặc biệt khinh rẻ các nhà văn, nhà thơ cao tuổi, gọi "các cụ" là "đám giặc già" như sau: 'Văn học, đối tượng của nó là những người trẻ tuổi. Nó không phải là sân chơi của đám giặc già lăng nhăng thơ phú'. Đạo Thiên Chúa Giáo coi khả năng phạm tội của con người nằm trong ba trạng thái: tư tưởng, lời nói và việc làm. Vô cớ nguyền rủa đồng loại, vu oan giá họa cho đồng loại là một trọng tội có thể bị sa địa ngục đấy!...

Đọc xong bài báo này của anh Thiệp một nhà văn tôi từng yêu mến, kính trọng mà bàng hoàng suốt mấy ngày liền, hỏi tại sao anh Thiệp lại hành xử với đồng nghiệp như vậy? Hay là anh bị hội chứng Freud? Hay do anh lao tâm khổ tứ sáng tạo, tìm cách leo lên đỉnh "Linh Sơn" của Cao Hành Kiện, đặng hi vọng chinh phục cánh cửa sau của Hoàng Gia Thụy Điển mà bị stress chăng?... Suy đi ngẫm lại, chúng tôi thấy xuất hiện bài báo trên của anh Thiệp là không hề bất bình thường, mà rất hợp với tính cách và những bước đi có tính toán của anh. Chúng tôi từng theo dõi hầu như tất cả các buổi trả lời phỏng vấn các đài nước ngoài phát tiếng Việt của NHT, ít nhất trong vòng 15 năm qua, thì mới thấy "HỘI CHỨNG CHỬI" của anh là có hệ thống, có cân nhắc tính toán hẳn hoi, chứ không phải là việc "nổi điên" do rượu chè quá chén, hay bốc đồng văng mạng... Khi đề cập đến các vấn đề trong nước, thường thấy anh lập đi lập lại những chữ sau: "đểu cáng", "vô học", lưu manh", "cứt", "phù phiếm", "khốn nạn", "điếm", "chó má", "nôn mửa", "ngu như lợn" v.v... Chúng tôi thấy một hiện tượng được lập đi lập lại nhiều lần thành quy luật: là mỗi lần NHT mở một "chiến dịch chửi" ở đâu đó xong, thế nào một thời gian sau anh cũng được trọng thưởng: nhận được vài ba lời mời đi du lịch nước ngoài không phải mất tiền, dưới danh nghĩa trao đổi văn hóa, giao lưu văn học..."

Tôi lại thấy NHT chẳng những cố tình mắng các anh lãnh tụ văn hóa già nua của chế độ Việt Cộng, mà cái chính là NHT hàm ý tới "đám giặc già" trong Chính Trị Bộ, trong guồng máy của Nhà Nước Việt Nam hiện nay! Còn việc nếu NHT có lao tâm khổ trí để muốn trèo lên đỉnh "Linh Sơn" tức là đoạt cái giải Nobel hòa bình, thì âu đó cũng là điều tốt lành chẳng có chi đáng chê trách của một nhà văn! Cho dù những "trận" chửi của NHT là có mưu đồ để được đi du lịch, để được "có thưởng" đi chăng nữa, vậy thì những trận "chửi Đông chửi Tây" để đội đít Đảng và Nhà Nước của TMH, thì sau đó TMH đã được những ân sủng gì? Tôi chắc chắn là phải có gì gì đó!

Tôi lại thấy là ngôn ngữ mà NHT dùng để "mô tả" những "đặc thù" dân tộc dưới chế độ chủ nghĩa Cộng Sản Việt Nam, chẳng có gì là quá đáng, mà nó thật chính xác và bất khả thay thế: ... "ngu như lợn", "thê thảm", "tiểu nhân", "ngụy quân tử", "phàm phu tục tử", "suy đồi", "vô học", "đểu cáng" v.v...

Vì đó là thực thể của một nước Việt Nam hiện nay!

Apr 5, 2004.

BÀI BA: TỔNG LUẬN

VĂN HỌC NHẦM LẪN: CON ĐƯỜNG VÒNG QUANH CHIẾC CỐI XAY!!!

Bài "Trò Chuyện Với Hoa Thủy Tiên và Những Nhầm Lẫn Của Nhà Văn" của NHT quả nhiên đã gây ra những chấn động lớn cho tình hình văn học trong nước! Trần Mạnh Hảo đã lên tiếng đầu tiên (dĩ nhiên!). Trên báo Công An Nhân Dân số 41 (1824) thứ Bảy ngày 3 tháng 4 năm 2004, một giáo sư tên Hoàng Trinh (HT), được giới thiệu là "nhà nghiên cứu, lý luận phê bình văn học lâu năm" cũng đã lên tiếng. (Xem bài này đăng lại trên tuần báo Lẽ Phải số 249, 15 tháng 5 năm 2004). Những tên tuổi được liệt kê "đã lên tiếng", trong nước, dĩ nhiên là theo những hiểu biết về tình hình văn học rất giới hạn của tôi, người viết bài này).

Theo giáo sư HT thì: *"Tôi chắc rằng NHT không có ý đó. Vì nếu có thì thật đau buồn vì một nhà văn có tiếng tăm như anh Thiệp lại phải bán rẻ tất cả để lấy một chuyến đi nước ngoài".*

Điều này thật khó nói, vì trong những truyện ngắn của Dương Thu Hương (dường như trong tập Chuyện Tình Kể Trước Lúc Rạng Đông), nhân vật "tôi" có một ông chú vì ước vọng "đi nước ngoài", đã đành tâm từ bỏ mối tình với người con gái mà anh ta yêu, vì cô này thuộc thành phần "lý lịch phản động, không được Đảng chấp nhận". Ông chú của nhân vật "tôi" phải về quê cưới một cô vợ già xấu dốt nát, thuộc thành phần nông dân bần cố để được "credit" của Đảng...

Một mối tình, mà theo trong truyện của Dương Thu Hương, đã đeo đẳng ông chú của nhân vật "tôi" đến già và có tín hiệu là sẽ mãi mãi, còn bị từ bỏ dù với nhiều đau đớn! Thì những thứ khác xem ra... chẳng có gì mà chẳng bỏ được!

Những danh thủ cao thủ và cửu lưu tam giáo theo đóm ăn tàn trong và ngoài nước cũng sẽ lên tiếng về sự vụ "Trò Chuyện Với Hoa Thủy Tiên" của NHT. Xem ra, sự vụ lần này của NHT chưa biết là "kiếp nạn" hay là "hội long vân" cho con cá chép NHT vượt Vũ Môn?

Tháng Năm, 1988, Trần Dần (TD) vô chơi Huế. Đây là lần thứ hai TD đến Huế. Lần đầu vào năm 1946, TD 21 tuổi và đó là chuyến "tìm" Huế cho tình yêu.

Tôi muốn trích ở đây một đoạn có tựa "Gặp Gỡ Trần Dần - Đối Thoại Mất Ngủ" do Hoàng Phú Ngọc Tường thực hiện, in trong tuyển tập "Trăm Hoa Vẫn Nở Trên Quê Hương" do nhà xuất bản Lê Trần ấn hành năm 1990, tại California:

"Vừa đến Huế trong một tuần lễ, TD đã tiếp xúc với công chúng hai lần, ở Hội Văn Học Nghệ Thuật Bình Trị Thiên và ở Nhà Văn Hóa Thanh Niên Thành Đoàn Huế. "Ở cả hai nơi đó, TD thú nhận - lúc đầu tôi cảm thấy rét vì phải đối diện với đám đông, sau đó lại quá xúc động vì tính chất thẳng thắn của những câu hỏi đặt ra cho tôi. Cả hai cuộc đối thoại sau đó đều làm tôi mất ngủ". Tôi (HPNT) để ý thấy trong lúc nói chuyện, TD thường dừng lại đột ngột và gõ "cộp... cộp" vào micro, dù nó vẫn hoạt động tốt; hóa ra là từ ba chục năm nay anh không hề biết tới cái micro, và bây giờ thỉnh thoảng anh chợt thấy im bặt, không nghe được tiếng nói của mình."

(THVNTQH, Lê Trần xb, bài HPNT trang 446).

Số phận TD dường như chẳng khấm khá gì hơn số phận Nguyễn Hữu Loan (NHL) sau vụ Nhân Văn Giai Phẩm (NVGP). Trong một chế độ mà nhà văn - người cầm bút sáng tạo, hay những trí thức - người dấn thân cho tình yêu đất nước - đã phải bị đọa đày như TD, NHL, Nguyễn Hữu Đang (NHĐ) ... trong nhiều thập niên qua, thì đó quả xứng danh là một Nền Văn Học Nhầm Lẫn!

Trong Historial Materialism, trang 411 chương nói về Socialism and Religion, Marx đã viết rằng *"tôn giáo là ma túy, thuốc phiện làm hại con người."*

Nhưng chính chủ thuyết Cộng Sản lại là rập khuôn của một thứ tôn giáo cuồng tín với những giáo điều bịt mắt che tai tẩy não nhồi sọ môn đồ!

NHĐ sau 37 năm tù, vì đã có công tận lực quyên góp tiền của nhân dân cho Đảng, dựng kỳ đài cho Hồ Chí Minh đăng đàn tuyên bố *"độc lập cướp chính quyền"* v.v... Khi được ra tù, NHĐ sống lây lất đói khổ nơi bờ tre bụi trúc, vẫn cho là do ơn mưa móc của Đảng. NHĐ không lo đến bữa ăn chốn ở của chính ông. NHĐ lại mày mò toan dịch toàn bộ các sách của Lenin hay Marx gì đó...

TD từ 30 năm đã không biết đến cái micro! Câu văn này của HPNT còn cho tôi một thông tin khác (đương nhiên là không ở hậu ý của HPNT) là TD đã 30 năm qua không còn có tiếng nói, đã không khi nào được nghe mình được nói!

Và HPNT ghi tả lại cuộc trò chuyện với TD ở lần gặp gỡ thứ ba trong tuần. Lần gặp gỡ *"chỉ có đám anh em văn chương với nhau"*:

"Lần thứ ba trong tuần, chúng tôi gặp lại TD trong một cuộc rượu bảy tám anh em văn chương ở nhà Ngô Minh nơi dốc Bến Ngự, gần khu vườn cũ của Phan Bội Châu. Chúng tôi quyết định cuộc đối thoại với thi sĩ, trên những vấn đề gợi mở từ hai cuộc gặp gỡ trước...

HPNT: (mở đầu) Thưa anh, con người sống ai cũng cần có nhân cách, nhà văn lại càng phải có nhân cách. Theo anh, nhân cách nhà văn quan trọng nhất ở chỗ nào?

TD: Nhân cách nhà văn chính là văn cách của anh ta. Tôi không thấy mô-đen nào cho văn cách cả. Văn cách không chung cho ai. Văn là mình, không thằng nào giống thằng nào. Nó phải tự khẳng định cái tôi của nó, và không lùi một ly...

Nguyễn Quang Lập (NQL): Xin hỏi thật anh: Qua thời Nhân Văn, anh tự thấy anh được cái gì nhiều nhất?

TD: Được cái hoạn nạn. (Thi sĩ chợt im lặng, và tất cả chúng tôi cùng im lặng trong nỗi xúc động. Rồi anh tiếp): Do được hoạn nạn nên được không dưới ba chục tác phẩm trong ba mươi năm....

NQL: (tiếp) Có dư luận cho rằng các anh làm dự báo tốt. Nhưng văn cách thì các anh chưa thành công, theo tôi. Vì bạn đọc chưa hâm mộ như trường hợp "Bác sĩ Zivago".

TD: (một chân bị liệt cơ lại phải ngồi trên đòn, đứng dậy vịn ghế cho đỡ mỏi). Ngay độc giả của mình cũng chưa biết mình (độc giả - chú thích của TNH) muốn cái gì. Họ nói thế, nhưng họ xác định bằng cái gì? Tiền chiến chỉ quan trọng khi họ chưa biết chúng tôi là ai. Tôi chưa có độc giả. Tác phẩm của chúng tôi sẽ đảm bảo công chúng tôi". (sđd, THVNTQH. Trang 447)

TD đã khẳng định cái mà ông được nhiều nhất sau vụ Nhân Văn là "cái hoạn nạn"! Và nhờ cái hoạn nạn mà ông có được 30 tác phẩm trong 30 năm qua. Vấn đề rốt ráo ở đây là 30 tác phẩm đó của TD là những gì? Lê Đạt (LĐ) sau vụ Nhân Văn im hơi lặng tiếng một thời. Xuất hiện lại với Trường Ca Bác Hồ và loại thơ mà theo Thụy Khuê là thơ Tạo Sinh. NHĐ toan dịch lại toàn bộ những tác phẩm của chủ nghĩa Cộng Sản, và điều tất nhiên là NHĐ chưa biết rằng chủ nghĩa này đã sụp đổ tàn tệ ở ngay tại cái nôi Mạc Tư Khoa của nó, rồi Đông Đức, Ba Lan, Tiệp Khắc v.v... TD để lại "Ghi" và những vần thơ... tôi chưa được đọc hết. Tuy nhiên, ở TD tôi vẫn còn rất nhiều những kỳ vọng. TD là người muốn xóa bỏ cái cũ thật sự.

Nhưng chẳng biết TD có quyết tâm xóa bỏ ngay cả cái văn học "nhầm lẫn" mà biết đâu ông đã có lúc bị lạc vào, do sự thiếu thông tin thế giới và do những "hoạn nạn" mà ông đã từng gặp phải...

"Tôi đi
Không thấy phố thấy nhà
Chỉ thấy mưa sa
Trên màu cờ đỏ"
....

(Trần Dần, Tôi Đi Giữa Phố Sinh Từ)

Muốn xóa bỏ một quá khứ văn học nhầm lẫn, phải xóa bỏ trước tiên là cái màu cờ Đỏ khát máu đã đưa TD, NHL, Phùng Quán, Lê Đạt v.v... và cả một đất nước đi vào chẳng những một nền "văn học nhầm lẫn", mà là cả một "xã hội nhầm lẫn" tang thương!

Trên tạp chí Sông Hương, trả lời một cuộc phỏng vấn, Hoàng Cầm (HC) vẫn bản tính "bảo toàn" nhưng lại đưa ra được một thông tin đáng biết:

"PV: Tình hình văn nghệ hiện nay theo anh như thế nào?

HC: Vẫn còn đang ngổn ngang cái mới cái cũ. Tôi mong mỏi những anh em đang còn vướng trong nếp tư duy cũ sớm suy nghĩ lại, để nhanh chóng hòa nhập vào công cuộc đổi mới. Mới như Maiakovski:"Tranh nhau vinh dự làm gì!" (sđd, THVNTQH in lại. Trang 456).

Vinh dự có thể không cần thiết để tranh nhau. Nhưng quyền lợi và sự tin cậy của Đảng và Nhà Nước thì lại là một "vấn đề" khác!

Khi NHT tung ra cuộc "Trò Chuyện Với Hoa Thủy Tiên...", biết đâu ông đang muốn thực sự làm một cuộc "cách mạng toàn diện" cho mặt mũi lẫn xương da máu thịt của nền văn nghệ văn hóa Việt Nam?

Viên thuốc đắng xem chừng không dã tật. Mà cái tật biết đâu đó sẽ đè bẹp viên thuốc đắng. Và như vậy, con bệnh sẽ trở thành nan y và sẽ đâu lại vào đấy! Nền "văn học truyền kỳ" gò ép che mắt làm ngu dân tiếp tục con đường "nhầm lẫn" của nó!

Với TMH và những HT. Sẽ còn nhiều TMH em út và HT em út khác. Người ta sẽ lý luận thế nào về một NHT hội viên HNVVN dám công bố là 80% những hội viên HNVVN là "vô học", và đa số là những nhà thơ?

Hóa ra Thơ dễ làm và chỉ đặc biệt dành cho những kẻ "vô học"? Tôi không nghĩ NHT có ý này! Mà tôi cho rằng NHT đã tận lực tung một cú thôi sơn vào sự vụ "Việt Nam là đất nước Thơ. Dân tộc Việt Nam là một dân tộc của Thi Ca".

Lối tự hào tự an ủi kiểu "AQ" của Lỗ Tấn, sau khi đã thua cuộc đời hằng trăm những vố cay đắng là: *"Chúng mày chửi tao thì cũng như chửi bố chúng mày. Chúng mày đánh tao thì cũng như đánh bố chúng mày. Đó là cách cư xử của chúng mày, cư xử của con cái với bố đẻ... Đó là văn hóa truyền kỳ và truyền nhiễm v.v..."*

TMH đứng đầu cuộc tự hào "AQ" sau khi đã thử lửa làm cuộc "Ly Thân" xem ra không ổn và đã "Tái Hôn" với Đảng và Nhà Nước!

Phong trào đổi mới, cởi trói của Việt Nam Cộng Sản từ năm 1986, cho đến năm 1989 đã để ra nhiều những văn thư nghị định và tiêu chí này nọ. Rốt ráo vào ngày 14 tháng 2 năm 1989, một bản "kết luận của bộ chính trị về mấy vấn đề trước mắt trong công tác tư tưởng" đã được trịnh trọng đăng trên Sài Gòn Giải Phóng, rất dài, nhưng tôi tin rằng chỉ cần trích đoạn sau đây cũng đủ nói lên tinh thần của toàn bộ văn bản "kết luật":

"Giữ được bí mật cho cách mạng. Ngăn ngừa và uốn nắn những biểu hiện lợi dụng dân chủ, công khai để xuyên tạc sự thật, để phủ định thành quả cách mạng, đả kích vào sự lãnh đạo của Đảng và quản lý của nhà nước, vì những động cơ cá nhân không tốt. Phải cảnh giác không để kẻ thù lợi dụng khoét sâu vào những sơ hở, sai sót của cách mạng để phá hoại sự nghiệp đổi mới, chống chủ nghĩa xã hội.

Để đảm bảo mở rộng tính dân chủ, tính công khai, cần xây dựng luật báo chí, luật xuất bản, luật cho các hoạt động văn hóa, văn nghệ, các quy chế mới về mở rộng dân chủ trong sinh hoạt của quốc hội và hội đồng nhân dân các cấp, trong sinh hoạt đảng và sinh hoạt các đoàn thể cách mạng." (sđd, THVNTQH in lại. Trang 459)

Cách mạng, ý nghĩa đầu tiên của nó là một công cuộc đổi mới, mang phúc lợi cho tất cả mọi người. Vậy thì, cách mạng có gì bí mật mà phải "ngăn ngừa uốn nắn những biểu hiện lợi dụng dân chủ"? Nếu một thể chế "dân chủ" mà vẫn còn nằm trong sự "ngăn ngừa và uốn nắn của Đảng và Nhà Nước", thì chúng ta nên gọi là nền dân chủ loại gì?

Phải nói là khi một "sự thật" bị "công khai", Đảng và Nhà Nước bèn "xuyên tạc". Bởi vì mục đích của "sự thật" đó nhằm "để phủ định thành quả cách mạng, đả kích vào sự lãnh đạo của Đảng và quản lý của nhà nước", thì "sự thật" đó phải bị "ngăn ngừa và uốn nắn"!!!

Còn những "sơ hở và sai sót" của cách mạng (Đảng và Nhà Nước Việt Cộng) thì trùng điệp ra đó, là nguyên do của những "phá hoại sự nghiệp đổi mới".

Đổi mới làm sao được? Làm sao được đổi mới khi mà Đảng và Nhà Nước luôn kềm kẹp, triệt tiêu "Tính Công Khai". Không có "Tính Công Khai", không bao giờ thực hiện được "đổi mới" và "dân chủ".

Dân chủ là gì? Nếu Dân Chủ không là người dân trong nước phải được biết cái Đảng, cái Nhà Nước đang nắm quyền sẽ đưa sinh mệnh người dân về đâu?

Và hơn hết, một nền dân chủ sơ khai còn chưa có tín hiệu, thì làm thế nào có sự việc "đảm bảo mở rộng tính dân chủ, tính công khai..."

Chưa dám đương đầu với "tính công khai", thì chẳng thể nào già mồm nói đến hai chữ "dân chủ".

Xây dựng các luật báo chí, luật xuất bản, luật cho các hoạt động văn hóa, văn nghệ... là xây dựng như thế nào? Ra làm sao? Hay "xây dựng" những thứ luật trên chỉ là để hoàn thành cái việc "bình mới, rượu cũ" cho tiện bề gian lận!

Gian lận bởi vì tất cả những thứ luật pháp trên dù có được thành văn bản, thì ở mỗi địa phương trong đất nước Việt Nam sẽ sử dụng cái "văn bản luật pháp" đó theo tính "ông thần, cây đa" và "phép vua thua lệ làng" của từng ngài "phó vương" đã được sự thông qua và che dù cũng như đỡ lưng của "chính trị bộ".

Trừ phi Đảng và Nhà nước Việt Cộng dám xuất bản, hay công khai công bố cho người Việt ở hải ngoại về Việt Nam xuất bản một tờ báo, đảm bảo đăng tất cả các bài của tất cả các khuynh hướng chính trị khác với chủ nghĩa Cộng Sản Việt Nam, và không làm công việc chỉ đạo hay kiểm duyệt... Thì lúc đó hãy nói tới "tính dân chủ" và "tính công khai".

"Tính công khai" là Tính Đầu Tiên dẫn tới "Dân Chủ".

80% những hội viên trong HNVVN không cần "tính công khai" cũng như "tính dân chủ"!

Nói theo NHT, họ, "đa số là những người già nua không có khả năng sáng tạo và hầu hết đều... "vô học"! Và rốt ráo, "họ" đa số là những "nhà thơ"...

Và chỉ vì cái loại thơ do những tay "già nua không có khả năng sáng tạo và hầu hết đều... vô học" này, mà NHT lại đem bài thơ dưới đây để chứng nghiệm, thì quả tình là NHT chẳng biết tôn trọng cái "lồ...", NHT đã sỉ nhục cái "lồ..." một cách vô tội vạ:

"Vợ tôi nửa tỉnh nửa mơ
Hôm qua nó bảo: Dí thơ vào lồ...
Vợ tôi nửa dại nửa khôn
Hôm nay lại bảo: Dí lồ... vào thơ"

Và, hãy nghe Nguyễn Đình Thi (NĐT), một trong những cây đại thụ của nền văn học "dí lồ... vào thơ" thể hiện "Tính Công Khai":

PV: Người ta nói đến chế độ bao cấp không những trong kinh tế mà cả trong văn nghệ. Ý kiến anh như thế nào?

NĐT: Trước đây HNVVN được xếp vào loại cơ quan sự nghiệp hành chính bao cấp. Các nhà văn, nói chung, làm việc trong các cơ quan, hoặc chuyên sáng tác, đều lĩnh lương Nhà nước, theo tháng lương hành chính. Tác phẩm của nhà văn được coi là phục vụ công tác tư tưởng, nên không tính đến kinh doanh. Tôi đã từng trả lời phỏng vấn, rằng giá một quyển tiểu thuyết dày đại thể bằng một bát phở. Tiền nhuận bút chỉ coi là thu nhập phụ..." (sđd, THVNTQH in lại, trang 480).

"Tiền nhuận bút" của Nhà Văn chỉ là "thu nhập phụ". Và "thu nhập" chính của nhà văn là "đồng lương công chức hành chính". Công việc "văn chương sáng tác", cũng là "một công việc" nằm trong "những công việc" của Đảng và Nhà Nước" giao phó. Như thế, tất nhiên những sáng tác của các "nhà văn công chức hành chính", phải đúng theo tiêu chí tiêu chuẩn và đề cương đề luận mà Đảng và Nhà Nước đã đưa ra là điều chẳng thể luận bàn!

Thơ, trong trường hợp này, nếu không là những khẩu hiệu các bùm tuyên truyền "gãi ngứa" (mượn chữ của TMH) Đảng và Nhà Nước, thì cũng chỉ là những câu kệ ê a ca ngợi liệt sĩ mẹ chiến sĩ v.v... của thời kỳ chiến tranh. Hay cùng lắm về sau này là những vần điệu ngu ngơ cố làm ra vẻ đổi mới để "Tạo Sinh" một cách vô hại vô tội vạ của Lê Đạt...

Các nhà văn nhà thơ Việt Nam dưới sự lãnh đạo của Đảng và

Nhà Nước, đang làm công việc của đoàn người tay cầm bút cắm vào chiếc cối xay, và chân thì cứ bước đều kẻ trước người sau cùng một tốc độ không chậm không nhanh cố sản sinh ra những thứ chữ nghĩa đã bị nghiền nát giống nhau từ màu sắc đến độ nhuyễn nhừ.

Tóm lại, nền văn học của chủ nghĩa Cộng Sản Việt Nam sau hơn nửa thế kỷ rốt ráo chỉ là một nền văn học nhầm lẫn! Đây không là những Nhầm Lẫn của Nhà Văn theo như NHT. Mà theo tôi toàn bộ sự Nhầm Lẫn này là của một chủ nghĩa không có kết luận - giao hợp cùng cái Tính Tự Hào Dân Tộc bị bóp méo vo tròn một cách tàn bạo không thương tiếc của "bản sắc Việt Nam".

Virginia, Apr 12, 2004.

YÊU NƯỚC MÌNH: TRỌNG TỘI Ở ĐẤT NƯỚC CHỈ CÓ THƠ MỘT VẦN: VIỆT NAM

Đọc 2 ấn phẩm mới nhất của nhà xuất bản Giấy Vụn: *"Bài thơ Một Vần"* tác phẩm thơ Bùi Chát, và *"Bài thơ của một người yêu nước mình"* (BTCMNYNM) tác phẩm thơ Trần Vàng Sao.

1. NIỀM CHUNG RIÊNG CỦA HAI THẾ HỆ LỊCH SỬ:

Chỉ trong tháng 11, mà đọc liên tục hai tập thơ đều... có trọng lượng tương đối khá, thì quả tình hơi bị mệt!

Tuy nhiên, một sự mệt có ý nghĩa và cần thiết! Giống như được làm tình với hai người phụ nữ đẹp... liền tù tì!

Tôi cam đoan một số quí vị "đạo đức" lỡ đọc bài này đang chau mày và mắng thầm là thằng cha viết về thơ, về một thứ "linh thiêng" lại bằng giọng điệu gì đâu, không nghiêm túc!

Xin quý vị "đạo đức" này vui lòng... ngưng đọc! Và đừng đọc nữa!

Ở một đất nước như thế này, đất nước Việt Nam ... luôn kiên cường chống giặc (đủ thứ giặc! Trong đó thứ giặc gian manh và ngu dốt là... kinh khủng nhất!), mà cứ luôn nghiêm túc, chắc chết và chết chắc!

Ở một tổ quốc mà:

"Rồi tôi nhận ra tiếng nói từ bầy súc vật
Mơ hành vi của những con người
Tổ quốc!

. . . .

Thế giới cũng vút lên bằng bước chân mòn
Với một niềm tin ở dưới gót"

(Bùi Chát, Bài Thơ Một Vần, Rồi, tôi, trang 38)

Và:

"tôi yêu đất nước này những buổi sớm mai
không ai cười không tiếng hát trẻ con"

(Trần Vàng Sao (TVS), bài thơ
của một người yêu nước mình, trang 11)

"tôi không thấy gì nữa
tôi la thật to
và bước ra ngoài sân khấu
tôi rớt hoài trong một vũng đen sâu
trời vẫn không mưa được cho mát"

(TVS, Như trên, khoảng trống
ngoài sân khấu, trang 19).

Trước đây, Bùi Chát (BC) đã từng giễu cợt và giễu nhại ở rất nhiều trong những bài thơ và những tập thơ một cách nghiêm túc!

Còn Trần Vàng Sao trong BTCMNYNM đã nghiêm túc một cách giễu cợt qua bao năm tháng đọa đày!

Cứ tưởng tượng một nơi mà buổi sáng chung quanh không có một nụ cười và hoàn toàn vắng tiếng trẻ con!!!

Thì còn gì để mà thấy! Con người (những con người thực sự) chẳng có chọn lựa nào khác và điều tất yếu là phải bước ra (hay bị đẩy ra) khỏi sân khấu cuộc chơi cuộc đời cuộc sống... và rớt hoài rớt mãi trong một vũng tối đen sâu!

Và văng vẳng bên tai là tiếng nói của bầy súc vật, đang mơ hành vi của những con người!

Bởi niềm tin đã được đặt nằm dưới gót!!!

Những gì còn lại cực kỳ chua xót và thảm thê. Và có thể đặt tên cho nó là gì: những cái còn lại?

"im

im đi

hãy im đi và dong hai tay lên

không được động đậy

tất cả là thù

tất cả đều đói

tất cả đều thèm ăn

tất cả không có máu

tất cả không có cơm

tất cả bị đàn áp

tất cả đều ở tù

tất cả đều câm

tất cả đều mù

tất cả đều ngu

tất cả là Việt Nam

còn lại là

tau

những thằng tau

những thằng tau

những thằng tau

bí danh

muôn năm

muôn muôn năm"

(TVS, Như trên, A Di Đà Phật, trang 68)

Tất cả đều phải bị khống chế hoặc biến chất hay biến mất! Chỉ còn lại là "những thằng tau". Những "thằng tau" nuôi giấc mơ "muôn năm trường trị, nhất thống giang hồ" theo kiểu Đông Phương Bất Bại của Kim Dung! Những "thằng tau" thống trị kiểm soát kềm chế con người của cả một dân tộc bằng thứ lề thói giáo điều bẩn thỉu đê tiện và ngu si nhất của một chủ thuyết ngợi ca Lao Động (chân tay) nhưng tác giả của nó (Karl Marx: 1818-1883) lại chẳng hề có một ngày lao động (chân tay) nào trong đời:

- Các ông cho chúng tôi được biết sự thật nhé!
- Các ông cho chúng tôi được ngủ với vợ/chồng chúng tôi nhé!
- Các ông cho chúng tôi được thở nhé!
. . . .
- Các ông cho chúng tôi được suy nghĩ khác với các ông nhé!
. . . .
- Các ông cho chúng tôi được viết bài thơ này nhé!
- Các ông cho chúng tôi được ghét các ông chống đối các ông nhé!
. . . .
- Các ông cho chúng tôi được bảo vệ tổ quốc nhé!
. . . .
- Các ông cho chúng tôi được giỏi hơn các ông nhé!
. . . .
- Các ông cho chúng tôi được là người Việt Nam nhé!
. . . .
- Các ông cho chúng tôi được yêu nước nhé!
. . . .
- Các ông cho chúng tôi được chờ các ông đến bắt nhé!

(BC, Như trên, Thói, trang 18, 19, 20, 21, 22)

Đấy không phải là những lời xin xỏ! Mà là những lời tuyên ngôn.

Thế hệ Trần Vàng Sao sinh năm 1941 đã bị mất hết, mất tất cả! Đến thế hệ Bùi Chát sinh cuối thập niên 70 thế kỷ trước, 1979, Bùi Chát muốn đòi lại tất cả, tất cả những cái mà anh, cha, ông mình, những thế hệ đi trước đã bị tước đoạt, và các thế hệ hiện tại đang chịu hậu quả. Đòi bằng giọng điệu rất ư lịch sự... mỉa mai và cay đắng!

Nhưng chẳng biết "những thằng tau" sẽ nghĩ sao và có hiểu ra những điều khốn nạn và đắng cay đã dập lên bao nhiêu thế hệ của con người và đất nước Việt Nam?

Song le:

"trời vẫn không mưa được cho mát"

(TVS, Như trên, khoảng trống
ngoài sân khấu, trang 19).

Cho tới giây phút hiện tiền này! Trời vẫn không mưa... cho được mát.

2. ĐỐI THOẠI VỚI VÁCH TƯỜNG - ĐỐI THOẠI VỚI ĐẦU GỐI:

Trần Vàng Sao luôn khao khát nắng mưa... cho cuộc đời anh. Và ở hầu như rất nhiều những câu thơ cuối, anh đã kêu lên niềm khao khát đó, hoặc là những câu buông thõng... bất chợt, đẩy bài thơ vào một cõi thật hoang vu:

"đến chiều trời sẽ mưa dông rất mát"
(TVS, Như trên, tôi được ăn thịt, trang 21)

"trời cứ chưa nắng to được"
(TVS, Như trên, đưa vợ đi đẻ, trang 23)

"tôi đứng đọc cái bảng cắm trên đường Trần Hưng Đạo
CẤM MUA BÁN ĐỔI CHÁC"
(TVS, Như trên, không có đề, trang 41)

"không biết ở nhà mấy đứa con có lấy áo quần
phơi ngoài dây thép vào không"
(TVS. Như trên, buổi trưa
giữa đường tôi núp mưa, trang 51).

"cuối cùng đứng ở một góc chợ
chờ trời mưa thật to"
(TVS, Như trên, lúc đó, trang 53)

Vân vân.. .. . . . .

Mưa, nắng; và những điều bất chợt thật bình thường là những câu thơ kết của Trần Vàng Sao... trong suốt nhiều bài thơ nặng nề nghẹt thở. Tức là ông đang dắt người đọc đi qua những trầm

trầm hay chát chúa của cuộc sống, của thời cuộc, của xã hội, của
nghĩ suy... hốt nhiên Trần Vàng Sao thảy vào một câu kết chẳng
ăn nhập gì như là một cách để ông tự xả hơi chăng? Không! Ông
chẳng phải đang tự xả hơi mà đang tự cứu chính ông! À! Những
chuyện tày trời không cách gì giải quyết thì lo ngay chuyện tức
thì... chuyện lo được mà còn có thể chưa chắc xong... như không
biết ở nhà mấy đứa con có lấy áo quần đang phơi vào không vì trời
đang mưa!!!!

Ở Bùi Chát lại khác, những câu thơ kết của họ Bùi thường dồn
người đọc vào những vấn nạn sừng sững, choáng ngợp:

"Không lúc nào ngơi nghỉ
Việc nghĩ đến họ
Và
   Cầu
      Nguyện"
(Bùi Chát, Như trên, Không Thể Khác, trang 14)

Bùi Chát cầu nguyện cho ai?
Cho những kẻ mà:

"Những người anh em
Đã phản bội chúng tôi
Đã ném chúng tôi vào ngục
Đã nhuộm đỏ màu da chúng tôi
Cho những giấc mơ ngột hứng của họ
Những người anh em
Vẫn lừa lọc chúng tôi
Vẫn tước đoạt ánh sáng, giọng nói chúng tôi
Vẫn dọa dẫm chúng tôi
Bằng súng và thực phẩm"
. . . .
(BC, Như trên, Không Thể Khác, trang 14)

"Ai muốn thừa kế di sản của họ"

(BC, Như trên. Ai?, trang 16)

"Họ là ai?
Họ là bóng ma của thời đại. Họ là....:

Tôi gặp gỡ những người cộng sản
Những người anh em của chúng tôi
Những người làm chúng tôi mất đi kí ức
Mất đi tiếng nói bản thân
Mất đi những cái thuộc về giá trị
Chúng tôi còn sở hữu duy nhất một điều
Nỗi sợ

Tôi trò chuyện với những người cộng sản
Những người anh em
Những người muốn chăn dắt chúng tôi
Luôn biến chúng tôi thành đồ hộp
Hy vọng chúng tôi đời đời biết ơn

Những người cộng sản
Anh em chúng tôi
Chưa bao giờ thấy họ tự hỏi"

. . . .

(BC, Như trên, Ai?, trang 16)

Sự thực, cái di sản của những người cộng sản đã luôn có kế thừa: Đó là sự gian manh và ngu dốt! Những người cộng sản đã cố nhồi nhét sự gian manh và ngu dốt vào xã hội con người dưới chế độ của họ.

Bùi Chát còn nữa, những câu kết cho những bài thơ với tình huống luôn bất ngờ và hóm hỉnh:

"Giữ mãi lời thề xưa"

(BC, Như trên, Đường Kách Mệnh, trang 28).

"Gió chiều nào
Ta tào lao chiều ấy"

(BC, Như trên, Khó Thấy, trang 30)

"Tiếng chào đời con gọi meo meo"

(BC, Như trên, Rồi, Tôi, trang 38)

Bỏ lửng. Tạt ngang. Tạo những tình huống... cho người đọc phải động não! Đó là Bùi Chát.

Thơ của Trần Vàng Sao suốt từ đầu tới cuối tập, hầu như 10 bài thì đã hết 7, 8 nhắc tới cái Đói. Cái Đói của bao tử, của thân xác.

"đời cúi thấp giành từng lon gạo mốc
từng cọng rau hột muối
vui sao khi còn bữa đói bữa no"

(TVS, Như trên, BTCMNYNM, trang 10)

"này những thằng hề đói bụng làm trò cho mọi
người coi chơi
. . . .
mày đói mà có chết được đâu"

(TVS, Như trên, khoảng trống
ngoài sân khấu, trang 18).

"tôi đói bụng và muốn nhắm thật lâu hai con mắt
lại rồi ngủ quên"

(TVS, Như trên, đứa bé thả diều
trên đồng và vắt cơm cúng mả mới, trang 26).

Trong thơ Trần Vàng Sao là ngộp đầy những cơn đói, những thiếu ăn thiếu mặc. Còn nhiều nhiều nữa những câu thơ tang thương cho thân phận làm người Việt Nam dưới cơn mưa khô bằng màu cờ đỏ!

"dưới sông mặt trời đỏ ối
chung quanh tôi tiếng la và cờ
những xác chết khô đen ở bên kia đứng ngả
nghiêng như những cây que cắm trên bãi cát"

(TVS, Như trên, trang 81)

hòn đạn bắn vào đầu
hòn đạn đồng thối
quá khứ như một đống phân
tương lai treo ngọn cờ đỏ

(TVS, Như trên, nhân dân và tôi, trang 118)

Ở "Bài Thơ Một Vần" của Bùi Chát cũng là những cơn đói! Nhưng không phải những cơn đói thực phẩm cho cái bao tử, cho sự sống vật chất. Cũng là rách nát, nhưng không phải áo rách quần nát không che nổi xác thân... Mà là những cơn đói, những cái đói cái khát dân chủ, tự do, công bằng, bình đẳng, hợp lý, trí tuệ, tiến bộ...v.v... Đói khát quyền làm người trong một thời đại văn minh!

"Những người làm chúng tôi mất đi kí ức
Mất đi tiếng nói bản thân
Mất đi những cái thuộc về giá trị
Chúng tôi còn sở hữu duy nhất một điều
Nỗi sợ"

(BC, Như trên, Không Thể Khác, trang 14)

Những mất mát này còn kinh khủng hơn cái đói xác thân. Bởi khi đó, chỉ còn là nỗi sợ!

Thực phẩm cho cái bao tử, trong kế sách toàn vẹn của nhà nước cộng sản, chỉ là một trong những thứ vũ khí để họ sử dụng với nhân dân họ:

"Những người anh em
Vẫn lừa lọc chúng tôi
Vẫn tước đoạt ánh sáng, giọng nói chúng tôi

Vẫn dọa dẫm chúng tôi
Bằng súng và thực phẩm"

(BC, Như trên, Không Thể Khác, trang 14)

Biểu trưng nhất cho cái đói khát tự do và đói khát quyền làm người là ở bài *Thói* mà tôi đã trích dẫn bên trên từ trang 18 tới trang 22 của Bài Thơ Một Vần Bùi Chát.

Màu đỏ, màu cờ cộng sản và cũng là màu của máu, trong Bài Thơ Một Vần được họ Bùi tô rất đậm như một ám ảnh kinh hoàng của thời đại:

"Tôi đứng trước một ngã tư
Đèn đỏ ngăn tôi lại
Những dòng người ra đi tất bật
Gió mát sau lưng họ"

(BC, Như trên, Đèn Đỏ, trang 24)

"Những cây gì trên đường nào không biết nữa
Tự dưng thu về trổ rực hoa đỏ
Và chiều nay đương kẹt xe ở đó"

(BC, Như trên, Không Đề, trang 32)

Và Bài Thơ Một Vần, như một lời báo động tuyệt vọng:

"Màu đỏ
Như loài cỏ

Ngỡ là chuyện nhỏ
Nên không ai dọn bỏ

Chúng tôi luôn hốt hoảng nhưng biết làm
thế nào!? Đành bỏ ngỏ... !!!"

(BC, Như trên, Bài Thơ Một Vần, trang 26)

Ở BTCMNYNM của Trần Vàng Sao, có 3 trang nằm chen giữa những bài thơ, không in bài thơ nào mà chỉ có bia mộ những bài thơ đã bị giết:

Trang 15 ghi:
"những trang này
dành cho bài
SÂN KHẤU II
đã bị tịch thu ngày 26 tháng 1 năm 1972
Tại K65 - thị xã Sơn Tây"

Trang 48 ghi:
"những trang này dành cho bài
BẢN THÁNH CA
CỦA MỘT NGƯỜI
DỰA CỘT ĐÌNH LIẾM LÁ BÁNH
đã bị tịch thu ngày 26 tháng 1 năm 1972
Tại K65 - thị xã Sơn Tây"

Và trang 82:
"những trang này
dành cho bài
NHỮNG CON ĐƯỜNG ĐÃ ĐI QUA
NHỮNG CON ĐƯỜNG SẼ ĐI TỚI
và những bài khác
đã bị tịch thu ngày 26 tháng 1 năm 1972
Tại K65 thị xã Sơn Tây

Những mộ bia thơ! Cơn hốt hoảng thường trực kể từ khi mùa Thu không biết từ đâu về nở rộ đầy hoa đỏ. Từ đó, lý lịch mỗi cá nhân con người Việt Nam thành lịch sử của máu và tội ác. Lý lịch từng con người Việt Nam phải được tự cố gọt giũa sao cho an toàn bản thân và gia tộc. Trần Vàng Sao viết "lời khai của một thằng hề mất trí" như là "phần khai bổ sung lý lịch" của ông. Khai về những chuyện khóc cười chơi đùa với các con và bầy trẻ trong xóm, để cuối cùng ông viết:

"bây giờ mà có một cục cơm nguội ăn không cũng được
lý lịch của tôi đã khai rõ ràng ngang đây
tôi làm dấu một gạch chéo để sau đừng ai thêm thắt

(TVS, Như trên, lời khai
của một thằng hề mất trí, trang 31)

Cái gạch chéo in trong tập thơ rất dài, từ bên phải cuối bài thơ choáng xuống tận bên trái cuối trang giấy!

Cái gạch chéo bảo vệ sự an toàn! Mà có an toàn được hay không lại là chuyện khác!

Bùi Chát, trong bài Hoa Sữa lại đưa ra một biểu trưng khác nữa:

"Trông thấy dáng cây từ xa, tôi thật sự
        Muốn chết
Hoa sữa gợi nỗi đau chuyện bị chèn ép
Chúng cướp dưỡng khí, dường cô lập tôi
        giữa rừng người
. . . .
Vẻ lãng mạn tồi tàn
Mùi hoa nhắc nhớ mùa thu đương trị"

(BC, Như trên, Hoa Sữa, trang 50)

Nhiều văn, thi, nhạc sĩ đã chổng mông, gò lưng ca ngợi mùi hoa tanh tưởi này, mùi của xác chết trẻ con!!! Ở một đất nước chưa có tự do, chưa có quyền làm người, những mùi tanh thối... cũng thành... thơm tho!!!

Hai nhà thơ, hai thế hệ khác nhau, và ở khoảng giữa còn có những thế hệ làm gạch nối. Hai nhà thơ với những bài thơ mà phần kỹ thuật dường như không được quan tâm cho lắm! Nhưng hai nhà thơ với hai thủ pháp có những đặc thù và chữ ký riêng. Nhất là Bùi Chát! Tôi đã đọc nhiều tập thơ của họ Bùi. Tôi thấy rằng ở Bài Thơ Một Vần, Bùi Chát đã bước đi một bước qua một lãnh thổ khác của thơ ca. Và ở lãnh thổ mới này, thơ Bùi Chát đã tự mang trên hai vai một gánh nặng của sự đối mặt. Đối mặt với thời sự và thời cuộc để tìm cái thời thế cho một tương lai được Làm Người của dân tộc Việt.

Tuy nhiên, cuộc đối thoại của cả Trần Vàng Sao và Bùi Chát ở hai tâm thế và bối cảnh lịch sử xã hội không giống nhau. Chỉ có điểm giống nhau là cả hai cuộc đối thoại đều vang đụng vào vách tường... và chiêu thức cuối cùng là chỉ có thể cúi xuống đối thoại với cái đầu gối của chính mình!!!

3. YÊU NƯỚC MÌNH: TRỌNG TỘI Ở VIỆT NAM!

Như là một truyền thống mấy trăm năm rồi, những người Việt Nam yêu nước đều... bị kết tội và ở tù! Thậm chí, còn có thể bị xử tử hình nữa!

Từ Phan Bội Châu, Nguyễn Thái Học v.v... dưới thời Pháp đô hộ Việt Nam, những người Việt Nam nào yêu nước Việt Nam bèn tất nhiên bị kết tội là phản động, phá rối trị an của nhà nước bảo hộ. Chuyện như vậy thì còn hiểu được! Pháp là quân xâm lược, là thực dân mà!

Tuy nhiên, Việt Nam bây giờ đã thống nhất lãnh thổ, đã độc lập rồi nhưng còn... tự do thì ở đâu? Đất nước Việt Nam đang do chính những người Việt Nam... cai trị mà! Những người Việt Nam đang cai trị Việt Nam nhưng Việt Nam vẫn chưa có tự do, thì người dân chưa... có quyền làm người.

Hãy nghe Trần Vàng Sao yêu nước. Trong bài thơ của một

người yêu nước mình, từ cái tựa cho tới nội dung, anh lập đi lập lại để khẳng định là mình yêu nước! Nhưng tôi tâm đắc nhất là hai câu này:

> *"tôi yêu đất nước này rau cháo*
> *bốn ngàn năm cuốc bẫm cày sâu"*

(TVS, Như trên, bài thơ
của một người yêu nước mình, trang 13)

Tình yêu này thật xót xa! Tình yêu nước xót xa này của Trần Vàng Sao hẳn nhiên là một trọng tội!!!

Sau hơn "bốn ngàn năm" dựng nước, giữ nước và phát triển... đất nước, đến hơn giữa thế kỷ 20, con người Việt Nam vẫn cuốc bẫm cày sâu!!! (bài thơ TVS làm năm 1967), và dường như, cho tới hôm nay sau khi thống nhất lãnh thổ hơn ba mươi năm, người dân có thể bớt... cuốc bẫm cày sâu, có miếng ăn ... khá hơn chút xíu. Nhưng những "người anh em cộng sản" của Bùi Chát vẫn tiếp tục làm đất nước và con người Việt Nam lầm than trong vấn đề cuộc sống và suy nghĩ và nhiều thứ khác, như quyền làm người... vẫn còn bị tước đoạt như trong bài thơ "Thói" của Bùi Chát.

Vậy Bùi Chát cũng là một người yêu nước:

> *Các ông cho chúng tôi được yêu nước nhé*
> . . . .
> *Các ông cho chúng tôi được chờ các ông đến bắt nhé!*

(BC, Như trên, Thói, trang 20 & 22).

Sau khi "xin phép" được yêu nước xong, chắc là vẫn không được cấp giấy phép, nên Bùi Chát bèn choang thêm một "điều" xin xỏ nữa: các ông cho chúng tôi chờ các ông đến bắt nhé!

Rõ ràng là ở Việt Nam hiện nay, yêu nước vẫn là một trọng tội!

Ngày 1 tháng 12 năm 2009
(Đăng lần đầu trên Talawas với bút hiệu Mặc Lê)

VŨ THÀNH SƠN VÀ 40 KM/ GIỜ

"40/KM/ GIỜ". VŨ THÀNH SƠN.
NHÀ XUẤT BẢN GIẤY VỤN, SÀI GÒN 2007.

"40 km/ giờ" không biết có phải là con số ẩn dụ của tác giả Vũ Thành Sơn. Điều này thì tôi không chắc!

Tuy nhiên, tên tập thơ *"40 km/ giờ"* cho tôi, một người đọc thơ anh vài liên tưởng lan man.

40 km một giờ bằng khoảng 24.86 miles một giờ. Với tốc độ này, lái xe (gắn máy hay auto) ở Việt Nam trên đường trường (tức đường quốc lộ, xa lộ) cho một cuộc đi dài, là tốc độ an toàn và hơi chậm. Và nếu cũng lái xe (gắn máy hay auto) ở Hoa Kỳ, hay hầu hết ở những nước Âu Mỹ, cũng trên đường trường freeway thì là tốc độ... quá chậm! Chắc chắn sẽ bị cảnh sát giao thông chận lại biên giấy phạt, trừ những trường hợp đặc biệt ngoài thông lệ.

Nhưng, "40 km/ giờ" lại là tốc độ "chết người" trên những con đường dù ở các thành phố lớn Việt Nam (như Sài Gòn, Huế, Hà Nội, Đà Nẵng v.v...) và là tốc độ chầm chậm trong thành phố khi băng qua các con đường có trẻ em chơi đùa hay học sinh qua lại ở hầu hết các nước Âu Mỹ.

Như vậy, đất nước Việt Nam đang trong một cuộc chiến giữa tốc độ và không gian. Con người Việt Nam không có đủ không gian cho một tốc độ lớn??? Không đủ dưỡng khí cho một buồng phổi to???

Năm 1995, Nhà xuất bản National Defense University Press Washington, DC, A National Security Affairs Monograph ấn hành một cuốn sách của M. Thomas Davis. Tựa đề cuốn sách cũng có con số 40 km: "40 km Into Lebanon. Israel's 1982 Invasion". Cuốn sách thuộc loại "history", dày 144 trang.

Toàn bộ cuốn sách là tài liệu về cuộc chiến tranh giữa Arab và Israel. Cuộc chiến trải hơn năm thập kỷ qua đã ảnh hưởng lên toàn thế giới. Trong cái nhìn của M. Thomas Davis, thì có vẻ như chiến tranh chỉ là một cái cớ để hai phe thỏa mãn sở thích biểu dương và biểu diễn các loại vũ khí hiện đại. Kể từ khi "quốc gia" Israel được thành lập năm 1948, các loại vũ khí của Israel lẫn Arab đã phát triển rất nhanh ở số lượng và cả về mặt ngụy biện. Và tất nhiên, chiến thuật học thuyết của hai phía là những nền tảng để cả hai làm bàn đạp gây chiến. Những bài học cần nghiên cứu từ cuộc xâm lăng của Israel năm 1982 vào Lebanon rất đặc biệt, dù thế nào, với vấn đề chính trị, không phải chiến thuật quân sự hay vũ khí hiện đại... Chỉ cần 40 km (sâu) vào nội địa Lebanon, mọi chuyện đã kinh hoàng đổi khác! Mà bài học về cuộc xâm lăng của Israel vào Lebanon là một cách nào đó, con người đang điên cuồng "thu xếp" cho mình những khoảng không gian... nhiều khi "không cần thiết"! Đó là phương pháp "xâm lăng", "cưỡng chiếm" không gian của kẻ khác về làm không gian của mình.

Ở Vũ Thành Sơn, anh tự thỏa hiệp bằng cách:

Thiên Đường
"Ở đây không có chỗ dành cho những thỏa hiệp.
Cho nên sau những cú lộn nhào tự do ngoài không gian, tôi xếp gọn mình lại.
Tôi sẽ ném bớt một phần thân thể xuống đáy đại dương để tiết kiệm dưỡng khí.
Tôi chỉ mang theo những vật dụng tối cần thiết để không tăng thể tích.
Tôi mang theo Franz Kafka, Samuel Beckett vừa đủ xài.
Tôi mang theo gọng kính, li cà phê, mớ tóc, gương mặt, những lóng xương, bộ da và lông của tôi.
Tôi mang theo người đàn bà nằm bên cạnh và những đứa con đang bơi trong bụng nàng.

Tôi thu nhỏ lại mỗi ngày.
Cho đến lúc có thể vừa vặn một chiếc hộp.
Để xếp lên kệ."

(Trang 47)

Franz Kafka với "Metamorphosis" hay Samuel Beckett với "En Attendant Godot" "Who Can Hold a Fire in His Hand" Ai có thể giữ một ngọn lửa trong lòng tay...? "Waiting For Godot."

"Thiên Đường" mường tượng là một chiếc kệ mà mỗi người phải tự vén khéo biến thành một chiếc hộp vuông góc để vừa ngăn, một ngăn chắc chắn là hết sức nhỏ. Cũng như:

"không biết làm gì với nỗi buồn, tôi nhai nó."

(Một Ví Dụ, trang 16)

Có thể "40 km/ giờ" cũng là tốc độ Vũ Thành Sơn tự dặn dò chính mình!

Tập thơ mỏng 50 trang gồm 47 bài thơ đa số ngắn. Và đa số những bài thơ là một thứ độc thoại của nhìn thấy (đâu đó, cái gì đó), cảm giác (với đời sống xã hội, với con người, với đủ thứ hầm bà lằn) và suy tư (bay lên và tụt xuống, lượn vòng quanh). Ngôn ngữ thơ Vũ Thành Sơn lại càng giản lược như bất cứ thứ gì mà ai cũng có thể nhặt được ở bất cứ đâu đó! Vỉa hè, đường phố, đống rác, bệnh viện, đầm lầy, ngã tư, cơn bão, ruồi, cá, băng vệ sinh, xác chuột chết và tất nhiên, chính mình v..v... nhưng nó lại đầy sự cọ xát và đe dọa trong đó! Sự đe dọa chỉ dành cho những kẻ thở bằng hơi thở người khác.

"Tôi chỉ là một món đồ chơi.
Bạn chỉ cần lên dây cót."

(Chân Dung Tự Họa, trang 2)

Tự khép mình hay tự chép mình thành một bản sao đâu đó:

*"Tôi chải tóc rẽ đường ngôi thẳng,
uống cà phê trong cái tách vuông."*
                    (Chỉ Là Vấn Đề Phương Pháp, trang 39)

Mặc dù, Vũ Thành Sơn cũng có tự biện hộ trước đó, một cách tuyệt vọng:

*". . . . . . .
Họ nói tất cả những thứ đó và tôi
thảy đều vô dụng và trống rỗng.*

*Sự thật không phải vậy.
Tôi biết đi thẳng hàng,
Biết làm các trò nhào lộn.
Tôi biết khóc, biết kêu bla bla bla bla"*
                    (Chân Dung Tự Họa, trang 2)

Tôi nhận ra được một điều, ở Vũ Thành Sơn có những ám ảnh thường trực đối chọi nhau: sự sạch sẽ và những thứ bẩn thỉu; tự do và ước lệ tù túng; cảm xúc nhầy nhụa và thăng hoa; tầm thường và siêu hình... Tóm lại, nó là một thứ coctail mang tính tự vấn và tự vận.

*"Chúng ta thích thú với trò chơi
lắp ghép ý nghĩ và cảm xúc
thành những khối màu.*

Tôi một màu hay không màu?

Tôi uống hết một mùa hè sặc sỡ.
                    (Coctail, trang 5)

Tôi một màu hay không màu? Câu hỏi cũng chìm vào mùa hè. Mùa hè sặc sỡ hay mùa hè không có thực?

Tự vấn vừa là một cách tự vận. Sự nhầy nhụa, bẩn thỉu, bụi

bặm, bưng kín, ngộp thở, máu mủ, rác rưởi, mất trật tự, mất thăng bằng... xoay tròn xoay tròn trong thơ Vũ Thành Sơn. Là xã hội, là đời sống chung quanh chúng ta ngay phút giây mở mắt bây giờ.

Tôi tâm đắc câu thơ của Vũ Thành Sơn:

"8-Raymond Federman nói chủ nghĩa hậu hiện đại chết khi hàng loạt những họa sĩ lớn của New York như Stella, Johns, Rauschenberg,... bỏ đi làm cho tờ Women's Wear Daily vào năm 1960, năm mà chủ nghĩa hậu hiện đại được khai sinh."

(Lý Do Tôi Không Uống Cà Phê Sáng Nay, trang 34)

Hậu hiện đại, xét cho cùng, đã thua "quần áo và trang sức đàn bà". Vậy mà giờ đây còn rất nhiều những người Việt Nam đang hùng dũng và hùng hổ tuyên bố khai quật và tuyên xưng khai phá chủ nghĩa hậu hiện đại!!!!

Sự mệt mỏi cũng nằm trong phạm trù những cái gì không sạch sẽ!!! Nhai lại cũng là một thứ mệt mỏi. Nhai lại tư tưởng chủ nghĩa lại là một thứ mệt mỏi hiểm nguy cho sinh mệnh của văn hóa, và hiển nhiên ngay cả sinh hoạt văn hóa của con người. Vũ Thành Sơn đi ra ngoài những món chủ nghĩa tư tưởng đó, theo tôi. Ở anh, tôi trực nhận ra một điều vô cùng hệ trọng là sức sống của anh trong những bài thơ của anh. Vũ Thành Sơn thể nghiệm sức sống (ăn, ngủ, đụ, ỉa, tư duy...) trong thơ mình một cách đương nhiên. Và trên hết, là sự "sạch sẽ":

Bài Thơ Lớn

"Hắn mơ viết một bài thơ lớn
Bài thơ lớn nhất của đời hắn
Bài thơ về một chỗ sạch sẽ
Trên thân thể
Nơi mà người ta thường sờ mó đến mỗi ngày
Nhưng rất ít khi nhìn thấy"

(Bài Thơ Lớn, trang 04)

Nhưng ngay cả sự sạch sẽ cũng là một thất bại của nhân loại! Bởi sự sạch sẽ luôn hình thành khởi đi hoặc hàm chứa từ sự "bẩn thỉu". Sau khi mơ sẽ làm một bài thơ lớn, bài thơ nói về "một chỗ sạch sẽ trên thân thể", cái nơi mà người ta thường sờ mó đến mỗi ngày, nhưng ít khi nhìn thấy... Nhìn thấy gì? Thấy rằng nó thực sự là rất sạch sẽ chứ sao. Là một bài thơ khác:

Một Bài Thơ Hoàn Toàn Tiệt Trùng

"Một bài thơ hoàn toàn tiệt trùng
Không có dãi nhớt, máu me hay sex
Không có mùi xác chết
Không có nước mắt ẩm ướt
Hoặc kinh dị
Chỉ cần tắm rửa sạch sẽ và chay tịnh"

. . . .

(Một Bài Thơ Hoàn Toàn Tiệt Trùng, trang 07)

Tuy nhiên, có thực sự là "tiệt trùng" không? Khi mà:

"Trước khi đọc một cách thành kính
Trong bầu không khí trang nghiêm
Chúng ta có thể nghe thấy tiếng con ruồi bay vo ve
Tiếng bong bóng nước vỡ
Và nhiều người trút hơi thở cuối cùng."

(Như trên, trang 7)

Sự bất lực của "hoàn toàn tiệt trùng" là vẫn còn "tiếng ruồi bay" và "nhiều người trút hơi thở cuối cùng". Virus (vi trùng) và sự chết!!! Những thứ nghiễm nhiên cùng nhau toa rập bất tử. Những thứ luôn đẩy con người chạy vòng quanh chính mình chỉ để làm một điều duy nhất tưởng chừng như rất vô nghĩa lý là tìm (lại, ra) chính mình. Bởi vì, cuối cùng, mỗi con người đều phải đứng (một mình) ở một ngã tư đường nào đó:

"Ở ngã tư,
Một người đặt vào bàn tay tôi một con đường
Kèm những lời chỉ dẫn bí hiểm.

. . . .

Tuy nhiên,
Tôi đang đứng trước một hiện thực thẳng đứng
Và cái nhìn tôi hoàn toàn vuông góc."

(Ngã Tư, trang 6)

Và điều tất nhiên, hội chứng paranoiac fears xuất hiện thường trực ở mỗi con người có màu và không màu. Vũ Thành Sơn hay không Vũ Thành Sơn.

"Tôi thường thức dậy với cảm giác bị nhìn trộm. Và như một người thức giấc bỗng phát hiện căn nhà của mình bị mở toang hết cửa, tôi vùng dậy kiểm tra lại tài sản còn hay mất: từ giấc mơ, ý nghĩ, lí tưởng, cái chết, đến dương vật của mình."

(Đô Thị, trang 12)

Cái chết không thể đến trước sự mất mát của dương vật! Cuộc rượt đuổi này trầm trọng nhưng lại không mang một ý nghĩa tương đối nào hết!

Con người hụt hơi và trầm cảm trong một nỗi hoan lạc đau buồn vì có lúc chợt thấy đã nắm bắt được mình rồi, nhưng rốt cùng lại chỉ là nắm bắt được "một thằng nào đó" hoặc không là ai cả.

Kịch Câm

"Hắn tưởng có thể chạm được vào hắn phía bên kia tấm gương.
Hắn đuổi theo hắn.
Nhiều lần vấp ngã, hắn lại đứng dậy và chạy và chạy và chạy và chạy cho tới khi kiệt sức. Hắn nhìn hắn chảy hết máu. Hắn tưởng có thể chạm vào hắn bằng cái chết.
Nhưng vô ích. Hắn luôn đứng xa hắn một khoảng cách. Dài bằng thời gian."

(Kịch Câm, trang 41)

Rốt ráo là, cuộc rượt đuổi của con người với chính mình chỉ là một cuộc săn tìm vô vọng! Nhưng lại là một cuộc săn tìm cần thiết và thường trực cho đời sống để đời sống có dưỡng chất mà sinh tồn!

Đúng ra, để con người còn có mục đích để sinh tồn. Vậy thì Hậu Hiện Đại hay Không Hậu Hiện Đại? Thơ của Vũ Thành Sơn không cần những nhãn hiệu này. Thơ Vũ Thành Sơn không bước thấp bước cao mà sầm sập đi vào và đi tới bằng những bước chân đầy thô bạo.

Những bước chân thơ của ngôn ngữ "trần truồng" và "thản nhiên" hay "hồn nhiên" cũng được!!!

"Thản nhiên" một cách ý thức và "hồn nhiên" bằng trải nghiệm chứ không bằng những dự báo và dự tính!

Hội An, 5 tháng 7, 2008.

LÊ QUÂN:
GÃ CUỒNG TRONG MÀU XANH MA MỊ[1]

Lê Quân (sinh 1955 tại Hải Dương) là một họa sĩ tự học, đến với hội họa chỉ khoảng 4 năm gần đây nhưng đã gặt hái được nhiều thành công trên thị trường tranh.

Lê Quân đã bán được khoảng 100.000 USD tiền tranh, sau khi các triển lãm của anh được chào đón tại Pháp, Singapore... Trong năm 2010, Lê Quân được mời tổ chức 5 triển lãm tranh tại Hong Kong, Ma Cau, Anh, Pháp.

Nhưng tại Việt Nam, Lê Quân mới mở triển lãm lần đầu tiên, là cuộc trưng bày mang tên Giai điệu màu *khai mạc ngày 20/7 tới tại Nhà triển lãm 45 Tràng Tiền, Hà Nội, với 49 tác phẩm.*

Trên trang web của mình, Lê Quân ghi là "autodidactic painter", họa sĩ tự học. Tôi đã xem tận mắt rất nhiều tranh của Lê Quân. Đủ thể loại... và hầu như đủ mọi trường phái, trong đó có thể nói thêm về một trường phái... Lê Quân! Chủ yếu là sơn dầu, rồi sau đó là màu nước!

Càng xem tranh Lê Quân, tôi càng có cảm giác gã vẽ như... chơi một cuộc lên đồng! Dù là trong bất kỳ thể loại nào, Lê Quân đều đi những stroke màu dứt khoát dũng mãnh như những đường kiếm của một kiếm khách.

Lê Quân tự phân loại tranh mình làm 9 categories: abstract, flowers, portrait, seacape, natural, life, nude, still-life và animals.

---

1. Tất cả tên và thứ tự tranh trong bài này, là dựa vào trang web http://www.lequan.com.vn/ của Lê Quân.

Một đặc điểm đầu tiên mà tôi nhận ra, ở tranh Lê Quân màu xanh (green) được sử dụng như một thứ ám ảnh. Đủ mọi âm sắc green. Mỗi bức tranh của Lê Quân, ngay cả những bức mà màu chủ đạo không phải là màu green, thì green cũng được giấu ở đâu đó... Như bức abstract 103, green được chèn khuất ở giữa bức tranh, giữa hai màu chủ đạo là đen đỏ và những màu khác. Ở bức abstract 106 thì green ẩn hiện ở góc phải... bức tranh. Ở ba bức abstract 108, 109, 110 thì green là màu chủ đạo, với những stroke và tảng đen... Màu xanh green ở ba bức này thể hiện rõ ràng sức ma mị trong thủ thuật sử dụng màu xanh green của Lê Quân... Ở phần tranh vẽ hoa, màu green của Lê Quân được chất lọc, ém giữ và phân tán như một màu để làm dịu sức nóng của những cánh hoa đang hiển lộng. Nhất là ở hai bức flower 45 và 46. Green là màu được tác giả dùng để "ém giữ" ở một góc khuất khó ngờ...

Với portrait, bức Lê Quân vẽ thi sĩ Hữu Loan, với tôi là một tác phẩm độc đáo. Thi sĩ Màu Tím Hoa Sim trong tranh toát ra được cái nét khốc liệt, đơn độc của một ngọn cô sơn. Nhìn vào Hữu Loan trong bức tranh này, như nhìn vào một Hữu Loan bằng sắt tinh ròng đã bị thổ hóa lâu năm... Backdrop xanh green, Hữu Loan mặc bộ quần áo xanh green khác âm sắc; phần mặt mũi chân tay màu hồng chứa xanh green... Và Hữu Loan ngồi trên chiếc ghế đỏ! Màu xanh green Lê Quân sử dụng trong bức Hữu Loan, chủ đạo là màu xanh green cổ lục, tức là có trộn vào đó một giọt của màu đỏ cadium....

Qua loạt tranh seacape, màu chủ đạo của loạt tranh này là xanh blue... Nhưng tất nhiên xanh green cũng đã được Lê Quân ém trộn đâu đó như một thứ âm hồn bất tán. Nhất là ở bốn bức seacape 1, 5, 6 và 19.

61 bức natural xanh green dằng dặc như một thứ ánh sáng thuần khiết để hiển lộ thiên nhiên. Đặc biệt ở bức natural 57. Rừng cây xanh green dạt về phía bên phải và một bệt vàng có đốm đỏ treo lửng ở giữa bức tranh như một thách đố. Vì bố cục bức tranh này tôi cho là một cú "chơi" của Lê Quân... Nó có sự quấy phá trong cách bố cục của họa sĩ.

Tóm lại, tôi khám phá ra trong tranh Lê Quân còn nhiều điều để nói hơn nữa! Nhưng cái màu xanh green ma mị là thứ tôi nhìn thấy trước hết... Một dịp nào khác, tôi sẽ viết về thủ pháp tạo hình của Lê Quân, và sẽ đi sâu hơn vào tranh nude cũng như tranh animals của hoạ sĩ.

Dùng màu xanh green một cách ma mị, Lê Quân thể hiện cái chất cuồng phóng của gã một cách hết sức thong dong...

July 13, 2010.

BÍ ẨN CỦA SỰ SỐNG VÀ HƠI THỞ THƠ
TRONG TRANH NGUYỄN TRỌNG KHÔI

Tôi không dự kiến viết một bài chuyên đề về tranh Nguyễn Trọng Khôi (NTK). Viết như vậy mất sướng và (xin lỗi), sẽ giới hạn cho một số người đọc. Vả lại, theo tôi thì ngoài một số kiến thức (căn bản) để thưởng ngoạn tranh, theo kiểu học qua cái lớp gì đó đại khái là Introducing to the Fine Art, người ta vẫn có thể xem tranh bằng trái tim, bằng sự rung cảm và bằng những kiến thức khác thuộc ngành nhân văn cộng với những trải nghiệm trong đời sống của từng cá nhân.

Riêng vùng Washington D.C mà tôi đang sinh sống, tên tuổi NTK không còn xa lạ gì với giới yêu tranh trong cộng đồng Việt Nam. Chẳng những thế, có một số người bản xứ hay một vài collectors từ nhiều nguồn gốc quốc gia khác nhau đã trân trọng đặt tranh NTK nằm trong bộ sưu tập của mình.

Nguyễn Trọng Khôi triển lãm lần đầu ở vùng Washington D.C vào năm 2000, từ ngày 5 tháng 8 đến ngày 15 tháng 10 tại Café Monmartre Reston. Lần thứ hai, năm 2002, từ ngày 26 tháng 5 đến ngày 15 tháng 6 tại Lạc Việt Gallery của họa sĩ Nguyễn Tấn Đức. Và vừa đây, cũng tại Lạc Việt Gallery địa chỉ 5179 Lee Highway Arlington, VA 22207, Nguyễn Trọng Khôi đã trưng bày loạt tranh vừa sáng tác của ông từ 6 tháng 11 đến 30 cuối tháng.

Tính ra, cứ mỗi hai năm, NTK lại đến với Washington D.C. một lần. Và mỗi lần NTK cùng với những bức tranh của ông xuất hiện, là mang đến cho người thưởng ngoạn những mới mẻ và vượt thoát hơn lần trước!

Tôi có thể đoan chắc là ai đã từng xem tranh, theo dõi sự dấn thân và du hành của NTK trong hội họa, đều phải đồng ý một điểm đầu tiên là ở tranh NTK, có từng giây phút vượt lên và vượt qua cái cũ. Ở màu sắc. Ở kỹ thuật. Ở đề tài và kể cả đường nét.

Có thể cùng đề tài đó, tĩnh vật chẳng hạn, NTK với vài ba trái táo, một ly nước lọc, một cành hoa... của những năm trước. Bây giờ là dăm ba viên sỏi, một cái tẩu thuốc hút dở nằm kề bên một cái độc bình da rạn cũ kỹ...

Đề tài tĩnh vật của NTK có thể là bất cứ thứ gì! Một cái đèn lồng (lantern), cành lá khô, trái lựu đã bẻ hai và một cuốn sách cũ sờn gáy (Still Life with Lantern). Vài củ hành tây đỏ, chiếc bình sành (cổ) cũ. Cuốn sách bong trang phai màu với một nhành lá khô (Leaf). Vài ba trái lựu... (Pomegranate). NTK không khổ sở đi tìm đề tài như (có thể) một số họa sĩ khác. Ông vẽ, ghi lại những vật rất tầm thường, rất gần gũi với đời sống của con người hằng ngày.

Loạt tranh "On Side Walk" của NTK là một thử nghiệm - theo tôi, rất nên thơ và đáng ca ngợi. Ông vẽ một cột nước bên lề đường. Bức khác là cái lò sưởi cũ (Old Heater). Vỉa hè, khung cửa của basement và lá vàng trong khe cống... vài cọng rác.

Bằng những màu sắc rất chín nhưng không cầu kỳ, NTK tỉ mỉ nhưng vẫn phóng túng ghi lại cuộc sống. Ghi lại từng giây phút những hình ảnh, những vật thể rất tầm thường chung quanh ông. Mà cũng là chung quanh mỗi chúng ta.

Điều cần nói là những vật thể tầm thường gần gũi đó, mà thường ngày chúng ta ai cũng đã có thấy, nhưng hầu như hiếm người (ghi nhận) cho phép chúng vào trong trí nhớ của những bộ não đã quá căng trong đời sống chạy đua hiện nay. Tuy nhiên, dưới nét cọ của NTK, và với một lối pha trộn ánh sáng rất tài tình và hợp lý bằng những màu sắc u nhã, bỗng người xem tranh tĩnh vật NTK nhận ra bao nhiêu là chất thơ đang sinh động trong những vật thể tầm thường mà NTK đã vẽ lại. Màu xanh có chút vàng cổ lục là một đặc điểm của NTK. Nó thể hiện một chiều sâu của quá khứ, của những gì "nằm bên kia" hay "bên trong" cái NTK đã vẽ.

Cái phía bên kia trong tranh NTK chính là sự bí ẩn của đời sống, mà dường như NTK từng lúc đã thể hiện trong tranh ông. NTK thể hiện điều bí ẩn đó bằng hội họa, hay chính ông đang đặt câu hỏi với điều bí ẩn đó? Bức Ceramics, với một chiếc độc bình (cổ?) đặt trên chiếc ghế tre bên tường. Bên trái chiếc độc bình, trong vách tường ẩn hiện qua một khoảng vỡ là vài ba chiếc độc bình khác (có vẻ) như được giấu bên trong vách. Toàn thể bức tranh là một màu xám chuyển qua xanh cổ lục. Không ít người đứng trước bức Ceramics sẽ bồi hồi như đứng trước một điều gì đó bí mật không lí giải được!

Vì không lí giải được nên cùng lúc, nó tàng ẩn sự thơ mộng kỳ quặc từ những mảng màu tối, khuất như gợi cho người ta một sự (tò mò) tìm kiếm.

Chất bí ẩn trong tranh NTK còn nằm ở những đề tài khác ngoài tĩnh vật. Chẳng hạn như tam bộ họa Nostalgia. Cả ba bức đều có mặt trăng nằm lơ lửng ở giữa, bên trên. Từ bức đầu đến bức thứ ba, mặt trăng càng lúc càng đậm đặc thêm. Bức đầu (trái) phía dưới là một vườn chuối. Bức giữa là bãi biển vắng, chiếc thuyền độc mộc chênh vênh trên bãi, cạnh là một cái mủng (thúng) nhỏ. Bức thứ ba dưới trăng vẫn là bãi biển quạnh quẽ, chỉ một người đàn ông áo bà ba đội nón lá đang nâng cây sáo thổi.

Như vậy, "Nỗi Nhớ Quê" trong tranh chưa chắc là từ nỗi buồn biệt xứ của một kẻ lưu vong... Mà cũng có thể là của một người đang sắp sửa trên đường vượt biển tìm đến một bến bờ xa lạ chưa biết? Hoặc giả, "Nỗi Nhớ Quê" đã trùng trùng phủ ập ngay trên quê hương mình đang sống, bởi ánh trăng và cảnh thổ đã từng phút giây đổi thay cùng lúc với những dự định cho tương lai mờ mịt? Tại sao ba vầng trăng tròn từ nhạt đến đậm? Tại sao là vườn chuối và thuyền độc mộc và người áo vải nón lá thổi sáo? Tiếng sáo gọi hồn cố quận hay hồn quá khứ? Cũng có thể rằng tiếng sáo để gọi một hồn hiện tại đã lạc loài trên biển đời tang hải chưa biết về đâu?

Ở bức First Snow, cùng thuộc loại tam bộ họa. Ba bức tranh trong một bức tranh. Một người đàn bà mặc áo dạ đầu quấn khăn, khăn phủ xuống choàng quanh cổ. Bức đầu vẽ mặt người đàn bà với những nét đậm, cứng, đứng dưới một vòm cây khô trụi lá.

Bức kế, vòm cây khô trụi lá biến mất. Một khoảng ánh sáng từ sau người đàn bà dâng lên cao. Bức này khuôn mặt người đàn bà được vẽ tỉ mỉ. Sau lưng người đàn bà là thềm sân nhà phủ đầy tuyết trắng.

Bức thứ ba vòm cây xuất hiện lại trên đầu người đàn bà với những đốm lá tuyết. Và người đàn bà được vẽ như âm bản như trong một phim chụp hình.

Bí ẩn của First Snow nằm sau lưng người đàn bà. Mùa tuyết đầu tiên trên xứ lạ. Hay bí ẩn của bức tranh đã nằm trong không gian mùa đông của tuyết lạnh ở một xứ sở chưa quen?

Từ những viên sỏi bên ly nước lạnh, trên một tấm vải trắng lạnh... Những đốm tuyết lạnh... Tranh NTK dường như luôn có không khí của một chút gì đó hoang vu câm lặng và quạnh quẽ.

Ngay cả khi NTK lấy chủ thể là màu đỏ cadium: Bức Red Dragonfly vẽ cùng người đàn bà trong First Snow mặc quần áo len đỏ. Đầu bà đội nón len và cổ quấn khăn len, bàn tay phải cầm đôi găng, đứng giữa cánh đồng với chân trời cuối xa. Và xung quanh bà là những con chuồn chuồn đang bay vờn. Bức tranh nhiều màu đỏ vẫn "lạnh". Phải chăng vì người đàn bà trong tranh đội nón len và quấn khăn? Hơn nữa tay phải bà còn cầm một đôi găng... Có thể những chi tiết này ảnh hưởng tới cái "chất lạnh" trong bức tranh đôi chút! Tuy nhiên, theo tôi, rốt ráo là cách dùng màu và bố cục của NTK đạt tới một kỹ thuật tân kỳ. Kỹ thuật làm người thưởng ngoạn tranh ông bị chập chờn giữa sự cách biệt, xa vắng. Tôi muốn nói đến cái chất "sang cả" trong tranh NTK; cùng lúc với sự gần gũi trước mắt, hay nhìn thấy nhiều lần đâu đó... Như cuốn sách cũ, với nhành cây khô nằm vắt ngang trên.... Như những chiếc ly thủy tinh nằm tập họp trên mặt bàn nghiêm.

Đặc tính tranh NTK là subject rất bình thường. Bình thường đến mức khác thường. Bình thường đến độ làm người ta ngạc nhiên. Người đàn bà. Cánh đồng. Chân trời xa. Những con chuồn chuồn. Đâu có gì là cầu kỳ phải không? Nhưng mang tất cả nào người, nào cánh đồng, nào chân trời và đám chuồn chuồn đặt vào một không gian và chủ thể màu đỏ rực rỡ là bộ quần áo người đàn bà... Và với ánh sáng trong như lưu ly trong không gian làm người xem tranh thấy được sự im vắng... Bỗng nhiên bức tranh làm người xem "cảm" được cái lạnh của không gian của bức tranh. Ánh sáng. Sở trường của NTK là ánh sáng. Ánh sáng rất thật. Thật một cách điêu luyện, nhuần nhuyễn.

Và chính kỹ thuật ánh sáng của NTK đã tạo nên "Chất Thơ" trong tranh ông. NTK vẽ như một tay realist. Nhưng vô hình chung tác phẩm của ông vượt qua bức tường realism và trở thành super-realism ở một dạng thức lôi cuốn và dẫn dắt người xem tranh ông "đi lạc" tới những bến bờ khác. Những bến bờ không phải là sự "hiện thực" (realism) mà ông đã vẽ.

Bạn thấy gì trên cuốn sách mòn cũ một nhành lá vàng úa. Mặt bàn vàng mốc khuất ẩn vào khoảng không gian nâu đen. Bìa cuốn sách xanh tựa cũng có ẩn màu vàng. Những đốm úa trên lá như buồn buồn. Một bài thơ siêu thực chăng? Một nỗi buồn vu vơ chăng?

Không. Tôi thấy đó là một nỗi buồn của cuộc đời. Của quá khứ. Của kỷ niệm. Nhưng nếu bạn muốn tôi nói rõ hơn về nỗi buồn này thì tôi chịu. Nó chỉ man mác. Như tiếng chiếc lon trên đường phố khuya bị một tay du thủ đá chơi vào góc tường. Như tiếng khua của cây gậy một người mù vào hàng rào nhà ai lúc nửa khuya. Nó rất cuộc đời. Nhưng cũng rất mơ hồ! Chẳng phải cuộc đời này vốn là mơ hồ sao?

Bởi đó, cái quá khứ như ẩn, như hiện trong màu sắc tranh NTK cũng mơ hồ như vậy. Và dĩ nhiên, cái thứ kỷ niệm loáng thoáng trong tranh ông là thứ kỷ niệm không tên.

Đừng cố hồi ức về một kỷ niệm, khi bạn đang đứng trước một bức tranh của NTK! Bức tranh, có thể làm bạn bồi hồi như bắt gặp một cái gì đó trong ký ức. Nhưng nó vừa mơ hồ lại vừa rất thân quen. Tôi chỉ có thể nói: Nó rất blue... Hay cái hơi hướm của nhạc Jazz chìm ẩn trong tranh NTK.

Nhưng nếu bạn biết là, trong một họa sĩ NTK, còn có một NTK nhạc sĩ và ca sĩ. NTK sáng tác nhạc và có một giọng hát rất khỏe, rất nhà nghề. Như vậy, chuyện cũng đâu có gì lạ, phải không.

Nhưng tôi muốn bàn tiếp, bàn thêm về những thơ mộng và bí ẩn trong tranh NTK. Trên hết, đó là sự sống mãnh liệt.

Một trái táo bị sâu ăn. Những mảnh còn nguyên vẫn bóng lên màu đỏ hay màu xanh của táo. Khoảng sâu ăn chìm ruỗng. Như những mảnh lá bị héo úa. Quắt lại. Nằm ngập trong một khoảng tối.

"Đời sống ôi buồn như cỏ sâu"

(thơ Nhã Ca)

Bạn đã từng bao giờ thấy một lá cỏ "bị" sâu chưa? Ôi! Nhìn một lá cỏ sâu, ai mà không buồn cho được!

Và khi buồn, thì:

"Con sâu đo ngược lên cành khổ"

(thơ Trần Nghi Hoàng)

NTK ngoài đời sống giao tế luôn hoạt bát, vui vẻ. Sao tranh ông cứ đằm đắm trong những nỗi buồn? Nhưng là những nỗi buồn cao sang như của một tay giang hồ, nhìn ra bất cứ nơi chốn nào, bất cứ cảnh thổ nào, bất cứ vật thể nào cũng có những cái đẹp não lòng... Mà một con người thì quá giới hạn... Không thể hiện diện khắp mọi nơi có cái đẹp đó. Và đời người thì quá ngắn, không đủ đông dài để cho ta la cà khắp những biên cương của cái đẹp. Từ trong một trái cà chua, cái bao đựng thức ăn mua ở super market. NTK vẽ màu vàng (mà không hẳn vàng) của cái bao ở chợ hay vẽ những củ hành tây trong một xó bếp, những củ hành đỏ trên mặt bàn ăn... tất cả tất cả, vẫn có thể làm nao lòng người. Dường như trong chất màu mà NTK pha trộn nên "như thật", rất là realism đó, nó có cái gì từ trong hơi thở tác giả. Và tôi thấy rằng, chính hơi thở của NTK trong tác phẩm của ông, đã tạo thành Hơi Thở Thơ trong Hội Họa của NTK.

Những khoảng tối trong tranh NTK buồn buồn như dấu một cái gì bí ẩn. Những khoảng sáng, rực rỡ trong những bức landscape của ông, ngoài nét cao sang ra, nó vẫn khuất mặt người. Khuất mặt niềm vui. Hay có thể nói, niềm vui trong tranh NTK rất lặng.

Hầu hết, tranh landscape của NTK vẽ cảnh thổ vùng New Hampshire. Boston... Hardvard. Những khoảng đường. Những phố thị. Nhưng thiếu vắng bóng người.

NTK có khá nhiều tranh vẽ những góc phố, những cao ốc quanh Hardvard Square. Vẫn vắng bóng người. Bức duy nhất (?) có sự hiện diện của con người là bức NTK vẽ ngôi nhà thờ ở Hardvard. Một gã bum, gã bụi đời ngồi gục đầu trước cửa nhà thờ.

NTK không vẽ người trong phong cảnh. Ông vẽ người là chủ thể chính ở những nơi khác. Bức Red Dragon vẽ người đàn bà y phục đỏ là chính. Phong cảnh và chân trời mờ nhạt sau lưng chỉ là backdrop. Những con chuồn chuồn cũng là backdrop.

Sẽ có người tự hỏi: Sao NTK vẽ người rất tới như thế, mà trong tranh phong cảnh, ông lại rất ít khi vẽ người. Tôi tự trả lời theo cái nhìn của tôi: Trong tranh landscape của NTK, thực ra, con người hiện diện đầy ra đó chứ! Trong những ngôi nhà đẹp đẽ kia. Sau những bức tường, những vòng rào. Những rừng cây. Ở đâu mà chẳng có con người. Những con người dấu mặt trong sự bí ẩn của đời sống.

Bởi vì, sự bí ẩn, sự sống, hơi thở thơ là một khế hiệp tuyệt vời trong tranh NTK.

Còn nữa, sự cô đơn và hoang lạnh của cuộc đời. Như vậy, tranh NTK sang nhưng lạnh. Lạnh nhưng lại có sự nồng nàn của sức sống nghệ thuật.

NTK triển lãm ở vùng Wshington D.C. như vậy là đã ba lần. Mỗi lần sau càng thành công hơn lần trước. Người yêu tranh NTK ngày càng thấy ông đã bước đi những bước rất dài trên con đường của hội họa ông.

Có lần, trong một cuộc rượu, khi tôi và vài người bạn khác khen là NTK vẽ càng ngày càng tới. NTK đã cười nói:

"Ngày trước, tôi vẫn làm công việc "tìm một ý nghĩa, một triết lí gì đó cho mỗi bức tranh mình sắp hoặc đang vẽ. Điều đó thật ngu xuẩn. Bây giờ, tôi vẽ những gì mình thấy trước mắt. Và tôi khám phá ra rằng, cái ý nghĩa của mỗi bức tranh, chính là công việc tôi đang làm: VẼ NÓ."

Virginia, Dec 15, 2004

KHÚC REQUIEM CHO ĐỖ NAM CAO

1. Có những người, thơ viết không nhiều, nhưng nhất định là thi sĩ chân chính. Đỗ Nam Cao là một trong những người ấy. Anh còn là thi sĩ cực kỳ lãng mạn sót lại giữa chúng ta. Hay bởi vì anh sống đã rất "thơ" nên không cần phải viết nhiều thơ? Kết bạn cùng nhau gần bốn năm, qua Nguyễn Thụy Kha. Nhưng chỉ nửa năm gần đây trước ngày anh mất (Đỗ Nam Cao mất lúc 10 giờ 45 ngày 8 tháng 11 năm 2011), tôi và anh mới thực sự gần gũi thân thiết nhau.

Đó là những ngày tháng Đỗ Nam Cao rời Sài gòn ra Đà Nẵng rồi vào Hội An lang thang làng tre xóm trúc cùng tôi. Anh muốn tìm mua một vạt đất nhỏ ven sông, để cất một căn nhà sàn nằm làm thơ. Đỗ Nam Cao còn hứa cho tôi một căn phòng nhỏ trong căn nhà đó.

2. Đó là những sáng đèo nhau từ chợ Tân An qua khắp cùng các nẻo phố đến chợ Hội An chỉ để tìm mấy đẵn khoai mì củ nhỏ bằng ngón tay cái... những chiều Rừng Tre Bờ Kè hai thằng ngồi lặng, nhìn mải miết ngọn ráng cuối ngày chiếu rực An Hội mây trũng lưới trời sóng sánh nghiêng ly, cười ha hả miệng... Con cá vược 18 kg vừa bắt được từ dưới sông Thu Bồn vỡ òa niềm vui của cặp vợ chồng người dân chài trong anh và trong tôi. Đó là những tối từ Trần Bình Trọng Đà Nẵng nhà anh hai thằng rủ nhau tản bộ ra bờ sông Hàn phanh ngực đón gió rồi về mở chai rượu thuốc đối ẩm thâu đêm. Hay trong căn nhà nhỏ tôi thuê ở Hội An giữa tù mù mưa khuya tôi hỏi giờ mình uống chai nào Tây hay Ta anh cười lớn "Biết chết liền"... Tôi khui chai Dewar's 12 Đà Linh tặng từ năm trước rồi ôm trái xoài tượng K.P mua để lại, rồi hai thằng kéo nhau ra quán Trạng Nguyên...

Những cuộc rượu chân Nam đá chân Bắc tôi và Đỗ Nam Cao
đã uống từ hàng quán sang trọng ra tới hè phố Sài gòn cùng Nguyễn
Thụy Kha... nửa khuya về sáng ba thằng ôm vai nhau vừa đi vừa nói
những chuyện trên trời dưới đất mà cực vui... Cuộc sống và nỗi buồn
như một thứ âm hồn bất tán... Chỉ còn những cuộc vui cùng bằng
hữu và rượu... Đỗ Nam Cao có lần viết:

"*Em đẹp và điếu xì gà*
Chiều mưa ngà ngà trên đường Trương Định
Rượu ngon và bạn bè ngon
Cùng một ly uống xoay tròn

Tôi ngồi và tôi ngẫm ngợi
Chuyện người vời vợi lẫn với chuyện ma
Rượu ngon và điếu xì gà
Em đẹp và mưa bay qua

Tôi ngồi và tôi buồn bã
Mặt đường lã chã mặt bàn lai rai
Bạn tôi và tiếng thở dài
Rượu vừa uống hết nửa chai

Một chai rồi chai chai nữa
Chuyện đời như lửa chuyện mình như sương
Ngực nặng và bàn tay run
Lạnh và mưa cũng mau hơn"

(Đỗ Nam Cao, Mưa Rơi)

Phải rồi! Chỉ còn rượu ngon và bạn bè ngon. Cho dù ngực nặng
và bàn tay run. Lạnh và mưa cũng mau hơn.

3. Cả đời Đỗ Nam Cao bị ám ảnh bởi cô cắt cỏ trong truyền thuyết
huyền thoại về cuộc gặp gỡ kỳ lạ với Thánh Tản Viên. Ám ảnh đó
mang anh đi càng lúc càng xa như một ảo vọng... liên quan tới cỏ.

Đỗ Nam Cao đọc tôi nghe giữa hai ly rượu:

"Đêm thủ thỉ thầm thì nói chuyện cùng tôi
Bằng giọng gió và mầu đêm đậm đặc
Nào thấy gì đâu chỉ nghe tim đập
Đêm Trảng Cỏ phập phồng, xa xôi..."

(Đỗ Nam Cao, Đêm Trảng Cỏ)

Đỗ Nam Cao nằm giữa Trảng Cỏ nghe đêm thì thầm hay anh đang nghe "Cô Cắt Cỏ" về quanh quất đâu đó nói chuyện cùng anh.... Vốn rất hiếm khi làm thơ lục bát, Đỗ Nam Cao lại viết trường ca "Cô Cắt Cỏ" bằng thơ lục bát.

"Thôi về tắm bãi Tự Nhiên
Cho em tắm để thánh hiền lòi ra
Con vua cũng thể đàn bà
Dẫu chàng đánh dậm vườn là đàn ông"
....

(Đỗ Nam Cao, Hỡi Cô Cắt Cỏ)

Và:

"Thảo thong thả cỏ
Sương nhỏ giọt đê
No nê diều gió
Kìa con nghé ngọ
Ngó ngó nghiêng nghiêng
Ngọn khói láng giềng
Leo theo giàn mướp
Sang nhà hàng xóm
Thơm mùi cá kho"
....

(Đỗ Nam Cao, Thảo)

Thảo thong thả cỏ... chưa thấy ai nâng niu "cỏ" như Đỗ Nam Cao! Với anh, cỏ có hồn và đã lắm phen chuyện trò tâm đắc cùng anh.

4. Rồi Lê Quân từ Sài gòn bay ra Đà Nẵng để cùng nhau quay phim tài liệu như đã hẹn. Thì ra Đỗ Nam Cao đã đi tiền đạo để lấy địa hình. Thế là ùa nhau lên xe van. Mỹ Sơn nắng lóa trập trùng tôi đã đi mấy lần nên ngại ngần ngồi lại cái băng gỗ đầu ngõ vào Thánh Địa cùng anh Vũ Trọng Quang và Đỗ Nam Cao. Lê Quân một mình vác 61 kg dụng cụ quay phim phom phom phóng vào khu tháp cổ. Ngồi một lúc, Đỗ Nam Cao như chạnh lòng vì thấy Lê Quân một mình xoay sở, anh đứng lên nói:

"Để tôi vào xem không chừng thằng Quân nắng quá nó bị xỉu bất tử cũng nên".

Sau Mỹ Sơn là Trà Kiệu kinh đô cũ của Champa... rồi về Hội An lấy cảnh phố cổ...

Tôi kéo mọi người ra Bờ Kè Rừng Tre... Đặt mua một con gà mái tơ đang cục tác, nhờ anh Tấn chủ quán cà phê làm thịt nấu cháo và trộn gỏi để nhậu... Lê Quân mải miết với con sông Thu Bồn và rừng tre... sóng nhấp nhô, tiếng ghe máy xập xình... Tôi nói:

"Ngồi đây buổi chiều tối, nghe tiếng một con ghe máy xình xịch thật là buồn..."

Lúc Lê Quân quay chùa Cầu... tôi và Đỗ Nam Cao có nhiệm vụ đốt nến chỗ hai vị thần khỉ... cho có chút ánh sáng để lên phim... Khi ra bờ sông Hoài, Lê Quân lấy được cảnh Đỗ Nam Cao và tôi ngồi uống bia trong ánh sáng ngọn đèn dầu tù mù của đêm rằm Hội An tắt điện. Đêm đó về Đà Nẵng, trong phòng một khách sạn, xem lại những thước phim quay trong ngày, tới cảnh này, một cảnh như của cõi âm chập chờn ảo mộng, Lê Quân kêu lên:

"Đèn không hắt bóng! Đây là cảnh để đời. Hai thi sĩ già uống rượu bên bờ sông khuya..."

5. Cuối tháng 5 tôi bị tai biến vào nằm bệnh viện Thái Bình Dương. Đỗ Nam Cao từ Đà Nẵng vô Hội An thăm. Anh về lại Đà Nẵng

nhưng ngày nào cũng điện thoại hỏi sức khỏe và diễn tiến bệnh trạng tôi cho tới khi tôi xuất viện về nhà điều trị vẫn thế. Bẵng đi ba ngày không thấy anh gọi. Tôi bỗng nghe lo lắng trong lòng. K.P nói anh thử gọi anh Cao xem sao. Tôi gọi. Anh nói mấy hôm nay anh cũng vô bệnh viện C Đà Nẵng vì bị viêm dây thần kinh mắt... Sau đó, anh lại vào Hội An chơi với tôi. Anh than dạo này anh cũng cảm thấy mệt mỏi. Tôi thì bác sĩ đã cấm rượu, chỉ còn được uống tí vang và bia lai rai... Anh đèo tôi ra bờ *Bờ Kè Rừng Tre*... Hai thằng kêu hai chai bia, ngồi hơn ba tiếng đồng hồ uống vẫn không hết... Anh cười:

"Mẹ! Vậy là tàn đời hai bạo chúa rồi! Uống hơn ba tiếng đồng hồ, mỗi thằng không cân nổi một chai bia..."

Anh nói có mang theo cuốn "Thiền Uyển Tập Anh" tặng tôi nhưng còn cần dùng mấy hôm rồi sẽ mang vào... Nhưng anh không bao giờ vào Hội An với tôi nữa... Mấy hôm sau anh điện thoại nói có việc gấp phải về Sài Gòn, giải quyết xong sẽ ra lại... Cuốn Thiền Uyển Tập Anh và tập thơ "Dính" của anh đã đưa cho cháu Phương, con gái anh đang ở Đà Nẵng. Tôi có ra Đà Nẵng thì cháu đưa cho... Hay nếu cháu có dịp vào Hội An sẽ mang cho tôi...

6. Đỗ Nam Cao sẽ không ra Đà Nẵng, sẽ không vô Hội An lang thang Bờ Kè Xóm Trúc hay Mỹ Sơn Trà Kiệu với tôi nữa... Mấy ngày sau tôi gọi vô hỏi thăm thì anh đã vào nằm bệnh viện... Bao nhiêu dự tính cùng nhau chưa thực hiện! Anh hứa sẽ đưa tôi đi tới những vùng quê có những miếu đền lịch sử ngoài Bắc... Anh nói:

"Thằng Kha nó lười lắm, chả đưa ông đi đâu... Gặp nó chỉ có ngồi uống rượu. Tôi sẽ đưa ông đi..."

Anh đã từng lo tôi sẽ bỏ đi trước anh lần tôi bị tai biến... Nhưng anh đã chen ngang giành đi trước tôi, anh nói vì anh lớn tuổi hơn tôi. Bác sĩ cấm kệ bác sĩ, tôi rót hai ly này mình cạn cùng nhau... Hê hê thương mến lắm khổ lắm Đỗ Nam Cao nhé...

Hội An, 15 tháng 11, 2011.

NHỚ GIANG HỮU TUYÊN,
ĐỌC LẠI "TRỜI MƯA ĐI PHÁT BÁO"!

Tôi và Giang Hữu Tuyên vốn đã "văn kỳ thanh" nhau từ lâu. Hơn hai mươi năm trước, thời còn ở California, tôi đã từng đọc thơ Tuyên. Cách nay dường như bảy năm, tôi từ California đến Virginia rồi tái định cư ở đây, tôi gặp Tuyên lần đầu. Tuyên nói cũng đã đọc nhiều thơ tôi!

Vẫn không tránh được "nghiệp làm báo", tôi ra tờ Lẽ Phải và lại thành bạn đồng nghiệp của Tuyên tại vùng Washington D.C.

Tuyên làm báo. Tuần báo Hoa Thịnh Đốn Việt Báo. Nhưng Thơ vẫn là cái cốt tủy mà Tuyên trân quí. Tuyên nói đến Thơ như tín đồ nói đến tôn giáo của mình. Nhưng trên hết, Tuyên là người rất cẩn trọng với chữ nghĩa. Từng chữ, từng chữ. Và Tuyên là một trong rất ít người miền Nam viết đúng những dấu hỏi, ngã.

Tôi không biết nhiều về Giang Hữu Tuyên. Ngoài chuyện Tuyên từng là một trong vài người đầu tiên của Mặt Trận Hoàng Cơ Minh. Tôi không biết Tuyên đã đến với Thơ như thế nào. Và từ bao giờ. Nhưng tôi nhận ra từ Thơ Tuyên một dòng Thơ chuyên nhất, bình dị nhưng chất lọc. Chuyên nhất ở cái Tình với luống cải, vườn rau. Trái cà, nụ mướp... hình ảnh đồng bằng quê hương Nam Bộ. Bình dị nhưng chất lọc vì tôi cảm được như Tuyên đã chọn từng chữ cho câu, và từng câu cho bài thơ của Tuyên. Những bông bưởi, rặng tre... trên bờ sông hiền hòa... Nhưng những con sông trong tâm tưởng của Giang Hữu Tuyên cũng đã bao lần đoạn trường với mệnh nước:

Tuyên mở đầu "Trời Mưa Đi Phát Báo" bằng 4 câu thơ mang tựa "Về Giòng Sông Trẹm":

"Chinh chiến người đi như lá mục
Giòng sông kia nước đỏ thêm hoài
Máu ai chảy từ bao năm trước
Mà nối không liền được đất đai"

Tuyên là người thứ hai đã mang dòng sông Trệm nước đỏ phù sa vào thi ca văn chương. Dương Hà hơn năm mươi năm trước đã viết tiểu thuyết "Bên Giòng Sông Trệm", dựng lại không khí hào hùng thanh niên Tiền Phong Nam Bộ vác gậy tầm vông chống Pháp, một thời làm nao lòng nhiều người đọc. Nhất là, người đọc miền Nam ruộng đồng sông lạch...

Không chỉ dòng sông Trệm lịch sử được Tuyên mang vào Thơ ông. Mà hầu như những gì tầm thường nhất, những rau trái cỏ cây của đồng bằng Nam Bộ đều được Giang Hữu Tuyên chắt chiu từng hình ảnh. Và, điểm độc đáo của họ Giang là đã dùng thơ của ông mang những thứ tầm thường đó đến với người đọc thơ ông, để họ cũng cảm nhận được niềm thân thương tỏa ra từ luống cải vườn cà mà ông gói ghém gửi trao.

Tuy nhiên, tôi lại thấy, ẩn tàng sau những hình ảnh mộc mạc cỏ cây rau trái trong thơ Giang Hữu Tuyên, cái mà ông muốn nói đến, muốn nhấn mạnh đến là cái tình quê hương sông núi:

Xin trích hai đoạn trong bài "Bông Bưởi Chiều Xưa":

"Những gốc cam già lặng im không nói
Như lòng anh xếp kín chuyện quay về
Bởi anh biết mai nay đời lửa đạn
Sóng nghìn trùng vỗ dập cuốn chân đê

Từ hiên nhỏ nhìn ra con sông rộng
Dáng núi chiều hùng vĩ chắn chân mây
Thuyền ai thấp thoáng đi về phía ấy
Mà vang rền giọng hát cuối trời Tây"

Trong thơ Giang Hữu Tuyên, hình ảnh người trai, người thanh niên luôn đậm nét hào hùng:

"Nên em ơi! Tình riêng anh đã quyết
Gửi theo dăm bông bưởi rụng chiều xưa"

"Bông Bưởi Chiều Xưa" với ba đoạn trên từng đoạn bốn câu. Tuyên kết bài thơ bằng hai câu như thế đó!

Người thanh niên đó rồi phiêu bạt theo dặm trường sông núi. Tình riêng đã quyết... nhưng cũng có một lần nào qui hồi cố hương, con chim giang hồ trở về chốn cũ:

Chốn Cũ
"Theo lạch nước chim về lối cũ
Bờ kinh dài ngát mấy bông hoa
Đất đai đã có gì thay đổi
Mà gió chiều nổi trận phong ba"

Dường như, trận phong ba không nổi lên từ ở thiên nhiên trời đất. Mà là trận phong ba trong lòng người trai trẻ!

Tôi là người cuối cùng nghe được giọng nói của Giang Hữu Tuyên. Qua điện thoại. Chiều thứ năm, ngày Lẽ Phải phát hành. 4 tháng 11 năm 2004. Khoảng hơn ba giờ, tôi đang đứng trong Eden shopping center với Nguyễn Minh Nữu, sực nhớ ông Quảng Đức có trao cho nhiệm vụ mời dùm Tuyên đến nhà tối hôm đó nhân có Nguyễn Trọng Khôi từ Boston đến D.C. triển lãm tranh. Tôi bấm số cell phone của Tuyên. Tuyên bắt máy. Tôi nói: "Tối nay đến nhà ông bà Quảng Đức Ngôn Ngữ gặp nhau nghe. Có Nguyễn Trọng Khôi về triển lãm tranh." Tuyên nói: "OK. Mấy giờ? Có những ai vậy?..." Rồi Tuyên ho và ho như hụt hơi. Tôi chưa kịp trả lời, điện thoại Tuyên đã cúp. Tôi gọi lại. Võ sư Vương Đình Thanh bắt máy. Ông Thanh nói Tuyên ho ra máu và đã ngất xỉu, rồi cúp máy. Tôi nói lại với Nguyễn Minh Nữu. Cải hai chúng tôi đều không tin là võ sư Vương Đình Thanh nói thật. Ông Vương Đình Thanh này rất là hay đùa dai. Nhưng khoảng vài tiếng đồng hồ sau đó, tôi mới biết là quả thực là

Tuyên đã ho ra máu và gục ngay lúc đang nói chuyện với tôi, tại phi trường Reagan ở D.C. Giang Hữu Tuyên và Vương Đình Thanh vào phi trường để lấy báo Việt Tide số 117. Tuyên là người đại diện phát hành của Việt Tide tại Virginia...

Những ngày Tuyên hôn mê trong George Washington Hospital, tôi vào thăm nhiều lần. Lần chót, tôi nói với chị Trương Ngọc Sương. Chị Sương nói: "Tuyên đi mà không dặn dò nói năng gì hết!" Tôi nói: "Chị Sương có biết, tôi là người cuối cùng nói chuyện với Tuyên không?" Chị cười đập nhẹ vào tay tôi trong nước mắt đầm đìa: "Anh Hoàng nói gì với Tuyên, để Tuyên ra nông nỗi vậy?" Tôi lắc đầu cười buồn quay đi.

Đêm hôm đó, về lục tập thơ "Trời Mưa Đi Phát Báo" của Tuyên ra, lơ đễnh lật từng trang. Tôi chợt thấy bài "Đất Gọi Người Đi". Chị Sương ơi! Thì ra, đâu phải Giang Hữu Tuyên đi mà không nói lời gì để lại. Chị đọc đi, đọc bài thơ "Đất Gọi Người Đi" của Giang Tuyên (tên gọi tắt tôi hay dùng để nói chuyện với Tuyên. Như Tuyên thường gọi tôi là Nghi Hoàng), chị sẽ biết là Tuyên đã nhắn gửi như thế nào cho người ở lại. Tôi xin chép nguyên bài thơ mà tôi gọi là "Di Chúc" của Giang Tuyên:

"Đất gọi người đi buồn biết mấy
Sông dài chảy xiết một giòng thôi
Từ nay chín cửa mưa mù lối
Sông nước bồng bềnh nhánh củi trôi"

Đã nhiều năm vắng xa biển biệt
Mưa nắng hai mùa gieo nhớ thương
Mương nước nhỏ chờ bông cải ngọt
Vượt mình trên mạch đất quê hương

Nhưng chẳng thấy đâu giờ hạnh phúc
Đàn chim bay mãi chửa về nay
Áo cơm lần lữa qua ngày tháng
Mộng ước lui dần xuống kẽ tay

Rừng phong u ẩn nằm im tiếng
Chiều phả hơi sương lạnh nỗi nhà
Việt Điểu Cành Nam ôi cách trở
Ngựa Hồ còn hí Bắc Phong xa

Mai này trong chuyến tàu thiên cổ
Nếu có người thương tiếc tiễn đưa
Xin hãy rắc thêm vào huyệt mộ
Chút tình hệ lụy núi sông xưa."

Chút tình hệ lụy hay là thiên cổ kỳ oan? Lạp cự thành khôi lệ nến nhang tàn! Có một cái gì u uất trong lòng mà đến nỗi khi đã leo lên chuyến tàu vĩnh biệt nhân gian, Giang Hữu Tuyên còn nhắc nhở người đưa kẻ tiễn hãy rắc xuống huyệt mộ mình chút tình sông núi???!!! Dù đó là thứ tình hệ lụy nghiệt cô? Tôi không biết!!! Chỉ là những cảm nhận của một người làm thơ với một người làm thơ. Và như thế là, con đường Tuyên muốn đi chưa kịp tới. Hay chẳng còn bao giờ tới nữa. Cái đích của trầm luân lý tưởng. Bây giờ Tuyên chỉ tới được cái điểm cuối của luân trầm cuộc đời. Cuộc chơi chưa hết. Chưa hết thì còn gì? Còn những chi chi???

Cho nên, *"Dẫu Vườn Xưa Có Thành Hoang Phế"*:

". . . . . . .
Nén đau thương gặp chùm bông bí
Ăn đi con để kịp lên đường
Dẫu vườn xưa có thành hoang phế
Cũng nên về dựng lại quê hương."

Giang Hữu Tuyên thôi rồi không còn trở về nữa để dựng lại một quê hương tâm tưởng. Nhưng nói cho cùng, Tuyên đã về thực sự bên kia Bờ Quê Hương của một đời người. Sau năm mươi lăm năm làm một cuộc rong chơi tận lực. Tuyên đã về. Thực sự trở về. Nhưng chẳng biết bây giờ, ngay trong phút giây này, Giang Hữu Tuyên có nhớ lại một ngày Đi:

Mùa Xuân Gửi Ngọn Bạc Hà
. . . .
"Bữa đi bông cải nở vàng
Sông chia nhánh chảy tóc ngàn dặm bay
(Lu không nước đã bao ngày)
Mà người thệ hải vẫn hoài ngóng trông."

Ai là người thệ hải. Ai là kẻ vẫn hoài ngóng trông? Hình tượng hay biểu tượng?

Tôi ngờ rằng cái "người thệ hải" đó của Giang Tuyên có khi lại chính là người mẹ già của một biểu tượng:

Mẹ Là Tình Ngọn Cải Đọt Rau
. . . . . .
"Mẹ ơi! Vì Mẹ mà chúng con quyết lòng đi tới
Mẹ ơi! Vì Mẹ mà chúng con quyết lòng vun xới quê hương."

Và người Mẹ ở đây, không còn là một người Mẹ máu thịt xương da nữa. Mà là Người Mẹ Quê Hương. Và, đã có những đêm khuya sau những ngày cơm áo, Giang Hữu Tuyên đã từng trong mơ thấy một chuyến trở về:

Tôi Thấy Tôi Về
"Tôi thấy tôi về đứng trước nhà xưa
Con sông nhỏ đang giờ nước lớn
Chiếc xuồng bập bềnh trong ụ nhớ thương
Cơn gió thoảng một chút hương nồng quen thuộc
Mẹ tôi nước mắt thành dòng
Ôm đứa con nhiều năm mong đợi
Miệng nghẹn ngào không gọi được con ơi

Tôi thấy tôi về ghé lại vườn xưa
Khia sắn vui cười bên giàn đậu đũa
Bông mười giờ nở những nụ hân hoan
Đón chào những người đi trở lại"
. . . .

Tôi thử hình dung, dường như, những năm tháng lưu xứ trong đời Giang Hữu Tuyên, là từng ngày của một giấc mơ quen. Giấc Mơ Lớn. Giấc mơ trở trăn thao thức và lắm lúc ngậm ngùi.

Phải chăng, nỗi thao thức ngậm ngùi đó, khiến cho Tuyên đã một lần nào thúc thủ ngó lại thân tâm mình:

Lửa Cháy Rừng Thu
"Thế cờ bày cuộc phân ly
Ta tên quân dại phải đi hàng đầu
Tay cầm vạt áo để khâu
Mà sao mối chỉ làm đau lòng mình
Cây rầu, cỏ đứng lặng thinh
Chim căm hờn ó chim hình như bay
Mưa trời gió núi lắt lay
Bạt ngàn lửa cháy một ngày rừng thu"

Giang Hữu Tuyên đã muốn gửi gấm gì trong tám câu lục bát này? Gần như chúng ta khó tìm trong thơ họ Giang những ý, lời hằn học đắng cay chua xót như trong "Lửa Cháy Rừng Thu". Tôi đã từng nhận xét trong những dòng mở đầu bài viết này: Thơ Giang Hữu Tuyên chuyên nhất, bình dị nhưng chất lọc. Ở "Lửa Cháy Rừng Thu", cái chuyên nhất bỗng sủi lên sự chua xót hằn học. Và chất bình dị bỗng lên men thành đắng cay cay đắng!

Tuyên đã nhận ra mình là một tên "quân dại" trong cái thế cờ phân ly! Nhận ra, nhưng vẫn nuốt nước mắt "cầm vạt áo để khâu". Giang Tuyên muốn khâu vá gì cái vạt áo đó? Cái vạt áo mà từng mối từng mối chỉ, đã làm đau lòng người đang muốn hàn gắn khíu vá cái vạt áo rách hay đã sút chỉ mòn bâu. Người đó là Giang Hữu Tuyên.

Xem ra, trong một Giang Hữu Tuyên xuề xòa cười nói, giỡn đùa với bằng hữu thân quen; hay ở một Giang Hữu Tuyên chăm chút thương lo cho gia đình vợ con nó còn một Giang Hữu Tuyên khác! Một Giang Hữu Tuyên khép kín và phức tạp. Nhưng cái chuyên nhất vẫn là cái chung một Giang Hữu Tuyên đầy tình cảm con người.

Mưa ngàn, gió núi...
Lửa cháy rừng thu...

Hơi thơ Tuyên có bi hùng hoặc man mác ở tất cả những bài khác. Nhưng tôi không tìm thấy cái chất thơ nghẹn ngào u uất chỉ có trong bài "Lửa Cháy Rừng Thu" này! Và phải chăng cái nghẹn ngào, u uất một lúc nào đó, đã có lần trở lại trong nguôi ngoai tưởng tiếc trong "Thầm Lặng":

"Người xưa đã chết bao giờ
Mà con sông cũ con đò không đưa
Nói gì với lá thu mưa
Với đêm, đêm tối, với trưa, trưa chiều"

Lá thu mưa, phải chăng là những xác lá rụng tàn tro trong một ngày thu rừng cháy? Và đêm tối, và trưa chiều. Và... và gì nữa????
Hóa ra, là "Đã Cuối":

"Mới đây còn thuở ban đầu
Mà nay đã cuối một màu thiên thu"

Và từ sát na nhận ra được cái "màu thiên thu" của không còn nữa "thuở ban đầu" mà là "Đã Cuối", và tôi tin là không cho một cuộc tình nhỏ mà phải là một Cuộc Tình Lớn. Cuộc Tình Đất Nước, Giang Hữu Tuyên đã ngậm ngùi:

Mưa...
. . . . .
"Mưa trên hưng phế cuộc đời
Mưa từ bi điểm những hồi chuông kinh"

Giang Hữu Tuyên qui y sau khi đã lìa đời! Pháp danh là Nguyên Giác. Song le, những giọt mưa từ bi đã điểm những hồi chuông kinh ở trong tấm lòng con người nặng tình núi sông đó dường như từ một lúc nào lâu lắm...

Nói cho cùng, dù ở, hay về, hay đi và đi biền biệt, Giang Hữu Tuyên sẽ còn ở lại với Thơ mãi mãi. "Ví Dù":

"Một về, một ở, một đi
Thân thì biển Bắc, hồn thì biển Nam
Ví dù tình đã vỡ tan
Trên sông mưa bụi đã giăng giăng sầu
Ví dù áo đã phai màu
Trên tay hạnh phúc đã vào mênh mông
Cám ơn người đã vì sông
Mà cưu mang cả tấm lòng phù sa"

Thế đó, dù Đi, Ở, hay Về... Giang Hữu Tuyên đã sống với một tấm lòng phù sa. Vì sông chăng? Vì núi chăng?

Vì gì đi nữa, thì ngoài "tấm lòng phù sa", Giang Hữu Tuyên lại còn một nhân dáng nữa trong những buổi "Trời Mưa Đi Phát Báo":

"Chiều ngã năm đường năm bảy ngã
Ngã nào cũng ướt giọt mưa rơi
Mười mấy năm làm tên phát báo
Lòng buồn theo thành quách xa trôi"

(TNH ghép và có sửa thơ GHT,
trong tuần Sơ Thất Giang Hữu Tuyên)

Virginia, Nov 17, 2004.

ĐỖ TRỌNG KHƠI:
NGƯỜI GHÉP LẠI THỜI GIAN XÔ LỆCH

Đã từ khá lâu rồi tôi không đọc thơ lục bát. Cứ thấy lục bát trên những tạp chí văn học hay những trang mạng là tôi thản nhiên bảo mình lơ qua chỗ khác, không quan tâm tác giả là ai. Điều này quả tình không nên không phải, nhưng biết sao bây giờ. Vì đó là phản xạ tự nhiên từ những suy nghĩ về thơ lục bát của tôi. Xin đừng có vị nào hiểu nhầm là tôi xem thường thơ lục bát. Chẳng những không xem thường mà tôi trân trọng lục bát như thứ võ công thượng thừa, phải những hào khách đầy đủ bản lĩnh và nội công mới có thể thi triển được.

Lục bát, dĩ nhiên là câu trên sáu câu dưới tám và chữ cuối câu trên vận với chữ thứ sáu câu dưới. Những cố gắng cách tân bằng hình thức đều miễn cưỡng và phá hỏng thơ lục bát. Nhất là những hình thức cầu kỳ lại càng làm thơ lục bát trơ trẽn và lố bịch như tô son trát phấn cho những cô thôn nữ mặc áo tứ thân, váy đụp hay áo bà ba quần lãnh Mỹ A. Tuy nhiên thơ lục bát mà câu trên vần "e" câu dưới vần "è" thì sẽ thành vè mất thôi! Hình thức mộc mạc đơn giản nhưng nội dung lại phải hàm súc. Vẫn là lục bát, nhưng điều kỳ lạ là chỉ có thể cách tân lục bát bằng cách sắp xếp câu chữ để thể hiện nội dung sao cho có những ấn tượng cá biệt với người đọc và có thể tạo được những cảm xúc cá biệt với người đọc.

Nhận được tập thơ "Ở Thế Gian" do Đỗ Trọng Khơi gửi tặng, tôi đọc bài thơ thay lời tựa:

"Có người họ Đỗ tên Khơi
Thân như mây nổi tự thời mới ra
Mặt trần gian chửa thấy già
Nghe sương gió vẫn oa oa khóc cười "

Những nét tự họa thật dung dị nhưng hai câu chót như hàm chứa một cái gì đó kỳ biệt từ tác giả, vẽ ra hình ảnh một người đang ngồi chơi puzzle và bức tranh toàn cảnh là nguyên cả một cõi trần gian:

"Xót ngày hoang hoải con người
Thời gian mấy mảnh ghép chơi vô cùng"

(Tựa, 28/ 8/ 2008)

Những mảnh vỡ vụn thời gian được lắp ghép lại, trong từng mảnh có một không gian riêng:

"Rêu thì tươi đá thì non
Chim muông ngàn tuổi vẫn còn líu lô
Đã từ bao giờ bao giờ
Đào nguyên một gốc ấu thơ Kiều trồng"

(Ngõ Xuân)

Rêu tươi đá non nhưng tiếng líu lo lại là tiếng của chim muông ngàn tuổi. Tiếng chim của bao giờ. Của từ một không gian thời gian nào khác. Thời gian trong thơ Đỗ Trọng Khơi thường là xáo trộn của nhiều mảnh trước sau, nên không gian cũng là xen lẫn giữa hư và thực. Tôi lẩn thẩn nghĩ, phải chi cái thuở Đỗ Trọng Khơi nhìn thấy cô bé Thúy Kiều vun trồng mảnh vườn đào nguyên, chàng ta cứ xông đại vào gùn ghè biết đâu đã nên được một mối tình thanh mai trúc mã như trong bài "Trường Can Hành" của Lý Bạch. Đùa thế thôi, chứ dù mệnh hệ nào đi nữa thì Tiên Điền Nguyễn Du cũng phải dắt Kiều phong trần lưu lạc mười lăm năm Kiều mới là Kiều. Và trong cõi người hoang hoải hôm nay mới có một Đỗ Trọng Khơi nằm ở

Thái Bình ngày ngày chơi trò Puzzlo lắp ghép từng mảnh thời gian xô lệch.

Bài *Ta về cõi ta* dài 14 câu. Tôi muốn làm một người sắc thuốc bắc hay nấu cao quánh đặc nó lại còn 4 câu. Bốn câu gồm câu 7-8, câu 13 và 14. Với bốn câu này, muốn đọc hai câu nào trước cũng được:

> *"Trong bao la một ta ngồi*
> *Một ta chơi với một người là ta*
> *Ta về ở ẩn trong ta*
> *Tấm thân cát bụi như là... thế thôi"*

Hoặc là:

> *"Ta về ở ẩn trong ta*
> *Tấm thân cát bụi như là... thế thôi*
> *Trong bao la một ta ngồi*
> *Một ta chơi với một người là ta"*

Chẳng phải mười câu kia không hay, nhưng tôi thấy chỉ thấy chỉ cần với bốn câu cô đọng này cũng đã đủ chuyên chở một cách xảo diệu những suy nghĩ cảm xúc và tâm ý mà tác giả muốn gửi gắm.

Tinh thần hình tướng hư vô và sắc không bất nhị bàng bạc trong thơ Đỗ Trọng Khơi:

> *"Mà về thăm thẳm tâm linh*
> *Lặng nghe tịnh vắng xóa hình dáng ta*
> *Mà về hóa giữa du ba*
> *Trùng trùng sương lá mùa sa kín lòng*
> *Thân một bến tâm một dòng*
> *Một bầu nửa thực nửa không thu bày"*

(Cẩm Thu, Năm 2000)

Hay:

> *"Cũ càng trời chửa thành xưa*
> *Máu xương thoáng đấy đã thừa trăm năm"*
>   (Thanh minh, 14/ 03, năm Quý Mùi)

Người đọc có thể nhận ra được nỗi cô đơn của tác giả sừng sững trong nhiều câu hay bài thơ xuyên suốt tập thơ. Có thể nói, cô đơn là bản sắc nguồn cội của thơ Đỗ Trọng Khơi. Tuy nhiên đây là bài thơ nói về nỗi cô đơn đó mà tôi cho là trọn vẹn và tôi rất thích:

> *Trà đêm*
> *"Đêm này nương thực cầu mơ*
> *Đôi tình ta với trăng xưa bạn trà*
> *Ánh trăng mỏng tựa lụa sa*
> *Vạc đồng thổi gió sau tà áo trăng.*
> *Trà vừa mới ngậm nước xong*
> *Hương như thức dậy tận lòng cội cây*
> *Chén nghiêng nghiêng một vóc gầy*
> *Tình xao mặt chén động lay vô cùng.*
> *Chân sương gót ngập gót ngừng*
> *Lòng ta đêm thả vào trong lòng trà."*

Bài thơ mang phong vị cổ kính nhưng thoáng chút lãng mạn của Đạo gia. Cô đơn phủ ngập bốn bề nhưng dường như lại là không cô đơn. Chén trà, ánh trăng, tiếng vạc, gót sương, và cả hương trà nữa, như vậy xung quanh "cái ta" cô đơn đó đã có quá nhiều thứ. Lại nữa, tiếng chân sương nhẹ như không kia cũng có thể là tiếng chân của ai đó mà "ta" đang mơ hồ chờ đợi. Một nỗi đợi chờ vô thức.

Đỗ Trọng Khơi có những câu thơ định nghĩa tình yêu khá dễ thương.

> *"Là người cao hơn con người*
> *Lại là người thật thường thôi vui buồn."*

                                   (Yêu, 1990)

Tuy nhiên nỗi cô đơn là người bạn thân thiết nhất của Đỗ Trọng Khơi cho nên ngay cả trong tình yêu tác giả cũng đã dắt tay người bạn ấy cùng đi tìm câu trả lời:

"Một con mắt chợt khép mi
Hỏi đâu là nhớ hỏi gì là thương
Rêu sa lối, cỏ lạc đường
Góc trời nắng gió rong chuông tơi bời
Một con mắt thức tìm người
Đêm qua ở giữa làn môi trăng về."

(Ngày 10, tháng 4, 1999)

Con mắt tri tình đó còn là con mắt nhìn ngược lại vào nội tại thần thức bởi vì đó là cách khép mi để mà nhìn. Cái nhìn Ba la mật, cái nhìn của tâm kinh sâu thẳm. Con mắt này của Đỗ Trọng Khơi có làm tôi nhớ đến con mắt của trung niên thi sĩ Bùi Giáng và hai câu thơ tót vời của ông:

"Bây giờ riêng đối diện tôi
Còn hai con mắt khóc người một con."

(Bùi Giáng, Mười hai con mắt)

Đỗ Trọng Khơi còn có một bài thơ khác cũng có nhắc tới con mắt có thần thức này: trong bài *Tháng Mười*, cả cánh tay và đầu những ngón tay đã cùng con mắt tiếp xúc được với lằn ranh của cõi Atula.

"Sĩu trên mười đầu ngón tay
Ngón sương đậu lạnh ngón cay xót màu
Mặt trăng hằn mấy vết chau
Nghìn trùng về gối mái đầu hoa râm
Những đêm qua cứ như không
Tay một cánh chạm ngọn mênh mông trời
Những đời qua cứ như chơi

Mắt một con chạm đỉnh lời trắng tinh
Tháng Mười đoạn tháng thần linh
Chân một bước lạc ngõ tình thật sâu."

(10/12, 1991)

Tìm người hay tìm yêu là bằng một con mắt, nhưng không biết là tìm bằng con mắt nào. Con mắt khép mi hay là con mắt đang mở ra. Mở ra trùng trùng nhìn vào hư vô biền biệt. Nhưng dù có tìm người tìm yêu bằng con mắt khép mi hay con mắt mở ra trùng trùng, và dù cho chỉ lạc vào ngõ tình bằng một bước chân thôi cũng là một bước chân sâu hút bất khả phản hồi. Bởi vì khi một con mắt ấy đã chạm vào đỉnh lời trắng tinh, tức là đã chạm vào đỉnh lời của vô ngôn thì một bước chân đi lạc ấy cũng đã sa vào cõi miền vô định hướng.

Những lời thơ về cảnh thổ, thời tiết của Đỗ Trọng Khơi luôn là những bài thơ đẹp. Đẹp từ thiên nhiên được tác giả vẽ lại và nhất là đẹp từ những cảm xúc tràn đầy của tác giả thấm đượm vào thiên nhiên ấy. Chúng ta có thể nhìn thấy dễ dàng cái tình yêu nồng nàn của Đỗ Trọng Khơi với làng mạc quê anh nói riêng và với thiên nhiên vũ trụ chung quanh anh.

Góc ngày thu.
"Xanh đương thăm thẳm là xanh
Nắng khô nắng nỏ nằm khoanh góc vườn
Giọng chim vẽ một nẻo sương
Dải trăng thắt một nét buồn tinh mơ
Không gian y một cảnh chùa
Ngày lên thật mỏng chuông khua lại rền
Thanh âm màu sắc ai têm
Miếng trầu cánh phượng mướt mềm môi thu."

(24/ 09/ 2001)

Và ngay những bài thơ viết về thời khắc trong ngày:

Chiều.
"Chiều đựng vào một giấc mơ
Nắng trong chiếc áo đã lờ mờ sương
Chân mây liền với con đường
Làng xa gõ một tiếng chuông lên chiều."

Hay thời tiết sang mùa cũng được Đỗ Trọng Khơi cảm nhận một cách tinh tế:

Thu đi
"Đêm qua trăng rời bờ tre
Tầm tầm gió động sương se ngọn rào
Thu đi đi tự lúc nào
Sáng ra mấy hạt nắng đào chơ vơ."

Cũng có những giây phút cái nhìn của tác giả vào vũ trụ thiên nhiên rất bao quát rộng lớn:

"Thế gian còn một đôi tay
Nạm sâu thì núi, phơi bày thì non."
(Nạm, 06/09/ 1991)

Và lãng mạn đa tình:

"Liễu trăm tuổi chợt tập yêu.
Lấy xanh tơ bẫy tiếng kêu sâm cầm."
(Một chiều Hà Nội, thu năm 2000)

Như đã nói ở bên trên, thơ Đỗ Trọng Khơi bàng bạc một tinh thần hình tướng hư vô và sắc không bất nhị. Tôi đặc biệt tìm thấy một bài thơ thể hiện tinh thần ấy một cách nhất quán, *Cõi không gì.*

"Tôi tự chèo lái lấy tôi
Con thuyền bào ảnh là tôi hay là...

Là tôi thì tôi sẽ qua
Không là tôi cũng như là thế gian
Tôi tự chèo lấy tôi sang
Khi thuyền rời bến thì tan mất chèo
Tôi là một thế gian nghèo
Vay vũ trụ cõi trong veo không gì
Tôi tự chèo lái tôi đi
Đi cho hết cõi không gì mới thôi."

(12/ 09/ 1996)

"*Gate, gate, paragate.*" (*Vượt qua, vượt qua, vượt qua bờ bên kia.* Bát Nhã Ba La Mật.) Nhưng có khi bờ bên kia cũng chính là bờ bên này.

Với ý kiến riêng của tôi, hai câu cuối bài thơ này bị thừa. Nếu tác giả "chịu" dừng lại sau khi viết "*Tôi là một thế gian nghèo. Vay vũ trụ cõi trong veo không gì*" thì bài thơ vẫn vang vọng ngân nga cái dư ba của nó. Những gì tác giả nói ở hai câu chót đó thực ra đã được nói ở những câu trên. Thơ là mật ngôn, tác giả không cần phân tích lý giải hay kết luận. Nhất là loại thơ trầm mặc suy tư. Thơ phải được gửi đi bằng những tín hiệu của tỉnh thức tự tại. Tỉnh thức tự tại là những *satna* của đốn ngộ.

Có thể nói, hầu hết những bài thơ của Đỗ Trọng Khơi là những chập chờn lãng đãng của người thi sĩ trên cõi trần gian bằng đôi cánh hồi tưởng. Hồi tưởng về một quá khứ đâu đó hay có thể về một tiền kiếp nào khác. Những thời khắc tác giả bừng tỉnh trước thực tại hay hiện tại là những thời khắc héo úa u hoài.

Cây Người
"*Ngày mai lá sẽ thôi xanh*
Sắc màu vốn thực mỏng manh bao thời
Bốn mươi năm sắp qua rồi
Ta như một thứ cây người trước thu."

Từ độ chưa qua tuổi bốn mươi mà tâm thế của Đỗ Trọng Khơi

đã mòn mỏi đến vậy sao. Mòn mỏi và như bị bủa vây bởi thành trì của vô vọng.

Những bức tường
"Những bức tường hò hẹn nhau
Khi ngày dứt sắc cây mau trút vàng
Những bức tường đứng thẳng hàng
Và ăn nhẹ nhẹ nhàng nhàng bóng nhau
Không hi vọng chẳng thương đau
Sao như gạch đá thay màu thời gian"

Nhưng dù gì đi nữa thì một giây một phút, một ngày sống hay một trăm một nghìn năm sống, với Đỗ Trọng Khơi vẫn là để chiêm nghiệm cái đẹp ở chung quanh, để chiêm nghiệm cái đẹp ở trần gian. Hãy đọc *Thư ngỏ* của tác giả:

"Ngoài hơi thở đã hư không
Ngoài cái đẹp đã bềnh bồng phù du
Nắng vàng đậu nhánh cây thu
Chiều tàn sương lạnh đã vừa ngàn năm."

Thì dù ngày đã tàn, chiều đã hết nắng, và sương bắt đầu xuống lạnh, cái lạnh phiêu phiêu ngàn năm ngàn năm đeo đuổi thì cuộc chơi sẽ vẫn phải còn. Như lời Đỗ Trọng Khơi đã hứa hẹn: *"Xót ngày hoang hoải con người. Thời gian mấy mảnh ghép chơi vô cùng."* Sắp xếp lại thời gian xô lệch là cuộc chơi vô cùng tận của Đỗ Trọng Khơi.

Pennsylvania, Dec 20, 2016.

KIỆT TẤN: RẰNG QUEN MẤT NẾT ĐI RỒI!

1. Cái thời tôi còn chủ trương tạp chí Văn Uyển. Văn Uyển ra một năm 4 số, theo... mùa. Trên tạp chí thì ghi là Xuân, Hạ, Thu, Đông, chả cần ngày tháng... Nên tôi muốn Văn Uyển xuất hiện giờ nào trong ba tháng của mùa đó năm đó, cũng an toàn, chưa có quý độc giả hay quý văn hữu cộng tác nào tỏ lời phiền trách.

Một trong 4 mùa Xuân Hạ Thu Đông của Văn Uyển năm 1992, có bài Thạch Các, một tay viết phê bình văn học rất sắc bén... mà nhân hậu của Văn Uyển, viết về Kiệt Tấn. Và sau đó, tôi và Kiệt Tấn có giao thiệp qua điện thoại. Từ California nói chuyện với một quận ngoại ô của Paris Pháp quốc. Kiệt Tấn cứ nằng nặc bài viết ký tên Thạch Các là của tôi. Tôi phải đưa tay thề thốt Thạch Các là một ông giáo hồi trước 1975, có xương da máu thịt ràng ràng, rất giỏi về ngữ pháp Việt Nam... Xin ông Kiệt Tấn đừng có lấy công của người mà giao cho tôi, tội nghiệp!!!

Tôi đọc hầu hết của Kiệt Tấn. Dư luận về Kiệt Tấn trong văn đàn quả không phải ít! Nhưng tựu chung, những nhà phê bình đều nói, đại khái, Kiệt Tấn là một nhà văn nhân bản tuy có hơi bị nặng về tình dục; tự do mà yêu thiên nhiên; mê đắm và duyên dáng... Thậm chí xấu đẹp tùy người đối diện...

Lúc chưa đối diện với Kiệt Tấn (tạn mặt đá vàng), tôi thấy Kiệt Tấn như sau:

Kiệt Tấn từng viết:

"nếu có người xả mình binh vực những nhân vật không cần ai binh vực hết (như thượng đế, như lãnh tụ, như chủ tịch, như tổng thống) thì tôi, tôi binh đĩ."

Trong bức thư gửi cho Lộc (Lê Tấn Lộc, anh ruột của Lê Tấn

Kiệt tức Kiệt Tấn) có in trong "Nghe Mưa" xuất bản năm 1989, Kiệt Tấn viết:

"Em vừa vạch da cây vịnh bốn câu ba vần trong Đêm Cỏ Tuyết là quần hùng nhốn nháo. Có thân hữu đề nghị bôi chữ cỏ. Em nói: Tao đã cạo chữ kia để thay bằng chữ cỏ, bây giờ mầy biểu tao cạo chữ cỏ thì biết thay bằng chữ gì bây giờ? Chẳng lẽ để cho em bé đói luôn? Lại có thân hữu khác đưa ra nhận xét: Truyện mầy viết sao chỗ nào cũng thấy đưa ra đĩ điếm. Đáp: Tao ở gần xóm đĩ từ nhỏ tới lớn, không viết về đĩ thì biết viết về cái gì bây giờ? Hỏi: Sao truyện của mầy đầy ắp tình dục? Đáp: Tình dục nuôi nấng tao từ tấm bé cho tới lúc lưng dài vai rộng thì tao viết về tình dục là một lẽ đương nhiên..."

(Kiệt Tấn, Nghe Mưa.
Xuân Thu xuất bản 1989. Trang 246-247)

Thực ra, có phải Kiệt Tấn chỉ chuyên viết về tình dục không? Và Kiệt Tấn là một nhà "Đĩ Quyền" chuyên bênh vực đĩ?

Thưa, theo tôi thấy thì không hẳn vậy. Thấy vậy mà chưa chắc vậy đâu nghe!

Kiệt Tấn viết về tình dục, đúng. Mà viết hay hết sẩy nữa! Nhưng điểm cần lưu ý là, thái độ của Kiệt Tấn đối với tình dục, đối với việc rờ rẫm sờ mó và mần tình nó hết sức... trong sáng mà mê đắm... Như một đứa bé đòi mẹ viên kẹo hay cái bánh... Thử đọc một đoạn thư của Louise, Nữ Chúa Tàu Ma hay người tình Xứ Tuyết Ca Ná Đà của Kiệt Tấn viết cho cho Kiệt Tấn:

"Tức cười khi hình dung một ngày nào đó Bambino của em bắt buộc trở thành một đấng lang quân, dù là của em hay của ai khác. Thú thiệt em không hình dung nổi. Anh để ý mà coi. Khi gặp em, anh làm điều gì trước tiên? Anh luồn tay vào áo em... Mà khổ một cái là em cũng không đủ can đảm theo như bản tính mình để từ chối điều gì với anh được hết. Si tình là như vậy chăng? Nếu vậy thì em đã si tình anh mất rồi! Em chấp nhận. Em chấp nhận hết những gì anh muốn. Em có cảm tưởng nếu em gỡ tay anh ra thì biết đâu chừng anh sẽ lăn ra... nằm vạ! Anh muốn em. Vậy thôi. Rất dễ thương...."

(Kiệt Tấn, Nghe Mưa.
Xuân Thu xuất bản 1989. Trang 57)

Không ai nói về Kiệt Tấn tình dục có thể đúng bằng những... người đàn bà con gái trong đời Kiệt Tấn! Và tôi nhận ra, Kiệt Tấn không chỉ "binh đĩ", mà đối với phái đẹp, với tất cả những vị nữ lưu, Kiệt Tấn luôn dùng một ngôn ngữ văn chương gượng nhẹ, âu yếm, tôn xưng và nhất định đứng về phần... khép nép (giả dạng quân ta, há cha nội?)

Thử đọc một đoạn Kiệt Tấn "tả" chuyện người yêu xứ tuyết, nàng Louise tình cờ tới một dạ tiệc và bắt quả tóm Kiệt Tấn ta đang ôm trong tay nàng Danyèle mà Kiệt Tấn tặng cho cái hỗn danh là "tấm nệm xốp":

"Sau khi di tản từ góc này sang góc khác mà vẫn không trốn lánh được, tôi quyết định ra trình diện.

Ôm tấm nệm xốp khư khư trong vòng tay học trò, tôi lăn lăn trong điệu luân vũ trong bóng mờ từ từ tiến ra pháp trường hồi chánh. Lả lướt hồi chánh.

*Và rồi chuyện gì phải xảy ra bèn xảy ra. Louise bước tới túm lấy cổ áo veston của dâm tặc, giận run, nghẹn lời. Và dâm tặc đã lưu lại một vết nhơ muôn đời không rửa sạch trong lịch sử tình ái: Dâm tặc từ từ rút hai cánh tay tỉnh bơ ra khỏi áo, để lại cái veston tòn teng trên tay Nữ Chúa! Mạnh Lệ Quân thoát hài! Tôi cũng không dè trong người mình lại ẩn tàng một **tiềm năng tồi bại tới mức như vậy**. Thiệt là cẩu trệ. Tuyệt cùng cẩu trệ! Tôi cũng không khỏi ngạc nhiên sao nàng lại không cầm chai rượu xáng lên đầu tôi một cái phun máu ngay lúc đó."*

(Kiệt Tấn, Nghe Mưa.
Xuân Thu xuất bản 1989. Trang 70)

Kiệt Tấn không "gồng mình" khi viết văn. Ông viết về Kiệt Tấn hay viết về bất cứ gì cũng bằng giọng văn... thành thật một cách vô tội vạ như vậy. *"Tôi cẩu trệ, tôi tồi bại. Vậy đó. Rồi sao?"* Hai chữ "rồi sao?" không phải để thách thức. Mà là một câu hỏi cho thấy cái tình huống huề vốn của vấn đề! Tôi từng đọc nhiều đoạn văn tả cảnh đánh ghen. Nói rõ hơn là tả công cuộc đánh ghen của những bậc nữ lưu. Nhưng chưa ai tả một công cuộc đánh ghen mà mình là nhân vật chính, lại... vui và hấp dẫn như Kiệt Tấn. Không có níu tóc quào mặt. Không có xé quần xé áo tình địch. Không có "con đĩ ngựa này con đĩ chó kia..."

giữa hai người phụ nữ. Mà chỉ thấy hành vi "cẩu trệ và tồi tệ" của thằng cha làm ra chuyện!!!

Kiệt Tấn yêu "đầm Ca Ná Đà" thì như vậy. Chứ Kiệt Tấn mười bảy tuổi yêu nữ sinh tỉnh nhỏ thì sao? Kiệt Tấn đưa Hoa (người yêu của Kiệt Tấn trong "Bến Đò Trao Thơ") đi xem hát bóng (tức xi-nê-ma) tuồng Việt Nam có cái tựa ly kỳ khó hiểu: *Lý Chơn Tâm, Anh Hùng Cõi Củi!* Tôi nhỏ hơn Kiệt Tấn nên chưa biết được có cái tuồng này (than ôi!) Trong rạp hát, dĩ nhiên chàng Kiệt Tấn ta còn tâm trí đâu để mà xem xi-nê-ma... Xin mời đọc:

"Tôi không thiết gì tới tuồng tích. Bàn tay tôi lúc đầu nắm lấy bàn tay nàng trong bóng tối, từ từ buông ra dọ dẫm. Sa-ten mát rượi. Hoa rùng mình chụp lấy tay tôi giữ lại cứng ngắt. Nắm siết. Chặt chẽ. Rồi yếu dần, buông lỏng, thở dài... Tôi cũng thở dài mà ngực nghẹn tức..."

(Kiệt Tấn, Nụ Cười Tre Trúc.
Văn Nghệ xuất bản 1987. Trang 91)

Thủ phạm thở dài mà nạn nhân cũng thở dài. Trời đất! Lý Chơn Tâm xẹp lép trong màn ảnh đang cõi củi bay chập chờn trên mây, chứ chàng Kiệt Tấn nhà ta thì đã bay lên chín tầng mây mà chỉ cần có một... cây củi nhỏ xíu (nếu so với bó củi của Lý Chơn Tâm!!!)

Đó chỉ mới là sự vụ mở đầu! Đừng nóng, từ từ mà đọc thêm đoạn sau đây:

"Trước khi ra về, chúng tôi ra ngồi quán nước cạnh bờ sông giải khát hứng mát (và chờ cho Hoàng Tử Lưng Gù hạ hỏa). . . . . . . Đêm khuya thức dậy ngó trời, thấy sao phía Bắc đã dời phía Nam...
*Hai câu ca dao còn lởn vởn trong đầu, tôi với bàn tay mặt ơ thờ cầm cái ly đá chanh ẩm hơi nước đọng bên vách ly đưa lên định... bỗng giật mình vì ly nước chợt vuột khỏi bàn tay nắm của mình, như bàn tay có thoa mỡ, **trơn mướt**! Ly đá chanh tuột xuống va trên mặt bàn khua một tiếng rè đục như sắp bể. ... Không ai hiểu. Tôi cũng không hiểu, ngay lúc đó. Tôi đổi ly sang tay trái, đưa lên uống bình thường. Ngẫm nghĩ. Chợt **hiểu**! Và cũng chợt bồi hồi xúc động thương người yêu bé bỏng của mình hết sức! ..."*

(Kiệt Tấn, Nụ Cười Tre Trúc.
Văn Nghệ xuất bản 1987. Trang 91)

Kiệt tấn *hiểu* chuyện gì vậy cà? Những chuyện mà hầu như những nhà văn đều... tránh viết ra, hoặc nếu viết ra theo kiểu.... hiện đại của phái "cách mạng tình dục" gì đó bây giờ, thì vô duyên và thô tục, thì Kiệt Tấn đã viết *được* bằng những đoạn văn thơ mộng dễ thương. Nhất là, sau sự vụ đi xi-nê-ma tối đó về, chàng Kiệt leo lên chiếc giường trong phòng trọ học:

"... Lưng đau như dần. Tôi lăn sấp người lại úp mặt trong lòng bàn tay, rên ư ử.

Thoang thoảng một dư hương rất lạ, chưa từng biết, ngây ngất trong lòng bàn tay. Gì như thể... như thể... Đúng rồi! Hương Trinh Nữ! Hương của Hoa..."

(Kiệt Tấn, Nụ Cười Tre Trúc.

Văn Nghệ xuất bản 1987. Trang 94)

Cách nay gần hai mươi năm, khi đọc truyện này, tôi đã phone cho Thạch Các:

"Ông tìm đọc Kiệt Tấn đi."

Theo nhận xét của tôi, Kiệt Tấn không "sáng tác" truyện... tình. Kiệt Tấn chỉ kể lại những mối tình của ông với những người đàn bà con gái trong đời ông. Kiệt Tấn yêu đĩ, yêu nữ sinh, yêu đàn bà, yêu con gái, yêu vũ nữ, yêu ca ve, yêu gái quê... đều "bằng như nhau". Kiệt Tấn không... phân biệt giai cấp trong tình yêu lẫn tình dục của ông.

Đó là Kiệt Tấn qua "văn bản""mà tôi bắt gặp gần mười lăm năm trước... Cho đến khi...

2. Năm 2002 thì phải, là lần đầu tôi gặp mặt Kiệt Tấn. Đó là buổi ra mắt thơ của PTNN tại Washington DC. Tôi và vợ chồng anh chị PTNN & QĐ khá quen thân. Trong buổi ra mắt thơ của chị PTNN, Kiệt Tấn và tôi là hai trong bốn diễn giả nói về "tác phẩm và tác giả"...

Người nói trước tiên là Kiệt Tấn, rồi đến tôi.

Lúc Kiệt Tấn nói, có lẽ vì buổi sáng chàng chưa đủ độ rượu, cũng có thể vì cái giọng lè nhè không "ăn micro" nên hơi bị khó nghe! Đã vậy, Kiệt Tấn còn soạn một bài khá dài (tuy rất có duyên và tinh tế) lên nói... Phía dưới, có dăm bảy người không biết Kiệt Tấn là ai. Và chắc cũng "đáp tàu" lỡ chuyến đến với buổi ra mắt sách sao đó nên dễ bề nóng ruột... bèn la inh ỏi đòi đuổi Kiệt Tấn xuống. Chàng Kiệt Tấn thản nhiên khoát tay xuống mấy quý vị đó rồi phán một câu xanh rờn: "Nhằm nhò gì mấy cái lẻ tẻ!" Rồi tiếp tục nói hết bài của Kiệt Tấn viết về tác giả PTNN.

Sau đó, tôi và Kiệt Tấn cũng có ngồi với nhau qua dăm ba bữa rượu lai rai. Nhưng là ngồi chung với nhiều người ngoài giới... "giang hồ". Vả, Kiệt Tấn không ở Washington D.C lâu mà đã "lưu diễn" qua California liền sau đó. Nên tôi và Kiệt Tấn chỉ kịp "nhận" nhau, cũng có nói chuyện qua lại, nhưng chưa có một bữa rượu tới bến để "biết" nhau.

Còn nhớ, cả Kiệt Tấn lẫn QĐ sau đó đều kể cho tôi nghe một câu chuyện như sau:

"Một lần, QĐ rụt rè hỏi Kiệt Tấn:

Anh Kiệt Tấn à, tôi nghe nhiều người nói là anh... điên! Mà anh có điên thiệt không vậy?

Kiệt Tấn trợn mắt trả lời:

Điên thiệt quá đi chứ cha! Tui điên có 'bằng cấp' mà!"

Hai năm sau, Kiệt Tấn lại từ Pháp bay qua Washington D.C dự đám cưới của con gái anh chị PTNN & QĐ. Tôi quên nói, chị PTNN và Kiệt Tấn rất thân nhau, đã quen biết từ thời ở Việt Nam. Tôi được anh chị PTNN & QĐ nhờ lo phần tiếp tân và chiêu đãi quần hào văn nghệ sĩ. Do đó, hàn xá bèn biến thành biệt viện cho quần hào tạm trú mà bày đại tiểu yến, cũng như dưỡng quân sau khi đã liên hồi đánh đấm! Những danh tài như Nguyễn Xuân Thiệp, Phan Xuân Sinh, Nguyễn Trọng Khôi, Lâm Chương... bèn mỗi ông được phát cho hai tấm chăn, một cái gối... Có vị sẽ hỏi tại sao tới hai tấm chăn, bộ thời khoảng đó là mùa Đông, lạnh lắm hả? Xin thưa, lúc đó chưa tới mùa Đông. Nhưng mỗi danh tài được phát hai tấm chăn là vì một tấm để lót trên sàn nằm và một tấm để đắp!

Thế là, không tiệc lớn ở nhà anh chị PTNN & QĐ thì tiệc nhỏ ở nhà tôi. Nhiều lần, Kiệt Tấn thấy bọn tôi vui quá, bèn bôn đào không chịu ở nhà PTNN & QĐ, mà lánh nạn qua nhà tôi để... tha hồ uống rượu và có bạn để đấu hót.

Trong một bữa rượu, Nguyễn Trọng Khôi giả giọng ông Tổng thống Trần Văn Hương, đọc bài nói chuyện của Tổng thống cựu nhà giáo trong một trường trung học, như sau:

"Kính thưa Ban Giám Học, kính thưa quý thầy, quý cô cùng các em học sinh thân ái! Tôi xin lưu ý Ban Giám Học rằng là, tôi nhận thấy các em nữ sinh của trường mình mặc quần áo hơi quá mỏng. Tôi xin lập lại là quá mỏôông! Làm cho quý thầy và các em nam sinh trường ta đi đứng có phần hơi bị... khó khăn!"

Cả nhà tất nhiên lăn ra cười! Riêng Kiệt Tấn, sau đó, cứ ngồi lẩm bẩm câu: *"đi đứng có phần hơi bị... khó khăn"* mà thấm ý cười tủm tỉm hoài!

Lúc vừa gặp lại Kiệt Tấn tại nhà anh chị PTNN & QĐ, tôi nói với Kiệt Tấn về bài "Sục Cặc Trước Bàn Thờ" của ông trên Talawas, "Tôi thì tâm đắc nhất hai câu của ông. Dĩ nhiên tôi cũng thích thú cả bài." Kiệt Tấn hỏi: "Hai câu nào?" Tôi cười, đọc: "Ở hải ngoại lẫn trong nước, các bà các cô đều vọc lồn mình mà la làng hết ráo..." (rồi) "Đụ là đụ! Đâu có cần gì phải quăng cái lồn lông lên không trung mà đặt câu hỏi nhớn (không dè nó rớt xuống trúng u đầu có cục)."

CHÚ THÍCH THÊM CỦA TNH:

Kiệt Tấn vốn rất trang trọng và trân quý chuyện tình dục. Đối với Kiệt Tấn, tình dục và tình yêu đều rất đẹp như nhau. Kiệt Tấn không "chịu" được khi một số các nhà văn gần đây cứ mang chuyện tình dục ra mà viết một cách "thiếu nghệ thuật", tục tĩu. Đa số trong các nhà văn ấy lại là các cô, các bà! Do đó, ông viết "Sục Cặc Trước Bàn Thờ". Một bài viết tục và dữ dằn hết cỡ để phản bác, theo nguyên tắc "lấy độc công độc". Đoạn cuối bài, Kiệt Tấn có tuyên bố sẽ sẵn sàng "lý luận" tiếp, nếu có ai đó lên tiếng khó chịu về bài "Sục Cặc Trước Bàn Thờ" của ông. Cho đến hôm nay, Nov 26, 2006, tôi chưa thấy có phản ứng nào một cách chính thức về bài viết này!

"Sục Cặc Trước Bàn Thờ" là bài viết của Kiệt Tấn nhân đọc mấy bài tung hô các nhà văn nữ hiện đại đòi quyền "khoe lồn và các thứ" qua các văn bản của các nhà đòi "Lồn Quyền" và không đòi gì hết sau:

- "Tình Dục Và Các Nhà Văn Nữ Di Dân Việt Nam" của Thế Uyên. Hợp Lưu số 81, 2005.

(Bài này tôi chưa đọc, nhưng nguyên cái tựa có ba chữ Nhà Văn Nữ đã thấy không ổn! Trên thế giới này, kể cả từ xưa cho đến hôm nay, dường như chỉ có Việt Nam ta mới "đẻ" ra được ba chữ "Nhà Văn Nữ"!)

-"Nhận Diện Một Số Nhà Văn Việt Đầu Thế Kỷ 21" của Nguyễn Văn Lục, Hợp Lưu số 81, 2005.

(Bài này tôi cũng chưa đọc luôn! Vốn dĩ, tôi rất ít khi nếu không muốn nói là chả bao giờ bỏ công đi đọc những cái vụ "nhận diện"... này nọ. Bởi, xấu đẹp tùy người đối diện. Mỗi người sẽ có một "đường lối" nhận diện khác nhau!)

-"Trò Chuyện Với Hoa Thủy Tiên" của Nguyễn Huy Thiệp, Văn Học số 223, 2006.

(Bài này thì tôi có đọc, đọc kỹ và đã có mấy bài "góp ý cò ý kiến".)

-"Có Thật Đa Số Các Nhà Văn Đều Vô Học, Các Nhà Thơ Đều Lưu Manh" của Trần Mạnh Hảo, Văn Học số 223, 2006. Bài này tôi cũng có đọc, và cũng đã có bài "góp ý cò ý kiến".)

-"Khi Nhà Văn Cưới Nhà Thơ" của Ngọc Anh, Văn Học số 223, 2005. Bài này tôi chưa đọc.

Hết Chú Thích.

Trong một bữa rượu ở nhà tôi, có mặt đầy đủ quần hào và thêm một vị nữ lưu vốn là nhà văn, xin tạm gọi là L. Cô nhà văn L. này hay bị tôi và Nguyễn Trọng Khôi, người luôn tự nhận là Điền Bá Khôi... (nhưng xem ra lại rất đứng đắn đàng hoàng, chưa từng thấy dở trò... nài hoa ép liễu bất cứ ai!!!) cáp độ, tức là gán ép (chơi cho vui) với Phan Xuân Sinh. Thấy có bóng hồng trong bữa rượu, Kiệt Tấn ta bèn mặt mày sáng rỡ. Cái dáng lừ đừ biến mất hết năm chục phần trăm.

Kiệt Tấn vừa ngồi bên kia bàn uống tì tì, vừa lom lom ngắm nghía nhà văn L. Câu chuyện trong bàn chắc chắn là đang diễn ra tưng bừng hào hứng. Hốt nhiên, Kiệt Tấn từ tốn đứng dậy khỏi ghế, đủng đỉnh bước qua phía bên kia bàn, tiến trước nhà văn L rồi ôm cô này và hôn một phát!!! (Hôn ở đâu xin quý vị cứ tự do tưởng tượng, như vậy mới ly kỳ... hấp dẫn!) Cô nhà văn L. tỏ ra là một cao thủ trong những trường hợp bất ngờ và thậm chí bất an (ninh) như vậy, cô cười cười nói:

"Anh Kiệt Tấn hôn L., không sợ anh Phan Xuân Sinh ghen sao?"

Phan Xuân Sinh cũng tỏ ra là một tay hào hoa phong (cá) độ:

"Ai "hun" cứ "hun". Tôi yêu tôi cứ yêu."

Kiệt Tấn đã về đến cái ghế của mình. Vừa ngồi xuống ghế, Kiệt Tấn vừa lầu bầu:

"Ai yêu cứ yêu. Tui thích "hun" thì cứ "hun" hà!"

Quả là kỳ phùng địch thủ. Bên nửa cân, người tám lạng, phong vũ ma chiết trùng trùng nhưng không khí vẫn rất ồn ào vui vẻ!!!

Bữa rượu cuối cùng sau tiệc cưới. Một bữa rượu khuya ở nhà anh chị PTNN & QĐ. Gần 3 giờ sáng. Đã vài anh hùng hảo hán rớt đài, nằm đâu đó hay la liệt nơi phòng khách mà an giấc điệp. Trong bàn còn anh Nguyễn Xuân Thiệp, Kiệt Tấn, Độc Cô Cầu Thắng, QĐ (ra vô on & off), anh Tòng, và tôi. Chẳng biết câu chuyện lan man thế nào, mà hai ông bạn lớn (tuổi) Kiệt Tấn và Nguyễn Xuân Thiệp lại đi vào đề tài tình yêu! Trời đất!!!

Tôi nghe loáng thoáng Nguyễn Xuân Thiệp nói:

"Tôi cho rằng, tình yêu đích thực nó tồn tại mãi với thời gian, dù rằng hai người xa xôi cách trở. Chỉ cần gặp lại, hôn lên trán người yêu một cái, là tôi thấy đã quá đủ. Quá hạnh phúc rồi!!"

Giọng Kiệt Tấn đã đến giai đoạn lè nhe, lè nhè ở mức không thể lè nhè hơn:

"Ông nói sao tôi hổng biết! Chứ với tôi, yêu là phải sờ mó, phải nắn bóp, phải... đủ thứ. Tức là phải có mần tình thì nó mới "trọn vẹn cái chữ yêu" ông ơi!"

Thế là hai ông bạn lớn (tuổi) của tôi cứ tiếp tục tranh luận về hai quan điểm "yêu" rất khác nhau như vậy tà tà. Cuộc tranh luận xem ra hết sức lăng lệ nhưng vẫn hòa bình và đầy tình thân ái. Đến nỗi, có lúc hai ông rót rượu cho nhau, ôm nhau thắm thiết (xin có hình đính kèm làm bằng, để tránh lời ong tiếng ve cho rằng là Trần Nghi Hoàng tôi bịa chuyện!).

Tuy nhiên, chẳng bữa rượu nào mà kéo dài mãi... phải không? Có điều, cho đến lúc tàn cuộc rượu, đâu chừng khoảng 5, 6 giờ sáng (vì tôi nghe vẳng từ lùm cây ở sân sau nhà anh chị PTNN & QĐ có tiếng chim ríu rít), tôi không biết hai ông bạn lớn (tuổi) của tôi, Nguyễn Xuân Thiệp và Kiệt Tấn đã dắt nhau đi đến cái chỗ kết luận chung cuộc ra sao. Điều này vẫn còn là một bí mật cho đến ngày hôm nay. Quý vị nào thắc mắc, xin cảm phiền tìm hỏi thẳng hai đương sự để tận tường thỏa mãn.

Với tôi, từ tiếp cận Kiệt Tấn qua văn bản, tôi đã tiếp cận Kiệt Tấn tận mặt đá vàng! Kiệt Tấn đáng yêu ngay ở *tiềm năng tồi bại tới mức như vậy* của ông ta. Kiệt Tấn có khả năng tồi bại một cách cực kỳ... trong sáng và vô (số) tội!

Nov 26, 2006.

PHÊ BÌNH PARABOLE
Phê bình & Nhận định

_____

TRẦN NGHI HOÀNG
Nhà Xuất Bản Nhân Ảnh

Đọc bản thảo: Khánh Phương
Trình bày: Hồng Nhung
Địa chỉ liên lạc: hoangtrannghi@gmail.com

CPSIA information can be obtained
at www.ICGtesting.com
Printed in the USA
BVHW072303050920
587865BV00002B/9